அன்பே என் அன்பே - பாகம் 1

நித்யா மாரியப்பன்

Made with ♥ on the Notion Press Platform
www.notionpress.com

பொருளடக்கம்

முன்னுரை

வணக்கம்! நான் நித்யா மாரியப்பன். Tax practitioner பணியில் இருந்தபடி கடந்த நான்கு வருடங்களாக எழுதி வருகிறேன். எனது எட்டு நாவல்கள் ஸ்ரீ பதிப்பகம் மற்றும் **அருணோதயம் பதிப்பகம்** வாயிலாக புத்தகங்களாக வெளி-வந்துள்ளன. அன்பே என் அன்பே எனும் இந்நாவல் எனது முதல் நெடுநாவலாகும்.

பஞ்சாபி பிசினஸ்மேன் ராகவ் கபூர் தமிழ்நாட்டைச் சேர்ந்த வெட்டிங் ப்ளானர் அவந்திகா, இவர்கள் இருவரின் மோதல், காதல் கலந்த நகைச்சுவை நாவல் இது. இது இரண்டு பாகங்கள் கொண்ட நாவலாகும்.

இதில் நட்பு, காதல், குடும்ப உறவுகள் என அனைத்து விதமான உணர்வுகளையும் என்னால் முடிந்தளவு அழகாக கூறியிருக்கிறேன். நாவலைப் பற்றிய உங்கள் கருத்துகளை nithyamariappankn@gmail.com என்ற மின்னஞ்ச-லுக்கு அனுப்பி வைக்கலாம்.

நன்றியுடன்
நித்யா மாரியப்பன்

1

அத்தியாயம்

காலையிலேயே பரபரப்புடன் காணப்பட்டது சந்தன்பூரின் ராஜகுடும்பத்து மாளிகை. அந்த மாளிகையின் இளவரசியான பிரதியுஷா சிங்கின் திருமணத்திற்கான அழகான பதற்றம் தான் அது. அன்று அவளது நிச்சயதார்த்தம் இந்தியாவின் மிகப் பெரிய பிஸினஸ்மேன் குணால் கபூரின் மகனான வருண் கபூருடன் நடக்கப்போவதற்கான இனிமையான முன்னுரை தான் அந்த பரபரப்பு.

மாளிகையின் மேல்மாடத்தில் நின்று கொண்டிருந்தாள் பிரதியூஷா. ஐந்தரையடி உயரத்தில் ராஜகுடும்பத்தின் கம்பீரம் எள்ளளவும் குறையாமல் அதே நேரம் எளிமையின் மறுவுருவாக இருப்பவள். ஒரு முறை பார்த்தவர்களை மீண்டும் பார்க்க தூண்டும் கம்பீரமான அழகுக்கு சொந்தக்காரி.

விழாவின் கதாநாயகியான அவளுக்கு அது காதல் திருமணம் என்பதால் இன்னும் அதிகமான எதிர்பார்ப்புடன் இருந்தாள். அவளது பாட்டி திருமணத்திற்கு ஒப்பு கொள்ளும் போதே அவளது திருமணம் கண்டிப்பாக அவர்களின் பரம்பரை அரண்மனையில் அவர்கள் வழக்கப்படி தான் நடக்க வேண்டும் என்று உறுதியாக கூறியதால் இப்போது அவளுக்கு பதற்றம் வேறு.

வருணுக்கு அவர்களின் வழக்கம் எதுவும் புரியாததால் தான் அவன் அருகில் இருந்து இந்த சடங்குகளை விளக்கலாம் என்று எண்ணிக் கொண்டிருந்தவளிடம் காலையில் அவளது அன்னை "நிச்சயத்திற்கு கல்யாணப்பெண் வர்ரது நம்ம வழக்கம் இல்லம்மா! நாங்க உன்

அண்ணா, உன்னோட பாட்டி எல்லாரும் வருண் வீட்டுக்கு போக போறோம். நீ நல்லா ரெஸ்ட் எடுத்துட்டு மத்த சம்பிரதாயத்துக்கு தயா-ராகு" என்று கூறவும் அவளுக்கு பாட்டி மேல் தான் கோபம் வந்தது.

இன்னும் பழைய பழக்கங்களை பின்பற்ற வேண்டுமென்று அவர் பிடிவாதம் பிடிப்பது அவளுக்கு சிறிதும் பிடிக்கவில்லை. ஆனால் அவரை எதிர்த்து பேசும் தைரியம் அவர்களின் குடும்பத்தில் யாருக்கு-மில்லாததால் அவள் அமைதியாக இருக்க வேண்டியதாயிற்று.

திடீரென்று " மாப்பிள்ளைக்கு குடுக்க வேண்டிய சீர்வரிசை எல்லாம் எங்க?" என்று யாரோ கேட்கவும் பிரதியுஷாவின் தாயான மைதிலி " அது எல்லாமே அவந்திகா பொறுப்பில தான் இருக்கு. அவ பாத்துப்பா. அவந்திகா? இங்க கொஞ்சம் வாடா!" என்று கூப்பிடவும் மாளிகையில் பூ அலங்காரம் செய்பவரிடம் வாதம் செய்து கொண்டிருந்த அந்த ஐந்தடி பட்டாம்பூச்சி "வந்துட்டேன் மம்மி! இங்க பாருங்க, நான் மம்மி கிட்ட பேசிட்டு வரதுக்குள்ள இதை சரி பண்ணிடனும். ஓகேவா?" என்று கட்-டளையிட்டு விட்டு வேகமாக ஓடி வந்தாள்.

" மம்மி! வருணுக்கு குடுக்க வேண்டிய எல்லாமே உஷாவோட ரூம்ல பத்திரமா இருக்கு. டோண்ட் வொர்ரி! அப்புறம் இந்த டெக்கரேஷன் பத்தி நீங்க டென்சன் ஆகாதிங்க. பல்ராம் பய்யா கிட்ட நான் பேசி சரி பண்ணிடுறேன்" என்று படபடவென்று பொறிய மைதிலி பக்கத்தில் நின்ற பிரதியுஷாவின் பாட்டி கல்யாணி தேவி " நீ இருக்கிறது எங்க-ளுக்கு எவ்ளோ உதவியா இருக்கு தெரியுமா? இன்னைக்கு இங்க எல்-லாரும் டென்சன் இல்லாம நிம்மதியா வேலை பாக்குறோம்னா அதுக்கு நீயும் ஒரு காரணம். அந்த போலேநாத் அருளால் உனக்கும் ஒரு நல்ல பையன் இங்கயே அமைஞ்சா நான் உன்ன என் கைக்குள்ளயே வைச்-சிப்பேன்" என்று மனதார கூறினார்.

"தாதி! நீங்க கவலையே படாதிங்க. இன்னைக்கு நாள் முடியறதுக்கு முன்னாடி அப்பிடி ஒருத்தன் வந்து நிப்பான். நான் அவன் கைய பிடிச்சு உங்க கிட்ட கூட்டிட்டு வரேன். உஷாவோட சேர்த்து எனக்கும் அதே நாளில கல்யாணம் பண்ணி வச்சிடுங்க" என்று கூறியபடி கண்ணை சிமிட்டியவள் புன்னகையுடன் அவரை கட்டிக் கொண்டாள்.

அவள் தான் அவந்திகா. இந்த கதையின் நாயகி. ரொம்பவே குறும்-புக்காரி. அனைவரிடமும் எந்த பாகுபாடும் காட்டாமல் அன்பு செலுத்-தும் அழகிய மனதுக்கு சொந்தக்காரி அவள். யாருக்காகவும் அவளு-

டைய சுயமரியாதையை விட்டுக் கொடுக்காமல் வாழ்வதே அவளுடைய குறிக்கோள். எந்த வேலையை கையில் எடுத்தாலும் அதை சிறப்பாக செய்து முடிக்கும் திறமை படைத்தவள். முக்கியமாக ஒருவரது தவறை அவர் யாராக இருந்தாலும் அவர் முன்பே சுட்டிக்காட்டும் தைரியம் கொண்டவள்.

கல்யாணி தேவி அவளது கன்னத்தில் முத்தமிட்டவர் " ரித்திமா எங்க போனா? அவளும் இன்னைக்கு நம்ம கூட வருண் வீட்டுக்கு வரணும். அவள சீக்கிரம் ரெடியாக சொல்லு. நீயும் போய் கொஞ்சம் ரெஸ்ட் எடு. அப்போ தான் ஈவ்னிங் ஃப்ரெஸ்ஸா இருக்கும்" என்று கூறி விட்டு மருமகளை தன்னுடன் அழைத்து சென்று விட்டார்.

அங்கு வந்த பிரதியுஷா " அப்போ ரித்தியும் என் கூட இருக்க மாட்டாளா? நீங்க வர வரைக்கும் எனக்கு போர் அடிக்கும் ஹனிபி" என்று சின்ன குழந்தை போல முகத்தை தூக்கி வைத்துக் கொண்டாள்.

" உஷா பேபி! நாங்க போயிட்டு 2 ஹவர்ஸ்ல வந்துடுவோம். சப்-போஸ் பாட்டி சொன்ன மாதிரி எவனாச்சும் என் முன்னாடி வந்து நின்னா வேணா கொஞ்சம் டைம் ஆகும்" என்று கண்ணை அடிக்கவும் அங்கு வந்த ரித்திமா "அது யாரு? உன் முன்னாடி வந்து நிக்க போறவன்?" என்று புரியாமல் கேட்டாள்.

அவள் ரித்திமா. பிரதியுஷா, அவந்திகாவின் உயிர்த்தோழி. அவள் அவந்திகாவுக்கு நேரெதிரானவள். யாரேனும் தவறு செய்தாலோ, அவளை புண்படுத்தினாலோ கூட புன்னகைத்தவாறே கடந்து செல்லும் குணமுடையவள்.

அவந்திகாவையும் பிரதியுஷாவையும் புரியாமல் பார்த்தவளுக்கு விஷயத்தை விளக்கி விட்டு மூவருமாக பிரதியுஷாவின் அறைக்கு ஓய்வு எடுக்க சென்றனர்.

பிரதியுஷாவின் திருமணம் சந்தன்பூர் அரண்மனையில் நடந்தாலும் அவள் வளர்ந்தது எல்லாமே பெங்களூரில் தான். அவள் தந்தை ராஜ்வர்தன் சிங்கின் பிஸினஸ் அங்கே இருந்ததால் அவளும் பிறந்து வளர்ந்தது எல்லாமே அங்கே தான்.

ரித்திமாவும், அவந்திகாவும் அவளுடைய பள்ளிப்பருவ தோழிகள் ரித்திமாவின் அம்மா வங்கியில் மேலாளராகவும் அப்பா வழக்கறிஞராக-வும் இருந்ததால் அவளும் வீட்டிற்கு செல்ல பெண்ணாகவே வளர்க்கப்-பட்டாள்.

அவந்திகா சிறு வயதிலேயே பெற்றோரை இழந்ததால் தன் சித்தி, சித்தப்பாவுடன் சென்னையை விட்டு பெங்களூருவில் வந்து இருந்தாள். அவளது சித்தி கண்டிப்பு மிக்கவர். அவர் அவள் மேல் பாசத்தை பொழிந்ததும் கிடையாது. அதற்காக அவளை வெறுத்தார் என்று அர்த்தம் இல்லை. அவள் கேட்டதை வாங்கி தருவதிலும், விருப்ப பட்டதை படிக்க வைத்ததிலும் அவர் எந்த குறையும் தன் அக்கா பெண்ணிற்கு வைத்தது இல்லை.

ஆனாலும் சித்தப்பா அளவிற்கு சித்தி அவந்திகாவிற்கு நெருக்கம் இல்லை என்றே சொல்லலாம். அதனாலேயே மைதிலி மேல் அவளுக்கு கொள்ளை பிரியம். ராஜ்வர்தனும் அவளை தன் வீட்டு பெண்ணாகவே நினைத்தார் .

வருணும், உஷாவும் விரும்புவதை வீட்டில் சொல்லி சம்மதம் வாங்கியதிலிருந்து இன்று திருமணத்திற்கு கூடமாட உதவி செய்வது வரை எதிலும் மூவரும் ஒருவரை விட்டு ஒருவர் பிரியாமல் இருந்து வந்தது கண்டு கல்யாணி தேவிக்கு பெருமையே. அதனால் தான் அவர் அவந்திகாவிற்கு இங்கேயே வரன் வந்தால் நன்றாக இருக்கும் என்று பிரியப்பட்டார்.

அவர் சொல்லும் போதே ததாஸ்து தேவதைகள் ஆசிர்வதித்தது அவர்கள் யாரும் அறியாதது. ஆம்!! அவந்திகாவின் தலையெழுத்தை மாற்ற போகும் அவன் அந்த மண்ணில் காலடி எடுத்து வைத்து விட்டான்!!

அதே நேரம் சந்தன்பூரின் எல்லையில் அந்த பங்களாவே அல்லோகலப்பட்டு கொண்டு இருந்தது. மணமகன் வருண் காலையிலேயே போனில் வருத்தப் பட்டுக்கொண்டிருந்தான் "பேசாதடா! நீ இன்னைக்கு வரேனு சொன்னதால தான் நான் இந்த டேட் ஓகே சொன்னேன். இல்லனா டேட் சேன்ஜ் பண்ணிருப்பேன். குடுத்த வாக்கை காப்பத்தனும் மேன்! இல்லனா பிராமிஸ் பண்ணவே கூடாது"

அவன் வருண். பிரதியுஷாவின் அன்பான காதலன். கபூர் குடும்பத்தின் மூத்த வாரிசு. தந்தைக்கு தப்பாத தனயன் என்ற வார்த்தை அவனுக்கு மிகவும் பொருத்தமாக இருக்கும்.

" சோ வருண் பய்யா என் மேல செம கோவமா இருக்கார் போல... நான் வேணா அடுத்த பிளைட்ல மும்பை போய்டவா?" என்று அவன் பின்புறம் சத்தம் கேட்கவும் திரும்பிய வருண் " ஏய் ராகவ்" என்று

ஆனந்த கூச்சலுடன் அந்த நெடியவனை கட்டிக் கொண்டான்.

வந்திருந்தவன் ராகவ். நமது கதையின் நாயகன். கபூர் குடும்பத்தின் இரண்டாவது வாரிசு. அவர்களின் கபூர் குரூப் ஆஃப் கம்பெனிஸை இன்னொரு உயரத்துக்கு கொண்டு சென்றவன். ஆறடி உயரத்தில் பஞ்சாபிகளுக்கே உரித்தான நிறத்துடன் சிகரெட்டின் தொடர்பறியா சிவந்த உதட்டுடன் வருணை பார்த்து புன்னகைத்தான்.

" ஹவ் ஆர் யூ பய்யா ? நாட் பேட். காதல் கை கூடுன சந்தோசம் உங்க முகத்துல அப்பிடியே தெரியுது" என்று கூறிய அந்த ராகவ் அங்கு வந்த அனைவருக்கும் வணக்கம் சொல்லி அவர்கள் வழக்கப்படி காலில் விழுந்து ஆசிர்வாதம் வாங்கிக் கொண்டான்.

அங்கு இருந்த வேலைக்காரப் பெண்மணிகள் ஒருவரை ஒருவர் பார்த்து கொண்டனர். அவர்களில் புதிதாக வேலைக்கு சேர்ந்தவர் " இந்த தம்பி யாரு? பாக்க ரொம்ப தங்கமானவரா தெரியுறாரு..." என்று கேட்கவும் பழைய ஆட்களில் ஒருவர் " இது தான் ராகவ் தம்பி. நம்ம வருண் தம்பியோட சித்தி பையன். நம்ம முதலாளி அம்மாவோட தங்கை பையன். சிரிச்சு பேசுறத பாத்து தங்கமான பையன்னு முடிவுக்கு வந்துடாத. அவருக்கு கோவம் வந்தா யாரும் பக்கத்துல நிக்க முடியாது. அதுவுமில்லாம இவரு வருண் தம்பி மாதிரி கிடையாது. அவரோட தகுதிக்கு குறைஞ்சவங்க கிட்ட பேசவே மாட்டாரு. அதனால அவர் கிட்ட கொஞ்சம் கவனமா இரு. இல்லனா இந்த வேலை உனக்கு நிலைக்காது" என்று அறிவுரை கூறினார்.

அவர் கூறிய படியே பார்ன் வித் சில்வர் ஸ்பூன் என்ற வாக்கியத்திற்கேற்ப செல்வசெழிப்பான குடும்பத்தில் பிறந்து வளர்ந்த ராகவிற்கு தன் தகுதிக்கு குறைந்த ஆட்களிடம் பழகுவது எல்லாம் பிடிக்காத விஷயம். வீட்டிற்கு செல்ல பிள்ளையாக வளர்ந்ததால் பிடிவாதமும் அதிகம். அவனிடம் போட்டியிட்டு யாரும் இது வரை ஜெயித்தது இல்லை.

அதே நேரம் அவனால் தான் ஒரு தவறு நடந்தது என்றால் அதற்கான பொறுப்பை தயங்காமல் ஏற்று கொண்டு அதற்கு தீர்வும் கண்டுவிடுவான்.

அவனை நினைத்து அவன் அன்னை எந்த அளவிற்கு பெருமை படுவாரோ அதே அளவிற்கு வருத்தமும் படுவார். ஏனெனில் அவனது கோபம் அவ்வளவு பிரசித்தி பெற்றது. அவனது இந்த கோபம் அவனை எந்த நிலைக்கு ஆளாக்குமோ என்று எப்போதுமே அவர் வருந்துவ-

துண்டு.

ஆனால் ராகவ் யாருக்காகவும் தன்னை மாற்றிக்கொண்டது இல்லை. பெரியம்மா, பெரியப்பா, சித்தி , சித்தப்பா என்று குடும்பத்தினர் அனைவரிடம் பேசி விட்டு இப்போது சகோதர சகோதரிகள் மட்டும் ரூமில் இருந்தனர்.

கிஷோர், அமர், நேகா, பிந்து என்று அந்த அறையே நிறைந்து இருந்தது.

" ராகவ் அண்ணா! உன்னோட எக்ஸ் எப்பிடி இருக்காங்க? லாஸ்ட் டைம் ஹாலிடேக்கு நம்ம கூட வந்தப்ப நல்லா தான இருந்தாங்க. அப்புறம் எப்படி பிரேக் அப்? " என்று கேட்டாள் பிந்து. அனைவரிலும் இளையவள். ராகவிற்கு மிகவும் செல்லம்.

" எங்க ரெண்டு பேருக்கும் வேவ் லெங்த் ஒத்து போகல குட்டிமா" என்றான் அவன் சாதாரணமாக

அவள் அவனை குழப்பத்துடன் நோக்கியவாறே " புரியல அண்ணா" என்று சொல்லி விழித்தாள்.

" எனக்கு வரப் போற லைஃப் பார்ட்னர் என்னை கேள்வி கேக்குறவளா இருந்தா எனக்கு சரி வராது. அதே மாதிரி 24 ஹவர்ஸும் என்னால அவ பின்னாடி சுத்த முடியாது. இந்த ரெண்டு கண்டிஷனும் என்னோட லைஃப் பார்ட்னரா வர்ர பொண்ணுக்கு கட்டாயம் பொருந்தும். இதுல ஒன்னு கூட அவளுக்கு இல்ல, அண்ட் இது எதுவுமே அவளுக்கு பிடிக்கல. சோ பிரேக் அப்" என்று சொல்லிவிட்டு சட்டையின் கையை மடித்துவிட்டான்

வருண் " நீ நினைக்குற மாதிரி நெறைய பொண்ணுங்க நம்ம ரிலேட்டிவ்ஸ்லயே இருக்காங்க ராகவ். நான் சொல்லுறேன் உனக்கு பிராப்ளம் இல்லாத ஒரு லைஃப் பார்ட்னர் தான் கிடைப்பா " என்று கூறினான்.

அவன் கூறிய விஷயங்களை கண் இமைக்காமல் கேட்டுக் கொண்டிருந்தான் கிஷோர். ராகவின் சித்தப்பா மறைந்த நிரஞ்சன் கபூரின் மகன்.

இவன் கூறியதை எல்லாம் கேட்ட கிஷோர் " சப்போஸ் உங்களை எதிர்த்து கேள்வி கேக்குற தைரியமான பொண்ணு உங்களுக்கு லைஃப் பார்ட்னரா வந்தா நீங்க என்ன பண்ணுவிங்க ராகவ் பய்யா?" என்று கேட்டான்.

"டிவோர்ஸ் பண்ணுவேன்" என்று சாதரணமாக சொல்லிவிட்டு சென்றவனுக்கு தெரியவில்லை தன் பிடிவாதத்தை காலில் போட்டு மிதிக்கும் ஒருத்தி வரப் போகிறாள் என.

2

அத்தியாயம்

அன்று மாலை. சந்தன்பூர் அரண்மனையில் அனைவரும் மாப்பிள்ளை வீட்டுக்கு செல்வதற்காக பரபரப்பாக தயாராகிக் கொண்டிருக்க அவந்திகா அவளது லெஹங்காவின் பிளவுஸின் பின்பகுதியில் கயிறை முடிச்சிட முடியாமல் திணறிக் கொண்டிருந்தாள்.

அந்நேரம் பார்த்து "ஹனிபி! ரெடி ஆயாச்சா" என்று கேட்டு கொண்டே வந்தாள் ரித்திமா.

"யா ரித்தி! கொஞ்சம் வந்து இந்த நாட் போட்டு விடு,.. என்னால போடவே முடியலடி!" என்று அந்த கயிறை கையில் பிடித்து நிற்க முடியாமல் நடனம் ஆடி கொண்டிருந்தாள் அவந்திகா.

"திரும்பு கொஞ்சம்" என்று சொல்லி அவளுக்கு நாட் போட்டு விட்டு அவளை கையோடு கூட்டி சென்றாள் ரித்திமா.

அவர்களுக்காவே காத்திருந்தாற்போல் நின்ற பிரதியுஷா "ஏய் நில்லுங்கடி! ஒரு மனுஷி நின்னுகிட்டு இருக்கிறது கூட கண்ணு தெரியலயா?" என்று கூறவும் அவந்திகா "ஹப்பா! இந்த கொசு தொல்லை தாங்கலப்பா!" என்று கலாய்த்தாள்.

அவளை கண்ணாலேயே அடக்கிய ரித்திமா உஷாவின் தோளில் கை போட்டு "என் செல்லத்துக்கு இப்போ என்ன வேணும்?" என்று கேட்கவும் உஷா மலர்ந்த முகத்துடன் "இது வருணுக்காக நான் வாங்குன கிஃப்ட்..இதை அவன் கிட்ட குடுத்துடுங்கடி" என்று அந்த சின்ன பெட்டியை அவர்கள் கையில் கொடுத்தாள்.

"கண்டிப்பா டியர்! நீயும் வந்திருந்தா நல்லா இருந்திருக்கும். ஆனா தி கிரேட் கல்யாணி தேவியோட கட்டளைய மீற யாருக்கும் தைரியம் தான் இங்க யாருக்கும் கிடையாதே" என்று கூறினாள் அவந்திகா.

தன் தோழியின் முகம் தெளிவடையாததை கண்டு அவந்திகா ரித்திமாவின் காதில் ஏதோ கூற அவள் தலையை ஆட்டி விட்டு பிரதியுஷாவின் முன் உள்ளங்கையை நீட்ட அவள் தன்னுடைய கையை அதில் வைத்தாள். கடைசியாக கை வைத்த அவந்திகா " எந்த சூழ்நிலை வந்தாலும்" என்று சொல்லிவிட்டு ரித்தியை பார்க்க அவள் " எந்த கஷ்டம் வந்தாலும் " என்று கூறிவிட்டு உஷாவை பார்க்க அவள் " எவ்ளோ சோதனை வந்தாலும்" என்க பின் மூவரும் சேர்ந்து " மனசுல இருக்குற தைரியத்தையும், உதட்டுல இருக்கிற சிரிப்பையும் யாருக்காகவும் எதுக்காகவும் விட்டுடக் கூடாது" என்று சொல்லி ஒருவரை ஒருவர் கட்டிக் கொண்டனர்.

பின் உஷா "ஓகே நீங்க ரெண்டு பேரும் கௌம்புங்கடி! மறக்காம வீடியோ கால்" என்று காதில் கை வைத்து நினைவூட்டினாள்.

அவளுக்கு பை சொல்லி விட்டு குடும்பத்தினர் எல்லாரும் சேர்ந்து வருணின் குடும்பம் தங்கியிருக்கும் பங்களாவுக்கு வந்து சேர்ந்தனர். அவர்களை வரவேற்க கபூர் குடும்பத்தின் தலைவரும் வருணின் தந்தையுமான குணால் கபூரும், அவரது மனைவி பிரியாவும் வந்து நின்றனர்.

அவந்திகாவுக்கும், ரித்திமாவுக்கும் இந்த திருமண சடங்குகள் அனைத்தும் வித்தியாசமாகத் தோன்றியது. தென்னிந்திய திருமணங்களை மட்டுமே பார்த்து வளர்ந்தவர்கள் அவர்கள் இருவரும்.

பிரதியுஷாவின் அண்ணன் ரன்வீர் வருணுக்கு திலகம் வைக்க இனிதே சகாய் என்ற நிச்சயதார்த்தம் ஆரம்பித்தது. சம்பிரதாயங்கள் நடக்கும் போது வருண் ராகவை தேட கிஷோர் மேலே கை காட்டினான்.

அங்கே ராகவ் தன்னுடைய மேனேஜரை போனில் வறுத்தெடுத்துக் கொண்டு இருந்தான்.

"ஐ டோண்ட் வாண்ட் எனி எக்ஸ்ப்ளனேஷன். ஐ நீட் ரிசல்ட் மேன். அதை காமிச்சிட்டு நீ பேசு" என்று காலை கட் செய்தான். கீழே சத்தம் கேட்கவும் நிச்சயம் ஆரம்பித்து விட்டதை உணர்ந்து வேகமாக கீழே இறங்கியவன் எதிரில் வந்த பணியாள் மானஸை கவனிக்கவில்லை.

அவன் வந்த வேகத்தில் மானஸ் கையில் இருந்த டிரேயில் இருந்த ஜூஸ் முழுவதும் ராகவின் குர்தாவில் கொட்டிவிட்டது. மானஸ் நடுங்கிக் கொண்டே "ராகவ் பாய்! என்னை மன்னிச்சிடுங்க" என்று கூறியது தான் தாமதம் ராகவ் அவன் கன்னத்தில் அறைந்திருந்தான்.

வருணுக்கு உஷா கொடுத்த கிஃப்ட் பாக்ஸை வருணின் அறையில் வைக்க வந்த அவந்திகா அங்கு நடந்த நிகழ்வுகள் அனைத்தையும் பார்த்துவிட்டாள். தவறு செய்யாத மானஸை அறைந்த ராகவின் மேல் அவளுக்கு கொலைவெறியே வந்தது.

நேரே அவன் எதிரே சென்று "லுக் மிஸ்டர் இப்போ எதுக்கு மானஸ் பய்யாவ அடிச்ச?" என்று கோபமாக கேட்க அவனோ அவளின் கோபத்தை ஒரு பொருட்டாக கருதாது காது கேட்காதவனை போல நின்று கொண்டிருந்தான்.

அவனின் இந்த செய்கையில் எரிச்சலுற்ற அவந்திகா "ஹலோ ஐ யாம் டாக்கிங் டு யூ மேன். எதுக்கு மானஸ அடிச்சனு கேட்டேன்" என்று அதையே திரும்ப கேட்டாள்.

ஒரு கணம் அவளை உற்றுப் பார்த்தான் ராகவ். அவன் எதிரில் யாரும் நின்று இவ்வாறு பேசி அவன் இது வரை கண்டதில்லை. ராகவிற்கு அவளின் அந்த செய்கை முதலில் வியப்பாக இருந்தது. பின்னர் தன்னை ஒருத்தி இவ்வாறு கேள்வி கேட்பதா என்ற அவனின் ஈகோ அவனை பேச வைத்தது.

மெதுவாக அடியெடுத்து அவள் அருகில் வந்தவன் " நம்பர் ஒன் என் கிட்ட இந்த மாதிரி இனிமே வாய்ஸ் ரெய்ஸ் பண்ணி பேசாத. பிகாஸ் நான் எப்போவும் இதே மாதிரி கூலா பதில் சொல்ல மாட்டேன். நம்பர் டூ மானஸ் இந்த வீட்டு சர்வெண்ட். அவனுக்கு வேலைல கவனம் இல்லாம அவன் செஞ்ச இந்த காரியத்தால் என்னோட ஃபங்சன் மூட் ஸ்பாயில் ஆயிடுச்சு.

நம்பர் த்ரீ என்னோட ஸ்டேட்டஸுக்கு கம்மியான யாரோடவும் பேசுறது எனக்கு பழக்கமும் இல்ல.அண்ட் அது எனக்கு தேவையும் இல்ல. உன்ன பாத்தாலே தெரியுது பக்கா மிடில் கிளாஸ்னு. சோ ஷ்டே அவே ஃப்ரம் மீ. அது தான் உனக்கும் நல்லது எனக்கும் நல்லது" என்று சொல்லிவிட்டு செல்ல முயன்றவனை தடுத்து நிறுத்தியது அவளது குரல்.

"ஹலோ மிஸ்டர் கொஞ்சம் நில்லுங்க ப்ளீஸ். நீங்க இப்போ சொன்ன ஒன் டூ த்ரீ எல்லாமே நான் ஸ்கூல்ல படிச்சிட்டேன். தென் மானஸ் உங்க வீட்டு சர்வெண்ட் தான். அடிமை இல்ல. சோ யூ டோண்ட் ஹேவ் எனி ரைட்ஸ் டு ஸ்லாப் ஹிம்'' என்றாள் அவனுக்கு சற்றும் குறையாத கர்வம் நிறைந்த குரலில்.

அவளின் கர்வம் நிறைந்த குரலை கேட்டவன் மனதில் “ என் கிட்டவே இந்த மாதிரி திமிரா பேசுறா, இந்த ஜான்ஸி ராணி'' என்று தோன்ற மனதின் உணர்வை தவறாமல் பிரதிபலித்தது அவனுடைய முகம்.

கோபத்தில் அவன் பற்களை நறநறக்கும் சத்தம் திவ்வியமாய் காதில் விழ “அப்புறம் ஸ்டேட்டஸ்னு ஏதோ ஒன்னு சொன்னிங்க. என்னை பொறுத்த வரைக்கும் கிளாஸ் பாத்து பழகுற மனுஷன் மனுஷனே கெடையாது. எனக்கு மனுசங்க கிட்ட பேசி தான் பழக்கம். அனிமல்ஸ் லாங்வேஜ் எனக்கு தெரியாது. சோ ஐ ஆல்வேஸ் ஷ்டே அவே ஃப்ரம் தெம்...பை" என்று சொல்லி விட்டு அந்த ஹாலை விட்டு வெளியேறிவளை கை முஷ்டி இறுக பார்ப்பதை தவிர ராகவால் வேறு எதுவும் செய்ய இயலவில்லை...

மணமகள் வீட்டார் அனைவரும் புறப்படும் முன் மணமகன் வீட்டார் அவர்களை வாசல் வரைக்கும் சென்று விடுவது அவர்கள் வழக்கம். அப்படி வருகையில் ரித்திமாவுடன் சிரித்து பேசிக் கொண்டிருந்தவளை பார்த்ததும் ராகவின் முகம் இறுக்கமானது. அவளை கை காண்பித்து வருணிடம் கேட்கவும் பிரதியுஷாவின் உயிர்த்தோழி என்று வருண் கூறியதை கேட்டவன் " சோ இந்த ஜான்சிராணிய அடிக்கடி பாக்கலாம். என் கிட்ட ஏண்டா மோதுனோம்னு உன்னை நெனைக்க வைக்கல என் பேரு ராகவ் இல்ல" என்று மனதிற்குள் சபதமிட்டு கொண்டான்.

வீட்டிற்கு வந்ததும் நேராக உஷாவின் அறைக்கு சென்ற ரித்திமாவும், அவந்திகாவும் நடந்த நிகழ்வுகள் அனைத்தையும் ஒன்று விடாமல் உம் கொட்டி கேட்ட உஷா "இருந்தாலும் நான் வந்திருந்தா நல்லா இருந்திருக்கும்" என்று கூற அவளது பெருமூச்சை கேட்டு அவளை கேலி செய்தே அவளை ஒரு வழியாக்கினர்.

"இன்னும் சாப்பிட்டு தூங்காம என்ன பேச்சு? வாங்க வந்து சாப்பிட்டுட்டு தூங்குங்க. அப்போ தான் நாளைக்கு சங்கீத்ல நல்லா டான்ஸ்

பண்ண முடியும்" என்று கேட்ட மைதிலியின் குரலில் மூவரும் டின்னர் சாப்பிட கீழே சென்றனர்.

அங்கு வருணின் வீட்டிலோ ராகவ் கோபத்தில் கத்திக் கொண்டிருந்-தான். கிஷோர் எவ்வளவு முயன்றும் அவனது கோபத்தை கட்டுபடுத்த இயலவில்லை. “தட் கேர்ள் இஸ் ரிடிகுலஸ் கிஷோர். ஹவ் டேர் டு ஸ்பீக் லைக் தட் இன்ஃப்ரெண்ட் ஆஃப் மீ?” என்று கொதித்தவனை கிஷோர் சாந்தப்படுத்தினான்

திடீரென்று போன் அடிக்கவும் யாரென்று பார்த்தவன் ‘ மா காலிங் ’ என்று வரவும் உடனே அழைப்பை ஏற்றான்.

" மாம்! சொல்லுங்க" என்று சொல்லவும் மறுமுனையில் " என் செல்ல பையன் என்ன பண்ணிட்டு இருக்கான்?" என்று வாஞ்சையுடன் கேட்ட அன்னையின் குரலை கேட்டதும் இவ்வளவு நேரம் கத்திக் கொண்டிருந்தவன் அமைதியானான். அமைதியாக அன்னையிடம் பேச ஆரம்பித்தான்.

" இப்போ தான் நிச்சயதார்த்தம் முடிஞ்சுது மாம்....நான் ரூம்ல இருக்கேன்"

" இன்னும் தூங்காம என்ன பண்ணிட்டு இருக்க?"

" தூங்கணும் மாம்...நீங்க இன்னும் தூங்காம என்ன பண்ணிட்டு இருக்கிங்க? வேர் இஸ் டாட்? இவ்வளவு நேரம் நீங்க தூங்க போகாம என் கிட்ட அரட்டை அடிச்சிட்டு இருக்கறது மட்டும் அவருக்கு தெரிஞ்சுதுனா அவ்வளவு தான்"

" அட போடா! உன் டாட்கு நீ பயப்படலாம்..நான் எதுக்குடா பயப்-படணும்? சரி வருண் இருக்கானா பக்கத்துல?"

" நோ மாம்! கிஷோர் இருக்கான்...அவன் கிட்ட பேசுங்க" என்று கூறிவிட்டு போனை கிஷோரிடம் கொடுத்து ராகவின் அறைக்கு அவனை அனுப்பிவிட்டான்.

அவன் சென்றதும் "அவந்திகா! என்ன சொன்ன? அனிமல்ஸ் லாங்க்வேஜ் புரியாதா? நீ என்ன பாத்து அதுவும் இந்த ராகவ் கபூர பாத்து அனிமல்னு சொன்னல்ல. வெயிட் அண்ட் வாட்ச். இந்த அனி-மல் என்ன பண்ண போறான்னு" என்று கோபத்துடன் சொல்லி சுவற்றில் குத்திவிட்டு கீழே சென்றான்.

அங்கே டைனிங் டேபிளில் அமர்ந்தவனிடம் அவனது பெரியப்பா " ராகவ் நீயும் கிஷோரும் நாளைக்கு பொண்ணு வீட்டுக்கு போய் சங்கீத் ஏற்பாட்டுக்கு தேவையான ஹெல்ப் பண்ணுங்க. எல்லா வேலையும் வெட்டிங் பிளானரால தனியா பண்ண முடியாது" என்று கூற சரியென்று தலையசைத்தான்.

போன் பேசிவிட்டு வந்த வருணும் கிஷோரும் அவர்களுடன் சேர்ந்து கொண்டனர். சாப்பிடும் போது பிரியா " குணால் நீங்க கவனிச்சிங்களா? நம்ம உஷாவோட ஃப்ரெண்ட்ஸ் அந்த ரெண்டு பொண்ணுங்களும் எவ்ளோ கெட்டிகாரங்க இல்ல! இந்த சின்ன வயசுல எவ்ளோ பொறுப்பா எல்லா ஏற்பாட்டையும் செஞ்சிருக்காங்க?" என்று சிலாகித்தார்.

அதை கேட்டதும் ஒரு நிமிடம் யோசித்த ராகவ் " பெரியம்மா! அப்போ நாளைக்கு ஃபங்ஸனுக்கு எல்லா ஏற்பாடும் அவங்க தான் பண்ணுறாங்களா?" என்று கேட்கவும் குணால் " ஆமா ராகவ்! சங்கீத்துக்கு எதோ தீம் கூட ரெடி பண்ணிட்டோம்னு உங்க பெரியம்மா கிட்ட இப்போ தான் அந்த பொண்ணு அவந்திகா பேசுனா...வெரி டேலண்டட் கேர்ள் !" என்று அவரது பங்குக்கு பாராட்டிவிட்டு கைகளை கழுவ சென்றார்.

சாப்பிட்டு விட்டு மேலே வந்தவன் எண்ணம் எல்லாமே நாளைக்கு எப்படி அவந்திகாவை தொல்லை செய்யலாம் என்பதிலே இருக்க அவனுக்கு தூக்கமே வரவில்லை. நடு இரவு வரை யோசித்தவனின் மூளையில் ஒரு திட்டம் தோன்றவும் அதை செயல்படுத்தும் எண்ணத்தோடு நிம்மதியாக உறங்க சென்றான் ராகவ்.

ஆனால் அவந்திகாவின் மனமோ நாளை எதோ நடக்க போகிறது என்று அவளுக்கு சொல்லிக் கொண்டே இருக்க அவளால் நிம்மதியாக உறங்க இயலவில்லை.

மறுநாள் பொழுது புலர்ந்தது. பிரதியுஷாவின் குடும்ப வழக்கப்படி திருமணமாகப் போகிற பெண் அவளது கையால் கணபதிபூஜை செய்தபின் தான் மற்ற திருமண சடங்குளை ஆரம்பிக்க வேண்டும். அதனால் கல்யாணிதேவி அதிகாலையிலேயே விழித்து பூஜைக்கு தேவையான ஏற்பாடுகளை செய்ய சிவன் கோயிலுக்கு அரண்மனை பணியாட்களை அனுப்பியிருந்தார்.

காலை விடிந்ததும் எழுந்த உஷா சீக்கிரமாக சிவன் கோயிலுக்கு செல்ல தயாரானாள். அவளுக்கு முன்னரே விழித்து தயாராகி நின்றனர் ரித்திமாவும் அவந்திகாவும். கல்யாணி தேவி வந்ததும் மூவரும் காரில் ஏறி கோவிலுக்கு சென்றனர்.

கோவிலில் பண்டிதர் தயாராக இருந்தார். கணபதி பூஜையை முடித்து விட்டு அவந்திகாவின் கையிலும், ரித்திமாவின் கையிலும் ஆளுக்கொரு மாலையை கொடுத்தார் பண்டிதர். அது அவர்கள் ஊரின் வழக்கம். திருமணமாகாத கன்னிப்பெண்கள் சிவபெருமான் சிலைக்கு பக்கத்தில் இருக்கும் பாம்பு புற்றுக்கு மாலை சாற்றி வணங்குவது வழக்கம். பண்டிதர் இருவரையும் பார்த்து " இதை போலேநாத் சிலை கிட்ட இருக்கிற அந்த பாம்பு புற்றுல போடுங்கம்மா'' என்று பண்டிதர் கூறவும் உஷா இருவரையும் பார்த்து புற்றில் மாலையை போடுமாறு கண்ணால் சைகை காட்டவும் ரித்திமா முதலில் சென்று மாலையை போட்டாள்.

அவளுக்கு அடுத்து பிரதியுஷாவும் அவந்திகாவும் மாலை போட்டு வணங்கிவிட்டு வந்தனர். கல்யாணிதேவி ஏற்கெனவே அவந்திகாவின் குடும்பத்தினர் அனுப்பிய அவளது ஜாதகத்தை பண்டிதரிடம் காட்ட “இந்த ஜாதகத்துக்கு இந்நேரம் கல்யாணம் நடந்து முடிஞ்சிருக்கணும்.. விவாகப்ராப்தி எப்பவோ வந்துடுச்சு கல்யாணி தேவிம்மா'' என்று நல்வார்த்தை கூற அவந்திகா அதை கேட்டு தோளைக் குலுக்கினாள்.

அதை கண்ட பண்டிதர் " சீக்கிரம் கல்யாணி தேவி அம்மாவோட வீட்டுல இன்னொரு கல்யாணம் நடக்க போகுது.... வாழ்த்துக்கள் அம்மா" என்று சொல்லிவிட்டு தட்சணையை வாங்கிக் கொண்டு சென்றுவிட்டார்.

கல்யாணி தேவி அர்த்தம் பொதிந்த பார்வை பார்க்க அவந்திகா " ஐயோ தாதி! இந்த காலத்துல போய் யாராச்சும் இதலாம் நம்புவாங்களா?" என்று சொல்லிக்கொண்டே காரில் ஏறி அமர்ந்தாள்.

அவளை பார்த்து சிரித்து கொண்டே மூவரும் காரில் அமர்ந்தனர். மாளிகை வந்ததும் இறங்கிய அவந்திகா கூடுதலாக ஒரு கார் நிற்பதை பார்த்து விட்டு யார் வந்திருப்பார்கள் என்று யோசித்து கொண்டே உள்ளே சென்றாள்.

தோட்டத்தில் கால் மேல் கால் போட்டு சட்டமாக உட்கார்ந்திருந்தவனை பார்த்தவள் அங்கு நின்று கொண்டே இவன் எதுக்கு இங்க

வந்திருக்கான் என்ற சிந்தனையுடன் நின்றாள்.

3

அத்தியாயம் 3

தோட்டத்தில் கால் மேல் கால் போட்டு உட்கார்ந்திருந்த ராகவை பார்த்த படியே நின்றிருந்தவள் அவன் கல்யாணி தேவியை நோக்கி வந்து ஆசிர்வாதம் வாங்கவும் இதுக்கு ஒன்னும் குறைச்சல் இல்ல என்று மனதில் நினைத்தவள் அவனை ஒரு பொருட்டாகவே மதிக்காமல் உள்ளே சென்றாள்.

அவளுக்காக காத்திருந்த மைதிலியிடம் கோவிலில் நடந்த விஷயங்களை கூற மைதிலி " அந்த போலேநாத் மனசுல என்ன நெனைக்குறாருனு யாருக்கும் தெரியாது. நல்லதே நடக்கும்" என்று அவளை பார்த்து சொல்லிவிட்டு அவருடன் பூஜையறைக்கு அழைத்து சென்றார்.

அங்கிருந்த சிவலிங்கத்திற்கு அவள் கையில் பண்டிதர் கொடுத்திருந்த மாலையை சூட்டினார். கைகூப்பி வணங்கி விட்டு வெளியே வந்தவர்கள் பேசிக்கொண்டிருந்தவர்கள் தோட்டத்தில் இருந்து வந்த கல்யாணிதேவியின் குரலில் விரைந்து தோட்டத்திற்கு வந்தனர்.

அங்கே கல்யாணிதேவியின் அருகில் உட்கார்ந்திருந்த ராகவையும் கிஷோரையும் பார்க்காத மாதிரி நின்றவள் கல்யாணிதேவியை பார்த்தவள் "தாதி என்ன விஷயம்?" என்று கேட்கவும் ரித்திமா " அவந்திகா ! வருண் வீட்டுல இருந்து நமக்கு ஹெல்ப் பண்ணுறதுக்கு இவங்க ரெண்டு பேரையும் அனுப்பிருக்காங்க" என்று கூறவும் அவந்திகாவின் பார்வை ராகவை அளவிட்டது.

இவ்வளவு நேரம் அமைதியாக இருந்தவன் " ஹெல்ப் பண்ண மட்டுமில்ல. ஆக்சுவலி மேரேஜுக்கான பிரிப்ரேஷன் எல்லாமே எந்த

லெவல்ல இருக்குனு பாக்கவும் தான்" என்று கூறிவிட்டு அவந்திகாவை பார்த்தவன் "மிஸ்.அவந்திகா! சங்கீத்கு என்ன தீம் யோசிச்சு வச்சி-ருக்கிங்க?" என்று அவளுடன் பேச ஆரம்பிக்க அவர்களை தொந்-தரவு செய்யாமல் ரித்திமா கிஷோருடன் சேர்ந்து மற்ற ஏற்பாடுகளை அவனுக்கு விளக்க ஆரம்பித்தாள்.

உஷா, பாட்டி அம்மாவுடன் வீட்டிற்குள் சென்றுவிட்டாள்.

"என்ன ஃப்ளவர்ஸ் பேக்கிரவுண்ட் பிளான் பண்ணிருக்கிங்க?" என்று அவன் கேட்கவும் வந்ததிலிருந்து அவன் மாறி மாறி கேள்வி கேட்டதில் எரிச்சலானவள் அதை மறைக்க விரும்பாத குரலில் " பேபி பிங்க் டுலிப் ஃப்ளவர் தான்" என்று கூற அவளை எரிச்சலாக்கியதில் அவனுக்கு சற்று ஆனந்தமே.

அவளை பார்த்து புன்னகைத்து கொண்டே "அது ரொம்ப போரிங். நீங்க என்ன பண்ணுறிங்க அத அப்பிடியே பிங்க் வித் ஒயிட் காம்பினே-ஷனா சேன்ஜ் பண்ணிடுங்க" என்று சாதாரணமாக கூறவும் அவந்திகா கடுப்பானாள்.

"லிஸன் மிஸ்டர்! உங்க இஷ்டத்துக்கு திடீர்னு சேன்ஜ் பண்ண முடியாது. நாளைக்கு சங்கீத் வச்சிட்டு இன்னைக்கு வந்து ஃப்ளவர் அரேஞ்ச்மெண்ட் சேஞ்ச் பண்ண சொன்னா எப்பிடி? நீங்க சொன்ன காம்பினேஷன் ஃப்ளவர்ஸ் ஆர்டர் பண்ணனும்னா நான் ஜெய்ப்பூர் போகணும்" என்று அவள் கூற

அவளை பார்த்து நக்கலாக சிரித்தவன் " குட், அப்போ ஜெய்ப்பூர் போறதுக்கு ரெடியாகு ஜான்சி ராணி" என்று கேலிப்புன்னகையுடன் வீட்டிற்குள் சென்றவனை பார்த்து பற்களை நறநறவென்று கடித்தவள் அவனை தொடர்ந்து சென்றாள்.

மனதிற்குள்ளேயே "அன்னைக்கு நான் பேசுனத மனசுல வச்சிட்டு தான் இந்த மைதா மாவு இப்பிடிலாம் நடந்துக்கிறான்" என்று சொல்லி கொண்டவளின் மனதில் ஒரு ஐடியா உதித்தது.

நேரே கல்யாணி தேவியிடம் சென்றவள் அதை புன்னகையுடன் விவரிக்க அவரும் சம்மதித்தார். அவந்திகாவுடன் நேரே ராகவ் இருக்-கும் இடத்துக்கு வந்தார் அவர்.

ராகவை பார்த்து " நீ சொன்ன விஷயங்களை எல்லாம் அவந்திகா சொன்னா கண்ணா. நீங்க ரெண்டு பேருமா சேர்ந்து போய் வேண்டியத வாங்கிட்டு வந்திடுங்க" என்று சொல்லவும் அவன் என்ன நடக்கிறது

என்று புரியாமல் அவந்திகாவை பார்க்க அவள் சாதாரணமாக " நீங்க தான சொன்னிங்க ராகவ்! ஃப்ளவர்ஸ் உங்களுக்கு தெரிஞ்ச இடத்துல வாங்குனா பெட்டரா இருக்கணும்னு. அதான் தாதி கிட்ட பெர்மிஷன் வாங்கிட்டு வந்தேன்" என்றாள் .

சவால் விடும் முக பாவனையுடன் அவளை பார்த்துக்கொண்டு மனதிற்குள் "எல்லாம் உன்னோட பிளானா? ஓகே எதுக்குடா இவன கூட்டிட்டு வந்தோம்னு நீ வருத்தப்படுவ டார்லிங் என்று எண்ணியபடி அவளை நோக்கி ஒரு கேலி புன்னகையை வீசியவன் " ஓகே தாதி! ஐயாம் ரெடி டு கோ " என்று கூறிவிட்டு அவளை பார்த்தான்.

அவளும் சரியென்று தலையசைத்தவள் அவனுடன் சென்று காரில் அமர்ந்து கொண்டாள். கார் புறப்படும் வரை பேசாதவன் அவள் புறம் திரும்பி " சீட் பெல்ட் போடு." என்று கட்டளையிட அவள் விவாதம் செய்யாமல் அவன் கூறியதை செய்தாள்.

அதே நேரம் மெஹ்ரா குரூப் ஆஃப் கம்பெனிஸின் தலைமை அலுவலகத்தில் அதன் சேர்மனான சிராஜ் மெஹ்ரா மிகவும் கோபமாக அந்த அறையில் சுற்றி கொண்டிருந்தான். அவன் உதவியாளன் விவேக் அவன் கோபத்தை போக்கும் வழியறியாது திகைத்து நின்று கொண்டிருந்தான்.

" எப்பிடி? எப்பிடி விவேக்? சுக்லா குரூப் டீல் எப்பிடி அந்த ராகவ் கைக்கு போச்சு?"

" சார் ராகவை பெர்ஸனலா சுக்லா சார்க்கு ரொம்ப பிடிச்சு போச்சுனு பேசிக்கிறாங்க. அது மட்டுமில்லாம அவரோட டாட்டர் நேனாவ ராகவ்கு மேரேஜ் பண்ணி வைக்குற ஐடியால இருக்காருனு நம்ம ஸ்பை சொன்னான்"

" வாட்? நேனாவுக்கும் ராகவ்கும் மேரேஜ் மட்டும் நடந்தா அது பிஸினஸ் வேர்ல்ட்டோட பெரிய மெர்ஜரா இருக்கும். அப்புறம் யாராலயும் அவன கண்ட்ரோல் பண்ண முடியாது" என்று அதிர்ந்தான் அவன்.

" சார் ராகவ் சார் இப்போ ஜெய்ப்பூர்ல இருக்கிறதா நம்ம ஸ்பை சொன்னான். அவர் அங்க அவரோட கஸின் மேரேஜுக்கு போயிருக்கிறதா சொல்லுறான் சார்."

" இப்போ அவன் எங்க இருக்கானு அந்த ஸ்பை கிட்ட கேளு விவேக். எக்காரணத்த கொண்டும் நேனா ராகவ் மேரேஜ் நடக்க

கூடாது" என்று அவன் கட்டளையிடவும் விவேக் அந்த ஸ்பையை தொடர்பு கொண்டான்.

ராகவும், அவந்திகாவும் சென்ற காரை தொடர்ந்து சென்ற அவன் விவேக்கின் காலை பார்த்தவன் புளூடூத்தில் பேச ஆரம்பித்தான்.

" சொல்லுங்க விவேக் சார்"

" வீர் இப்போ எங்க இருக்க நீ?"

" சார் ராகவ் ஒரு பொண்ணு கூட ஜெய்ப்பூர் ரோட்ல போய்ட்டிருக்கார். நான் அவர பைக்ல ஃபாலோ பண்ணிட்டு இருக்கேன்"

அவன் கூறிய தகவலில் ராகவும் ஒரு பெண்ணும் செல்வதாக கேட்டதும் சிராஜின் மனதில் ஒரு திட்டம் உதித்தது. அவர்களை தொடர்ந்து செல்லுமாறு வீருக்கு கட்டளையிட்டவன் அடுத்து செய்ய வேண்டிய வேலையில் இறங்கினான்.

சிராஜும் ராகவும் பிஸினஸ் ரைவல்ஸ் என்பது அவர்கள் வட்டாரத்தில் நன்கு தெரிந்த விஷயம். ஆனால் சுக்லா குரூப்பின் இந்த டீல் இருவருக்கும் மிகவும் முக்கியமானது. அதை அடைய சிராஜ் எவ்வளவோ முயற்சி செய்தும் ராகவ் அதை கைப்பற்றியது அவனது நெஞ்சில் தீயை மூட்டியது.

அவனது நடவடிக்கைகளை கவனிக்க ஒரு ஆளை நியமித்து அவனது ஒவ்வொரு அசைவையும் கண்காணிக்க ஆரம்பித்தான். இப்போது அவனுடைய திட்டம் எப்பாடுப்பட்டேனும் நேனா ராகவ் திருமணத்தை நிறுத்துவதும், சிவ்ராஜ் சுக்லாவின் மனதில் ராகவை மோசமானவனாக சித்தரிப்பதுமே. அதற்கான வேலைகளில் அவன் இறங்கி விட்டான்.

அவனது திட்டத்தை மட்டும் முன்கூட்டியே அறிந்திருந்தால் ராகவ் பின்னாட்களில் எழப்போகும் எவ்வளவோ பிரச்சனைகளை தடுத்திருப்பான். என்ன செய்வது? விதி அவனது தலையெழுத்தில் அவந்திகாவின் பெயரை எழுதியதை மாற்றி அமைக்கும் சக்தி அவனுக்கு இல்லை போலும்.

4

அத்தியாயம் 4

வெளியே வேடிக்கை பார்த்தபடியே வந்து கொண்டிருந்த அவந்திகா ராகவை கவனிக்க தவறவில்லை. காதில் மாட்டியிருந்த புளூடூத் மூலமாக யாருடனோ பேசிக் கொண்டு வந்தவனின் உரையாடல் பெரும்பாலும் பஞ்சாபியிலேயே இருந்ததால் அவளால் புரிந்து கொள்ள இயலவில்லை. ஆனால் அவனின் பேச்சில் அவ்வபோது வந்து சென்ற வருண் பய்யா, பாபிஜி முதலிய வார்த்தைகளை வைத்து அவன் திருமணம் சம்பந்தமாக பேசிக் கொண்டு வருகிறான் என்பதை புரிந்து கொண்டாள்.

திடீரென்று அவள் புறம் திரும்பியவன் இன்னும் எவ்வளவு தூரம்? என்று சைகையில் கேட்க அவள் அரை கிலோ மீட்டர் என்று சைகையிலேயே பதில் சொன்னாள்.

அரை மணிநேர பயணத்திற்கு பிறகு கார் ' கோவிந்த் ஃப்ளவர் டீலர்ஸ்" என்ற கண்ணாடி கதவிட்ட கட்டிடத்தின் எதிரில் நின்றது. காரிலிருந்து இறங்கிய அவந்திகா கார் கதவின் கண்ணாடியை தட்டவும் அதை கீழே இறக்கியவாறு என்ன என்று கேட்ட ராகவிடம் அவள் ஏதோ கூறுவதை தூரத்திலிருந்து அவர்களை கண்காணித்து கொண்டிருந்த வீர் பார்த்து விட்டான். உடனே தகவலை விவேக்கிற்கு அனுப்ப அவனோ அவர்களை விடாது கண்காணிக்குமாறும் முடிந்தால் அவர்கள் சேர்ந்து இருக்கும் போது புகைப்படம் எடுக்குமாறும் கட்டளையிட்டான்.

காரிலிருந்து இறங்கிய ராகவ் அவந்திகாவிடம் " லிஸன் ஜான்சி ராணி! எனக்கு பெர்ஃபெக்ஷன் ரொம்ப முக்கியம். எவ்வளவு டைம்

ஆனாலும் சரி! நான் சொன்ன டைப் ஃப்ளவர் வாங்காம நம்ம ஜெய்ப்பூரை தாண்ட போறது இல்ல! மைண்ட் இட்!" என்று சொல்லவும் அவந்திகாவிற்கு அவனது எவ்வளவு நேரமானாலும் என்ற வார்த்தையில் காதில் புகை வந்தது.

சிறிது நேரத்திற்கு முன்னர் தான் அவளுடைய சித்தி கௌசல்யா போனில் அழைத்து இன்று தானும் அவளின் சித்தப்பா ரகுவரனும் சந்தன்பூருக்கு வருவதாக கூறினார். இப்போது இவனுடன் இங்கு வந்த விபரம் மட்டும் தெரிந்தால் அவரை சமாளிக்க அவளுக்கு இரண்டு ஆள் பலம் வேண்டும். முடிந்தளவு சீக்கிரமாக கிளம்ப வேண்டும் என்று அவசரப்படுபவளிடம் போய் எவ்வளவு நேரமானாலும் பரவாயில்லை என்று கூறினால் அவள் வேறு எப்படி பார்ப்பாள்?

" நான் ஆல்ரெடி இந்த வேர்ஹவுஸ் ஓனர் கிட்ட பேசிட்டேன். நீங்க சொன்ன வெரைட்டி இருக்குனு அவர் எனக்கு பிக்சர் கூட அனுப்பிருக்காரு. சோ டோண்ட் வொர்ரி" என்று சொல்லிக் கொண்டே சாலையை கடக்க முற்படுகையில் தூரத்தில் வந்த லாரியை கவனிக்கவில்லை.

அவளை இடிப்பது போல வந்த அந்த லாரியை கண்ட ராகவ் "ஏய்! " என்ற சத்தத்துடன் ஓடி சென்று அவளது இடையில் கை வைத்து தூக்கி சாலையோரத்திற்கு கொண்டு வந்தான். லாரி வேகமாக வந்ததை கண்டு அவந்திகா கண்ணை மூடிக் கொண்டவள் அடுத்த நொடி ராகவின் அணைப்பில் இருந்தாள்.

ஆனால் அவந்திகாவிற்கு இதெல்லாம் புரிய சிறிது நேரம் பிடித்தது. ராகவின் " ஆர் யூ ஓகே?" வில் நிகழ்காலத்திற்கு வந்தவள் அவன் மார்பில் இவ்வளவு நேரம் பயத்தில் புதைந்திருந்ததையும் அவனின் கரங்கள் தன்னுடைய இடையை சுற்றி வளைத்து இருப்பதையும் கவனித்தாள்.

இதே காட்சியை தூரத்திலிருந்து பார்த்த வீர் அவர்களின் நெருக்கத்தை தன்னுடைய வேலைக்கு பயன்படுத்தி கொள்வதற்கு கிடைத்த வாய்ப்பாக கருதியவன் அந்த வாய்ப்பை விடாமல் அவர்களை படம் பிடித்தான். கையோடு அந்த படத்தை விவேக்கிற்கு வாட்சப்பில் அனுப்பியவன் இன்னும் அவர்களை பின் தொடருவதை நிறுத்தாமல் மறைந்திருந்து அவர்களை கவனித்தான்.

இதை ஏதும் அறியாத அவர்கள் இருவரும் ஒருவரை ஒருவர் பார்த்த படி நிற்க போன் ரிங் டோன் சத்தம் கேட்டதும் ராகவ் அவள் இடையிலிருந்த கையை எடுத்து விட்டு எதிர்புறமாக திரும்பி பின்னந்தலையை தடவி தன்னை சமாளித்து கொண்டான். மனதிற்குள்ளேயே " என்ன கண்ணுடா! ஜான்சி ராணிக்கு நாக்கு மட்டும் இல்ல கண்ணும் ரொம்ப ஷார்ப்" என்று சொல்லிக் கொண்டான்.

அவந்திகாவும் அவசர அவசரமாக காலை அட்டெண்ட் செய்து " ஹலோ, தாதி.....நஹி வோ.... ஜி தாதி" என்று பேசி முடித்து விட்டு ராகவை பார்த்து "தாதி பேசுனாங்க. சங்கீத் இன்னும் ரெண்டு நாள் கழிச்சு வச்சுக்கலாம்னு வருண் அம்மா கிட்ட ஒரு பண்டிதர் டேட் ஃபிக்ஸ் பண்ணி குடுத்துட்டாராம். சோ நீங்க பொறுமையா ஃப்ளவர்ஸ் செலக்ட் பண்ணலாம்னு சொன்னாங்க " என்று சொல்லிவிட்டு கவனமாக சாலையை கடக்க சென்றாள்.

" ஹே ! வெயிட்" என்றபடி அவள் அருகில் வந்தவன் அவள் கையை பிடித்தபடி சாலையை கடந்தான்.

" நமஸ்கார் பாய்ஷா!" என்றபடி உள்ளே சென்றவள் தரவாரியாக பதப்படுத்த பட்டிருந்த மலர்களை பார்வையிட்ட படியே அவன் சொன்ன மலர்களை தேர்வு செய்யுமாறு ராகவிற்கு கண் காட்ட அவனும் ஒவ்வொரு முறையும் ஏதாவது குறை சொல்லி மலர்களை கழித்து கொண்டே வந்தான்.

அவள் எரிச்சலை வெளிப்படையாக முகத்தில் காட்ட ராகவோ மனதில் “கோவம் வருதா ஜான்சிராணி? இதல்லாம் நீ என்னை கூட்டிட்டு வர்ரதுக்கு முன்னாடி யோசிச்சிருக்கணும். சோ சேட்! இப்போ இரிட்டேட் ஆகி என்ன பண்ணுறது?” என்று சொல்லிக் கொண்டான் கேலியாக.

அவள் ஒவ்வொரு மலர் வகையாக கை காட்ட அவனும் சளைக்காமல் அதை வேண்டாமென்று ஒதுக்கி கொண்டே வந்தான். ஒரு கட்டத்தில் பொறுமையை இழந்த அவந்திகா " ஃப்ளவர்ஸ் அப்புறமா செலக்ட் பண்ணலாம். இப்போ என்னோட பையனுக்கு என்ன நேம் வைக்கலாம்னு கொஞ்சம் சொல்லுங்க " என்று கேட்கவும் ராகவ் இவளுக்கு என்ன பைத்தியமா என்று மனதில் நினைத்தபடி குழப்பத்துடன் அவளை பார்த்தான்.

" எனக்கு பைத்தியம் ஒன்னும் பிடிக்கல மிஸ்டர் ராகவ். நீங்க செலக்ட் பண்ணி முடிக்கிறதுக்குள்ள உஷா மேரேஜூம் முடிஞ்சு எனக்கும் மேரேஜ் ஆகி ஒரு பையனே பொறந்துடுவான் போல " என்று பல்லை கடித்தபடியே கூற அவளது பதிலை கேட்டவன் அடக்க முடியாமல் அவளை பார்த்து சிரித்து விட்டான்.

அதில் இன்னும் கடுப்பானவள் " ஓகே ஓகே ! இது ஒண்ணும் அவ்வளவு பெரிய காமெடி இல்ல...ஸ்டாப் இட் மேன்" என்று சீறவும் ராகவிற்கு இன்னும் சிரிப்பு அதிகமாகவே அவளால் மெய்யாகவே அவனை சமாளிக்க முடியவில்லை.

சத்தமாக தமிழில் " பெருமாளே! என்ன பாத்தா உங்களுக்கு பாவமா இல்லயா? இந்த மைதா மாவு ஃப்ளவர்ஸ் செலக்ட் பண்ணாம என்ன இரிட்டேட் பண்ணிட்டே இருக்கான். இன்னும் கொஞ்ச நேரத்துல சித்தி சித்தப்பா வேற வந்துடுவாங்க. நான் மட்டும் அந்த டைம்ல அங்க இல்லனா சித்தி என்ன பிரியாணி பண்ணிடுவாங்க..ப்ளீஸ் இவன கொஞ்சம் சரியாக்குங்க " என்று மேலே நோக்கியவாறு தன் குல தெய்வத்தை வேண்ட அவளின் தமிழை கேட்டவன் " நீ எப்படி தமிழ்ல பேசுற?" என்று கேட்க அவள் அவனை வினோதமாக பார்த்தாள்.

" கோவம் வந்தா நான் என்னோட தாய்மொழில பேச ஆரம்பிச்சிருவேன். ஏன் நான் சொன்னது எதும் உங்களுக்கு புரிஞ்சுதா?" என்று ஐயத்துடன் அவனை பார்க்க அவன் " புரியல...பட் நீ கன்னடிகா தான?" என்று கேட்டான்.

அவனுக்கு புரியவில்லை என்றதும் நிம்மதியானவள் " நோ! ஐயாம் தமிலியன்!" என்று பெருமையாக கூறினாள்.

"இஸிண்ட்? பட் நீ கன்னடால பேசுனியே?" என்று மறுபடியும் கேட்கவும் அவள் " ஏன் தமிழ்நாட்டுகாரங்க கன்னடா பேசக் கூடாதா? யூ னோ ஒன் திங்! என்னோட அம்மா மலையாளி, அப்பா தமிழ். சித்தி சித்தப்பா கூட இருக்கிறதால ஐ னோ கன்னடா. அண்ட் உஷா கூடவே இருந்ததால ஐ கேன் ஸ்பீக் ஹிந்தி அண்ட் ராஜஸ்தானி டூ.... எனி மோர் கொஸ்டீன்ஸ்?" என்று கேட்க அவன் மறுப்பாக தலையசைத்தான்.

ஒரு வழியாக அவன் மலரை தேர்ந்தெடுத்த முடித்த போது நேரம் மாலை நான்கை தாண்டியிருந்தது. அவன் தேர்வு செய்து முடிப்பதற்குள் அவந்திகா இரண்டு முறை பக்கத்திலிருந்த தாபாவில் சாப்பிட்டு

விட்டு வந்து விட்டாளென்றால் பார்த்து கொள்ளுங்கள் அவன் எவ்வளவு நேரம் செலவிட்டு இருப்பான் என்று...

அவன் தேர்வு செய்து முடித்ததும் மேனேஜரிடம் முகவரி மற்ற விபரங்களை கொடுத்து விட்டு இருவரும் புறப்பட்டனர்.

அவந்திகா எப்படியும் சித்தி வரதுக்கு முன்னாடி போய்டலாம் என்று நம்பிக்கையுடன் காரில் ஏறினாள்.

அவள் நம்பிக்கையை குளைக்க செய்யவே திடீரென்று மழை பெய்ய ஆரம்பித்தது. முதலில் ராகவ் அதை பெரிதாக எண்ணவில்லை. ஆனால் தூரம் செல்ல செல்ல மழையின் வேகம் அதிகரிக்கவே அவனால் காரை ஓட்ட இயலவில்லை.

திடீரென்று கார் சக்கரம் எதிலேயோ புதைபட கார் நின்றது. வெளியே வந்தவன் நனைந்த படியே பார்க்க சக்கரம் சேற்றில் புதைந்திருந்தது. கோபத்துடன் அவந்திகாவை பார்க்க அவள் தலையை குனிந்தாள்.

ஹைவேயில் போகலாம் என்று சொன்னவனை ஷாட்கட் என்று சொல்லி இந்த வழியில் வரச் சொன்னவளே அவள் தான். அவர்கள் இப்போது நின்று கொண்டிருப்பது வீர்ப்பூர் என்ற கிராமம்.

என்ன செய்வது என்று தெரியாமல் திகைத்து நின்றவர்களை அந்த நேரத்திலும் தொடர்ந்து வந்திருந்தான் வீர்.

" ஹோ ஷிட்" என்று காரை உதைத்தான் ராகவ். அவனுக்கு எப்படி அந்த சேற்றிலிருந்து சக்கரத்தை அகற்றுவது என்றே புரியவில்லை. நகத்தை கடித்துக் கொண்டு மழையில் நனைந்து கொண்டே வேடிக்கை பார்த்து கொண்டிருந்த அவந்திகாவை முறைத்தான்.

" ஹலோ இப்போ எதுக்கு இப்படி முறைக்கிறீங்க? நான் சீக்கிரம் போகலானு தான் இந்த வழில போக சொன்னேன். எனக்கு என்ன மந்திரமா தெரியும்? தெரிஞ்சுருந்தா கண்டிப்பா மழை வருமானு கண்டுபிடிச்சிருப்பேன். இப்போ நம்ம சந்தன்பூர் போக முடியாதா?" என்று கவலையாக கேட்டாள்.

" வாட்! இந்த காரோட கண்டிஷன பாத்துமா நீ இப்பிடி கேக்கிற? நான் ஒன்னும் ஹனுமான் இல்ல, உன்ன கைல தூக்கிட்டு வானத்துல பறந்து சந்தன்பூர் போறதுக்கு. யூ நோ வாட்? நீ பொறந்தப்போவே பேட் லக்க கூடவே வாங்கிட்டு பொறந்தியா என்ன? இந்த பாலைவனத்துல கூட அடமழை பெஞ்சு நாம் போகுறது தடையாகுதுனா உன் பேட்லக்

எவ்வளவு பவர்ஃபுல்னு பாத்துக்கோ" என்று அவளை அந்த நிலையிலும் கடுப்பாக்கினான்.

அதை மறுத்த அவந்திகா " சே சே நான் பொறக்குறப்போ பேட் லக்கோட பொறக்கல. ஆக்சுவலி இன்னைக்கு மதியம் ஜெய்ப்பூர் வரப்போ பேட் லக்க என் கூடவே கூட்டிட்டு வந்துட்டேன். சரியான கருப்பு பூனை " என்று அவனை பதிலுக்கு வம்பிழுத்தாள்.

" திஸ் இஸ் நாட் த டைம் ஃபார் ஃபைட். வீ ஹேவ் டு ஃபைண்ட் அவுட் அ ஷெல்டர் டு ஸ்டே டுநைட்" என்று அவன் கூறவும் அவளுக்கும் முதலில் தங்குமிடத்தை தேடுவதே சரியென்று பட்டது.

அதை யோசித்தபடியே சுற்றி முற்றி பார்த்தவள் அவர்கள் கார் நின்ற இடத்துக்கு பக்கத்திலிருந்த ஒரு பெரிய வீட்டை காட்டி அவனையும் அழைத்து சென்றாள். காரை பூட்டி விட்டு அவளை பின் தொடர்ந்தவன் அவள் கதவை தட்டி அங்கிருந்து ஒரு வயதான பெண்மணி வரவும் கொஞ்சம் படபடப்புடன் நின்றிருந்தான். இன்னேரத்தில் ஒரு கிராமத்து பெண்மணி தன்னை ஒரு சிறு பெண்ணுடன் பார்த்தால் என்ன நினைப்பார் என்ற நினைவால் வந்த தயக்கமே அது.

அதே படபடப்புடன் அவந்திகாவை பார்க்க அவளுக்கு அப்படி எதுவும் தோன்றவில்லை போலும். அவனது பிஸினஸ்மேன் மூளை இந்த பிரச்சனைக்கு ஒரு தீர்வை சொல்லவும் அவனும் அதை பின்பற்ற தயாரானான். அதன் முதல் படி அந்த பெண்மணி வந்ததும் அவரை அவந்திகாவுடன் பேச விட கூடாது. அவள் பேசினால் இன்று இரவு முழுவதும் இந்த கொட்டுகிற மழையில் காரிலேயே கழிக்க வேண்டியது தான் என்று அவனை எச்சரித்தது அவனது மனசாட்சி.

அந்த பெண்மணி அருகில் வரவும் அவசரமாக அவந்திகாவின் தோளில் கை போட்டு அவளை அவனுடன் அணைத்தவன் தப்பி தவறி கூட அவள் புறம் திரும்பவில்லை. அப்படி திரும்பியிருந்தால் அந்த மழைநேரத்திலும் அவள் கண்ணிலிருந்து புறப்பட்ட அக்னியால் அவன் சாம்பலாயிருப்பான்.

வந்தவரிடம் தன்னுடைய கார் ரிப்பேர் ஆனதை தெரிவித்தவன் தாங்கள் இரவில் இங்கு தங்க முடியுமா என்று கேட்க அவன் நினைத்தவாறே அவர் கண்ணில் கேள்வியுடன் அவந்திகாவை பார்க்க அவள் பேசுவதற்குள் முந்தி கொண்டவன் " யே மேரி பீவி அவந்திகா . பீவி நமஸ்தே போலோ (இவ என்னோட மனைவி அவந்திகா, அவங்களுக்கு

வணக்கம் சொல்லுமா)" என்று அவளை பார்க்க

அவள் அவனை கடித்து தின்பதற்கு ரெடி ஆகி கொண்டே " நமஸ்தே தாதி" என்று பல்லை கடித்தபடியே கூறவும் அந்த பெண்மணி அவர்கள் ஜோடி பொருத்தத்தை பாராட்டியபடியே வீட்டிற்குள் அழைத்து சென்றார்.

வீட்டினரிடம் அறிமுக படுத்திவிட்டு அவர்களுக்கு வேறு உடைகள் கொடுக்குமாறு தன்னுடைய மருமகளை கூற சிறிது நேரத்தில் அவர் தன்னுடைய மகன் மகளுடைய உடைகளை கொடுத்து அவர்களை அணிந்து வருமாறு விருந்தினர் அறையின் வாயிலில் விட்டுவிட்டு சென்றார்.

அவர் சென்றது தான் தாமதம். உள்ளே நுழைந்தவனை சராமாரியாக அங்கிருந்த தலையனையால் அடிக்க தொடங்கினாள் அவந்திகா.

" ஹே ஆர் யூ கிரேஸி? டோண்ட் பீட் மீ. அம்மா தாயே . ப்ளீஸ்" என்று சமாளிக்க முயற்சித்தவன் அவள் கையிலிருந்த தலையனையை பிடுங்கி எறிய அவள் இப்போது கையால் அடிக்க ஆரம்பித்தாள்.

" ஹவ் டேர் யூ டு சே லைக் தட்? யூ இடியட். மைதாமாவு" என்று அடித்தவளின் இரு கைகளையும் முதுகுக்கு பின்னால் வளைத்தவன் "ஒழுங்கா சொன்னா கேக்குறதுங்கிறதே உன்னோட டிக்ஸ்னரில கிடயாது போல. நான் சொல்ல போறத காது குடுத்து கேளு" என்று கூறியவனை பார்த்த அவந்திகா " கேக்க மாட்டேன் மேன். என்ன பண்ணுவ?" என்று கடுப்புடன் முறைத்தாள்.

" ஓகே! அப்போ நைட் ஃபுல்லா இப்பிடியே நிக்கனும்னா ஐ டோண்ட் ஹேவ் எனி ப்ராப்ளம். உனக்கும் என்ன இப்பிடி குளோஸ் அப்ல பாக்கனும்னா நான் நோ சொல்ல மாட்டேன்" என்று ஹஸ்கி வாய்ஸில் கூற அப்போது தான் அவந்திகா அவர்கள் நின்ற கோலத்தை கவனித்தாள்.

அவளுடைய கைகளை முதுகிற்கு பின்னால் வளைத்து பிடித்தவனின் மார்புக்கு நேராக அவளது முகம் இருக்க (பொண்ணு கொஞ்சம் ஹைட் கம்மி) அவனது இதயதுடிப்பு கேட்கும் அளவிற்கு இருவரும் நெருக்கமாக நின்றிருந்தனர்.

ராகவிற்கு இந்த மாதிரி இதற்கு முன் எந்த பெண்ணுடனும் இவ்வளவு நெருக்கத்தில் இருந்தது நினைவில் இல்லை. மழையில் நனைந்து எவ்வித செயற்கை பூச்சுமின்றி மின்னிய அவளது முகமும் இயற்கை-

யிலேயே சிவந்த சின்ன இதழ்களும் அவனை ஏதோ செய்ய முகத்தை அவள் முகம் அருகில் கொண்டு சென்றவனின் அறிவு " ராகவ் என்னடா பண்ணிட்டு இருக்க? இந்த ஜான்சி ராணி உன்ன கொல்லுற அளவுக்கு கொலைவெறில இருக்கா. இந்த நேரத்துல உனக்கு ஏன்டா இப்பிடிலாம் தோணுது?" என்று அவனை எச்சரிக்க அவளை விட்டு விலகியவன் அவள் புறம் திரும்பாமலே அவன் நடந்து கொண்டதற்கான காரணத்தை கூற அவந்திகா அமைதியானாள்.

" என்ன தான் நீங்க காரணம் சொன்னாலும் என்னோட கன்செென்ட் இல்லாம என்ன எப்பிடி நீங்க உங்களோட வைஃப்னு சொல்லலாம் மிஸ்டர் கபூர்?" என்று கேட்கவும் கைகளை தலைக்கு மேலுயர்த்தி கூப்பி " ஐயாம் சாரி சாரி மேரி மா. வேற வழியில்லாம சொல்லிட்டேன் " என்று மன்னிப்பு கேட்கவும் தான் மலை இறங்கினாள்.

"ஓகே! கொஞ்சம் வெளியெ போங்க . நான் ட்ரெஸ் சேஞ்ச் பண்ணனும்"

" ஓகே "என்று சொல்லிவிட்டு வெளியே செல்லவும் அவள் உடையை மாற்றி விட்டு வெளியே சென்று அவனை மாற்றுமாறு கூறிவிட்டு கீழே சென்று தாதியின் மருமகள் ஊர்மிளாவுக்கு உணவு தயாரிப்பில் உதவ சென்றாள்.

பேசிக் கொண்டே இரவு உணவை முடித்து விட்டு அவர்களையும் உறங்குமாறு சொல்லிவிட்டு சென்று விட்டார் தாதி. அந்த அறைக்கு வரவும் அவந்திகாவுக்கு அலுப்பு காரணமாக நன்றாக உறக்கம் வரவே மெத்தையில் படுத்து உறங்கி விட்டாள். சிறிது நேரம் கழித்து உள்ளே வந்தவன் குழந்தை போல் உறங்கி கொண்டிருந்தவளை கண் இமைக்காமல் பார்த்தான் சில கணம். பின்னர் அவளுக்கு ஒரு போர்வையை போர்த்தி விட்டு அங்கிருந்த பெரிய சோஃபாவில் படுத்தவன் அப்படியே உறங்கி விட்டான்.

விடிந்ததும் நடக்க போகும் விபரீதத்தை உணராது நிம்மதியான துயிலில் ஆழ்ந்தனர் இருவரும்.

5

அத்தியாயம் 5

காலையில் கண் விழித்த அவந்திகாவிற்கு தான் மெத்தையில் படுத்திருப்பது அப்போது தான் நினைவிற்கு வந்தது. சுற்றி முற்றி ராகவ் இருந்ததற்கான தடயங்கள் ஏதும் உள்ளதா என்று ஆராய்ந்தவளுக்கு எதுவும் கிடைக்காது போகவே ' அப்பாடா! இந்த மைதா மாவு நைட் இந்த ரூம்க்கு வரவே இல்ல போல. அப்போ எங்க தான் போயிருப்பான்? கண்டிப்பா இந்த வீட்டு மனுஷங்க கூட பேசிட்டுருக்க சான்ஸே இல்ல. கேட்டா ஸ்டேட்டஸ் கிளாஸ்னு எனக்கு கிளாஸ் எடுக்க ஆரம்பிச்சிருவான்'' என்று தனக்கு தானே பேசியபடி சென்று குளித்து விட்டு தன் பழைய ஆடைகளை அணிந்து கொண்டு கீழே வந்தாள்.

அங்கிருந்த தாதியின் மருமகளுக்கு அவந்திகா வணக்கம் சொல்லவும் அவர் அவந்திகாவை பார்த்து விட்டு " ஏன்மா பழைய டிரஸ்ஸ போட்டுருக்க?" என்று கேட்கவும் " நாங்க இன்னைக்கு சந்தன்பூர் திரும்ப போயிடுவோம் மாஷா அதான் இதையே போட்டுருக்கேன்" என்று பதிலளித்தாள்.

அவளை கைப்பிடித்து தன் அறைக்கு அழைத்து சென்றவர் அழகான மஞ்சள் நிற லெஹங்காவை அவளுக்கு காண்பித்து " இது பிடிச்சிருக்கா?" என்று கேட்க அவந்திகாவின் முகமே அவளுடைய பதிலை பிரதிபலித்தது.

அதை அவளிடம் கொடுத்து " இது எங்களோட பரிசா நீ எடுத்துக்கோம்மா. எங்க வீட்டு பொண்ணுக்கு கல்யாணத்துக்கு இன்னும் நாள் இருக்கு, வீட்டுக்கு வர்ர சுமங்கலிக்கு இதை கொடுக்கணும்கிறது எங்க

வீட்டோட வழக்கம். நீ வேண்டானு சொல்லாம வாங்கிக்கணும்" என்று கொடுக்க அவந்திகா அதை வாங்கி கண்ணில் ஒற்றி கொண்டாள்.

பின் அறைக்கு சென்று அதை அணிந்தவள் கண்ணாடியில் தன்னை பார்த்து விட்டு " நாட் பேட் அவந்திகா!! நீயும் அழகா தான் இருக்க, உம்மா" என்று அவளுக்கே பறக்கும் முத்தத்தை பரிசாக அளித்தவள் திடீரென்று ராகவின் நினைவு வரவும் கீழே சென்று ராகவ் எங்கே என்று வேலையாட்களிடம் விசாரித்தாள். அவர்கள் ராகவ் வெளியே கார் டயரை கழற்றி சரி செய்து கொண்டிருப்பதாக கூற அங்கு சென்று அவனை அழைக்க சென்றாள்.

அங்கு டயரை மாற்றி கொண்டு இருந்த ராகவிடம் அருகிலிருந்த தாதியின் பேரன் " பாயிஷா! ஆப் கி பத்தினி ஆரஹி ஹை (அண்ணா! உங்க மனைவி வர்ராங்க) " என்று சொல்லவும் திரும்பிய ராகவ் கண் இமைக்க மறந்து அவளையே பார்த்து கொண்டிருந்தான்.

மஞ்சள் வண்ண சோளியில் தன் கூந்தலை நீவியபடியே அந்த தோட்டத்தை வேடிக்கை பார்த்து கொண்டு வந்தவளின் அழகு அவனை சிலையாக்கியது என்னவோ சில நொடிகள் தான்!

தலையை உலுக்கியவன் மனதிற்குள் " பீ கேர்ஃபுல் ராகவ்., திஸ் கேர்ள் இஸ் ஹாண்ட்டிங் யூ. கான்சென்ட்ரேட் ஆன் யுவர் வொர்க்" என்று சொல்லிவிட்டு அவளை கவனியாதது போல வேலையை கவனித்தான்.

இது எதையும் அறியாமல் வேடிக்கை பார்த்தபடி அவன் அருகில் வந்த அவந்திகா இன்னும் எவ்வளவு நேரம் ஆகுமென கேட்க வேலை கிட்ட தட்ட முடிந்ததாக கூறி விட்டு காரின் சக்கரத்தை வெற்றிகரமாக மாற்றிவிட்டான் ராகவ்.

இங்கு நடந்த அனைத்தையும் வீடியோவாகவும் புகைப்படங்களாகவும் எடுத்து தள்ளினான் வீர். எடுத்த அனைத்தும் உடனடியாக சிராஜின் மொபைலுக்கு சென்றது. அந்த வீடியோ போட்டோக்களை பார்த்த சிராஜ் அவனுக்கு வேண்டிய ஒருவனுக்கு கால் செய்தான்.

" நைட் அனுப்புன போட்டோஸ் ஆல்ரெடி நியூஸ்ல வந்தாச்சு. இப்போ இதையும் டெலிகாஸ்ட் பண்ணு. இந்த போட்டோஸ் பாத்துட்டு டோட்டல் மீடியாவும் ராகவை கிழிச்சு தொங்க விடணும்'' என்று சொல்லி விட்டு போனை வைத்தான்.

பின்னர் கர்வத்துடன் “ இதுக்கு அப்புறம் அந்த சுக்லா குரூப் டீல், நேனா சுக்லாவோட கல்யாணம் இது ரெண்டுமே நடக்காது. இதுக்கு பேரு தான் ஒரே கல்லுல ரெண்டு மாங்கா. இதுல இருந்து நீ ரெகவர் ஆகுறதுக்கு முன்னாடி இண்டஸ்ட்ரி என்னோட கன்ட்ரோலுக்கு வந்-துடும் ராகவ் " என்று தன்னுடைய திட்டத்தை சொல்லி சிலாகித்து கொண்டான் சிராஜ் மெஹ்ரா.

ராகவ் குளித்து முடித்துவிட்டு வந்து வீட்டினர் அனைவருடனும் சேர்ந்து உணவு உண்பதை கண்ட அவந்திகா கண்டிப்பா “இன்னைக்கு சூரியன் மேற்க தான் உதிச்சிருக்கும்” என்று தனக்கு தானே கூறிக் கொண்டாள். சாப்பிட்டு முடித்துவிட்டு இருவரும் வீட்டினரிடம் விடை பெறும் போது அந்த தாதி அவளுக்கு தந்தத்தினாலான வளையல்களை பரிசாக அவள் கைகளில் போட்டுவிட அவள் மறுக்காமல் ஏற்றுக் கொண்டாள்.

இருவரும் விடைபெற்று சந்தன்பூர் அருகில் வரும்போது தான் அவந்திகாவிற்கு போன் நியாபகம் வந்தது. ஆனால் இருவருடைய போனும் சார்ஜ் இல்லாமல் சுவிட்ஷ் ஆப் ஆகியதால் அவள் காரி-லேயே சார்ஜ் போட்டாள்.

வெளியே வேடிக்கை பார்த்து கொண்டே வந்தவளின் தலையெழுத்து இன்னும் சில மணி நேரங்களில் மாறப்போவதை அவளும் அறிய-வில்லை. அதற்கு காரணமானவனும் அறியவில்லை என்பதே இங்கு வேடிக்கை...

அதே நேரம் சந்தன்பூர் அரண்மனை வாயிலில் பத்திரிக்கையாளர்-கள் கூட்டம் முண்டியடித்து கொண்டு இருந்தது.

அரண்மனை வாயிலில் நின்ற பத்திரிக்கை நிருபர்களை சமாளித்து விட்டு உள்ளே வந்த தலைமை பணியாளர் மான்சிங் கல்யாணி தேவி-யிடம் ரொம்ப நேரம் இப்படி சமாளிக்க முடியாது என்று கூறிக் கொண்-டிருக்க அங்கு ஹாலில் இருந்த பெரிய டிவியில் ஓடிக் கொண்டிருந்த செய்தியை சிலை போல் வெறித்து கொண்டிருந்தார் கௌசல்யா, அவந்-திகாவின் சித்தி. அவர் பக்கத்திலேயே ப்ரதியூஷா அமர்ந்து அவரது கைகளை ஆறுதலாக பிடித்து கொண்டிருந்தாள்.

ரித்திமாவோ அவந்திகாவின் சித்தப்பா ரகுவரனுடன் இணைந்து அவந்திகாவின் போனுக்கு கால் செய்து கொண்டிருந்தாள்.

டிவியில் போட்ட புகைப்படங்களே மாறி மாறி ஒளிபரப்பாகி கொண்டிருக்க அவர்கள் கூறிய வார்த்தைகளை கேட்க இயலாத மைதிலியும் கௌசல்யாவும் காதை மூடிக் கொண்டனர்.

அதன் சாராம்சம் இது தான்.

“ பிஸினஸ் வேர்லிடின் மோஸ்ட் எலிஜிபிள் பேச்சிலர் ராகவ் கபூர் இன்னும் சிறிது நாட்களில் சுக்லா குரூப்பின் வாரிசான நேனாவை மணக்க இருப்பதாக செய்திகள் பரவிய நிலையில் அவர் ஜெய்ப்பூரில் ஒரு இளம்பெண்ணுடன் விடுமுறையை கொண்டாட சென்றிருப்பதாக நம்பத்தகுந்த இடங்களிலிருந்து வந்த இந்த புகைப்படங்கள் நமக்கு தெரிவிக்கின்றன.

யார் இந்த இளம்பெண்? இவர் எந்த தொழிலதிபரின் வாரிசோ அல்லது மாடல் அழகியோ அல்லது சினிமா பிரபலமோ இல்லையென்பதும் தெரியவந்துள்ளது. எனவே ராகவ் கபூருக்கும் இந்த பெண்ணுக்கும் இடையே எந்த நீண்டகால தொடர்பும் இல்லையென்பது உறுதியாகியுள்ள நிலையில் இது வெறும் ஒன் நைட் ஸ்டாண்டாக இருக்கலாம் என்று ராகவ் கபூரின் நம்பத்தகுந்த வட்டாரங்கள் தெரிவிக்கின்றன.

இன்னும் சுவாரசியமான தகவல்களுக்கு எங்களுடன் இணைந்திருங்கள் !!! "

எந்த நியூஸ் ஸேனல் எடுத்தாலும் இதே தகவலை தான் கூறினர். ஆனால் அவர்கள் அனைவரும் பொதுவாக கூறிய விஷயம் ராகவ் கபூரின் புதிய காதலி அல்லது தோழியாக அவந்திகா சித்தரிக்கப்பட்டதே!!!!

இதை எதும் அறியாமல் ராகவும் அவந்திகாவும் சந்தன்பூர் அரண்மனை வாயிலில் காருடன் நுழையும் போதே அங்கு குழுமியிருந்த நிருபர்களை கண்ட ராகவ் காரை பார்க் செய்து விட்டு அவந்திகாவிற்கு கதவை திறந்துவிடவும் அவர்கள் அங்கேயே குழுமிவிட்டனர்.

அவந்திகாவிற்கு இந்த நிருபர் கூட்டம், கேமிரா ஃப்ளாஸ் இது எல்லாமே புதிது. அவர்கள் கேட்ட கேள்வியில் அவள் இன்னும் அரண்டு போனாள் என்றே கூறலாம்.

" மேம்! உங்கள ராகவ் சாரோட நியூ கேர்ள் ப்ரெண்டுனு சொல்றாங்க? வெறும் ஃப்ரெண்ட்ஷிப் மட்டும் தானா?"

" நிறைய பேரு இந்த ரிலேஷன்ஷிப்ப ஒன் நைட் ஸ்டான்ட்னு பேசிக்கிறாங்க...இது அப்படி பட்டது தானா?"

" ராகவ் சாரோட பிரேக் அப்க்கு கூட நீங்க தான் காரணம்னு பேசிக்கிறாங்க? இது உண்மையா மேம்?"

பொறுக்க முடியாத அவந்திகா அங்கேயே காதுகளில் கைகளை வைத்து மறைத்து கொள்ள, பொறுமையை இழந்த ராகவ் " இனாஃப். உங்களோட எல்லா கேள்விக்கும் நான் வந்து பதில் சொல்லுறேன். இப்போ வழி விடுங்க" என்று சொல்லியபடியே அவந்திகாவின் தோளை பற்றி அணைத்தவாறு உள்ளே அழைத்து சென்றான்.

அவன் அறியவில்லை வெளியே இருப்பவர்களை வேண்டுமானால் அவனால் சமாளிக்க முடியும். ஆனால் உள்ளே இருப்பவர்கள் முன் தன் ராஜதந்திரம் சாமர்த்தியம் எல்லாம் தரைமட்டமாக போகிறதென்பதை...

இருவரும் அமைதியாக அரண்மனைக்குள் நுழைந்தனர். வாயிலில் வந்து நின்ற அவந்திகாவை பார்த்த கௌசல்யா அதிர்ந்தார் மஞ்சள் நிற லெஹங்காவில் கைகள் நிறைய திருமணமான ராஜஸ்தானி பெண்கள் அணியும் சிவப்பு வெள்ளை நிற தந்த வளையல்கள் அணிந்து நின்றவளை பார்த்து அவர் மட்டுமல்ல அந்த அரண்மனையில் தங்கியிருந்த ப்ரதியுஷா திருமணத்திற்கு வந்திருந்த விருந்தினர், அரண்மனை பணியாளர்கள் என்று அனைவருக்குமே இது மிகப் பெரிய அதிர்ச்சியாகவே இருக்க குண்டூசி விழுந்தால் கூட கேட்குமளவிற்கு அங்கு நிசப்தம் நிலவ ராகவிற்கு வந்த போன் கால் அந்த அமைதியை கலைத்தது.

ராகவ் போனை பார்த்தவன் அழைத்தது அவன் அன்னை என்பதால் அழைப்பை ஏற்று " ஹலோ மா! ஹவேலி மே... ஓகே. நோ மா! ஐ வில் கம் தேர்! மா மா ஆர் யூ தேர்?"என்று அவன் பேசிக் கொண்டிருக்கும் போது அவனது அன்னை ராதிகா அழைப்பை துண்டித்தார்.

போனை பாக்கெட்டில் போட்டவன் சுற்றி நின்றவர்களின் முகத்தை பார்த்தான். அதில் அவந்திகாவின் அருகில் நின்ற ஒரு நடுத்தர வயது பெண்மணி அவந்திகாவின் முகச்சாயலுடன் இருப்பதை கண்டதும் அவளின் அன்னையாக இருக்க கூடும் என்று ஊகித்து கொண்டான் ராகவ். அவரின் பரிதவிப்புடன் கூடிய முகம் ராகவின் குற்ற உணர்ச்சியை இன்னும் அதிகரித்தது. அவள் சொன்னபடி நேரத்துக்கு மலர்களை தேர்ந்தெடுத்துவிட்டு கிளம்பியிருந்தால் இந்த அசம்பாவிதங்கள்

ஏதும் நிகழ்ந்திருக்காது என்பதை உணர்ந்தவன் இன்னும் காலம் கடக்-கும் முன் தான் ஏதாவது செய்தாக வேண்டும் என்ற முடிவெடுக்கும் கட்டாயத்துக்கு தள்ளப்பட்டான்.

அனைவரின் முகத்தையும் ஒரு நிமிடம் பார்த்து விட்டு " முதல்ல எல்லாரும் என்னை மன்னிச்சிருங்க. இந்த பிராப்ளம் என்னால வந்தது தான். நான் இதை எப்படியாச்சும் சால்வ் பண்ணிடுவேன். சோ நீங்க யாரும் டென்சன் ஆகாம கொஞ்சம் ரிலாக்ஸ் ஆகுங்க ப்ளீஸ்!" என்று அவன் கூறிக் கொண்டிருக்கும் போது இடைமறித்தது கௌசல்யாவின் குரல்.

" எப்பிடி? எப்பிடி நீங்க இதை சால்வ் பண்ணுவீங்க? டிவிய பாருங்க! என் பொண்ண பத்தி என்னென்ன வார்த்தைலாம் பேசுறாங்-கனு! என் பொண்ணு இது வரைக்கும் இந்த மாதிரி எந்த பிரச்-சனையிலயும் சிக்கினது இல்ல. அவ உண்டு அவ வேலை உண்டுனு இருக்கிறவளுக்கு இந்த பேருலாம் தேவையா? இதலாம் கேக்கிறப்போ உயிரவிட்டுடலாமானு தோணுது!" என்று அழுகையினூடே கூறினார் அவர்.

ராகவால் அவரது கேள்வி எதற்கும் பதிலளிக்க முடியாத சூழ்நிலை. அவரோ " நாங்க உங்களை மாதிரி ஹைகிளாஸ் பீப்பிள் இல்லப்பா! என்ன நடந்தாலும் அலட்சியப்படுத்திட்டு போறதுக்கு. நாங்க மிடில்கி-ளாஸ். இந்த நியூஸை பாத்துட்டு சுத்தியிருக்கிறவங்க கேக்குற கேள்-விக்குலாம் எங்களால பதில் சொல்லாம அலட்சியப்படுத்த முடியாது. இந்த ஒரு பிரச்சனை என் பொண்ணோட எதிர்கால வாழ்க்கையையே கேள்விக்குறியாக்கிடும் போல இருக்கே ரகு" என்று சொல்லி அவரது கணவரின் தோளில் சாய்ந்து விசும்ப தொடங்கினார் அவர்.

ஆனால் அவந்திகா இதை பெரிதாக எடுத்துக் கொள்ளவில்லை. நாளைக்கே இதை விட பரபரப்பான இன்னொரு செய்தி வந்து விட்டால் தங்களை அனைவரும் மறந்துவிடுவார்கள் என்பது அவளது கணிப்பு. ஆனால் அவளே டிவியில் ஒரு ரிப்போர்ட்டர் ஒன் நைட் ஸ்டாண்ட் என்ற வார்த்தையை மீண்டும் மீண்டும் உபயோகிக்க அதை கேட்டு ஒரு நொடி கலங்கி விட்டாள்.

அவளது கலங்கிய முகத்தை பார்த்த ராகவ் பொறுக்க முடியாமல் " டோண்ட் வொர்ரி ஆன்ட்டி! நான் இப்போவே அவங்க எல்லாரையும்

கூப்பிட்டு ஒரு இண்டர்வியூ குடுக்கிறேன். அதுக்கு அப்புறமா அவங்க உண்மையா நடந்த விஷயங்களை புரிஞ்சுப்பாங்க" என்று கௌசல்யாவையும் மைதிலியையும் அமைதிப்படுத்த முயற்சிக்க பிரச்சனை கல்யாணி தேவி ரூபத்தில் வந்தது.

" இனிமே நீ என்ன சொன்னாலும் நீ பிரச்சனைய திசை திருப்ப பொய் சொல்லுறனுதான் அவங்க நினைப்பாங்க! இதால எந்த பிரயோஜனமும் இல்ல ராகவ்!" என்று அவர் கவலையுடன் அதே சமயம் நிதர்சனத்தை உரைத்தார்

அவந்திகா இதற்கு மேல் அமைதி காக்க விரும்பாமல் " சித்தி, தாதி இங்க இருக்கிற எல்லாருக்கும் நான் சொல்லிக்க விரும்புற விஷயம் ஒன்னே ஒண்ணு தான்! நேத்து நாங்க ஒரு பிரச்சனைல மாட்டிகிட்டோம். அதுல இருந்து விடுபட்டு வர இவ்ளோ நேரம் ஆச்சு. இந்த முட்டாள்தனமான நியூஸை பாத்துட்டு நீங்க எதுக்கு இவ்ளோ டென்சன் ஆகுறிங்க? டோண்ட் ப்ளேம் ராகவ். நடந்த பிரச்சனைக்கு நான் மட்டும் தான் காரணம். நான் மட்டும் ஷாட்கட்ல போக சொல்லலனா இவ்ளோ பிரச்சனை வந்திருக்காது! சோ நீங்க வொர்ரி பண்ணிக்காம அமைதியா இருங்க. ராகவ் தான் சொல்றாருல இண்டர்வியூ குடுத்து நெலமைய புரிய வைக்குறேனு. சோ ப்ளீஸ் காம் டவுன் " என்று கூற அந்நிலையில் அவனை மட்டும் பொறுப்பாளி என்று கூறி தப்பிக்க நினைக்காத அவந்திகாவின் நேர்மை அவனுக்கு பிடித்தது.

சொல்ல போனால் நடந்ததில் அவன் பங்கு மிகவும் அதிகம். அவன் மட்டும் காலம் தாழ்த்தாமல் மலர்களை தேர்ந்தெடுத்திருந்தால் இது எதுவுமே நடந்திருக்காது என்பதை நினைத்து அவனால் வருத்தப்பட மட்டுமே முடிந்தது.

அந்நேரம் அங்கு வந்து சேர்ந்தார் ராகவின் அன்னை ராதிகா. இவ்வளவு நேரம் இருந்த தைரியம் அன்னையை கண்டதும் சிறிது தொய்வடைய அவரை நேருக்கு நேர் பார்க்க முடியாமல் தவித்தான் ராகவ்.

அவரோ நேரே ராகவிடம் சென்று " என்ன நடக்குது ராகவ்? தேவையே இல்லாம உன்னோட பிஸினஸ் போட்டில அந்த பொண்ணு எதிர்காலமே போயிடும் போலயே! மத்த பொண்ணுங்க கூட உன்னை சேத்து வச்சு இந்த மாதிரி நியூஸ் வரப்போ எனக்கு இந்த மாதிரி தப்பா தோணல ராகவ். ஆனா அவந்திகா நம்ம வீட்டு மருமகளோட ஃப்ரெண்ட். அவள பாதிக்குற எந்த விஷயமும் உஷாவையும் பாதிக்கும்.

இதால நம்ம ரெண்டு குடும்ப நிம்மதி தான் போகும். எப்பிடி இந்த பிரச்சனைய தீர்க்க போற?" என்று அவனை கேள்வியுடன் பார்த்தார்.

ராகவ் அவரை பார்த்தவன் “ மா! நான் என்னைக்குமே என்னோட ரெஸ்பான்சிபிளிட்டிய தட்டி கழிச்சது கெடயாது. பிலீவ் மீ மா! ஐ கேன் சால்வ் திஸ் பிராப்ளம் “ என்றான் நம்பிக்கையுடன்.

இதை கேட்ட அவந்திகாவிற்கு தலையில் அடித்து கொள்ளலாம் போல இருந்தது. எல்லாரும் ராகவையே குறை கூறுவதை அவளது நியாயம் கொண்ட உள்ளம் ஏற்றுக் கொள்ள மறுத்தது. அனைவரும் ஒரு சின்ன பிரச்சனையை ஊதி பெரிதுபடுத்துவதாக அவளுக்கு தோன்றவே எதுவும் பேசாமல் அமைதி காத்தாள் அவள்.

அந்நேரம் ராகவிற்கு சுக்லாவிடம் இருந்து கால் வரவே அவன் " ஹலோ " என்றான்.

" ராகவ் வாட் ஹேப்பண்ட் மேன்? என்ன நடக்குது? நேஷனல் மீடியால இருந்து ரீஜினல் மீடியா வரைக்கும் உன்னோட போட்டோஸ் தான். ஐ டோண்ட் நோ வாட்ஸ் யுவர் ரிலேஷன்ஷிப் வித் திஸ் கேர்ள். பட் இந்த நியூஸ் உன்னோட வளர்ச்சியையும் நம்ம டீலையும் பாதிக்காம பாத்துக்கிறது உன் கைல தான் இருக்கு.

இப்போ உன்ன கடுமையா விமரிச்ச இந்த மீடியா பீப்பிள்ஸ் வாய் அடைச்சு போகுற அளவுக்கு ஏதாவது பண்ணு. அண்ட் ஒன் மோர் திங்., நானும் ஒரு பொண்ணுக்கு தகப்பன். அதனால அந்த பொண்ணோட எதிர்காலத்தை மனசுல வச்சிட்டு ஆக்ஸன் எடு " என்று அறிவுரை செய்துவிட்டு போனை வைத்தார்.

ராகவ் அங்கு அனைவரையும் சமாதானப்படுத்த போராடிக் கொண்டிருந்த அவந்திகாவை பார்த்தவனின் காதுகளில் சுக்லா கூறிய " இப்போ உன்ன கடுமையா விமரிச்ச இந்த மீடியா பீப்பிள்ஸ் வாய் அடைச்சு போகுற அளவுக்கு ஏதாவது பண்ணு. அண்ட் ஒன் மோர் திங்., அந்த பொண்ணோட எதிர்காலத்தை மனசுல வச்சிட்டு ஆக்ஸன் எடு " என்ற வார்த்தையே ஒலிக்க அவன் என்ன செய்ய வேண்டுமென்று அவனுக்கு அப்போது புரிந்தது.

நேரே நடந்து அவந்திகாவை நோக்கி சென்றவன் அவள் கையை பிடிக்கவும் அவள் அவனை கேள்வியுடன் பார்க்க “ இன்னைக்கு நடந்த எல்லா விஷயத்துக்கும் நான் தான் பொறுப்பாளி அவந்திகா" என்று

சொல்லி அவளை கூரிய விழிகளால் பார்த்தான்.

அவன் என்ன தான் செய்ய போகிறான் என்று அனைவரும் காத்திருக்க அவனோ “ எல்லாரும் பேலஸ்குள்ள இருக்கிற துர்கா மந்திர்க்கு வாங்க" என்று சொல்லிவிட்டு அவளை இழுத்து சென்றான்.

அங்கே சென்றவன் புலியின் மீது அமர்ந்து சாந்தமுகத்துடன் காட்சியளித்த துர்கா தேவியை கை கூப்பி வணங்கினான். மனதில் “ துர்கா மா! நான் வேணும்னு இந்த பொண்ணோட வாழ்க்கைல வெளையாடல! ஆனா இன்னைக்கு அவளுக்கு வந்த இந்த பிரச்சனைக்கு நான் தான் காரணம். அதுக்கு பரிகாரமா நானே அவளை மேரேஜ் பண்ணிக்கிறேன். இது சரியா தப்பானு தெரியல. ஆனா உங்க ஆசிர்வாதம் கெடச்சா நாங்க நல்லா இருப்போம்னு தோணுது. எங்களை ஆசிர்வாதம் பண்ணுங்க'' என்று மனதார வேண்டிக் கொண்டான்.

பின்னர் அவரின் கழுத்தில் இருந்த கருகமணி மாலையை தன் கையால் எடுக்கவும் அனைவரும் இவனுக்கு என்னாச்சு என்று ஒருவரையொருவர் பார்த்து கொண்டனர்.

கருகமணியை எடுத்து சென்று அவனையே கேள்வியாய் பார்த்து கொண்டிருந்த அவந்திகாவின் கழுத்தில் கட்டியவன் துர்காதேவியின் காலடியிலிருந்த குங்குமத்தை எடுத்து அவளது நெற்றி வகிட்டில் சூட எல்லாம் கண் இமைப்பதற்குள் நடந்து முடிந்தது.

அவந்திகாவிற்கு அதிர்ச்சியில் என்ன செய்வது என்றே மறந்து போக பொம்மை போல் நின்றவளின் தோளில் கை போட்டு அணைத்தவன் " இங்க இருக்கிற எல்லாரும் இப்போ ரிலாக்ஸ் ஆகுங்க. அந்த ரிப்போர்ட்டர்ஸ் பிரச்சனைய நான் முடிச்சு வைக்கிறேன். அண்ட் அவந்திகாவோட ஃப்யூச்சர் பத்தி இனிமே யாரும் கவலை பட தேவையில்ல. ஷீ இஸ் மை வைஃப் நவ். ஐ டோண்ட் அலோ எனிபடி டு டீமீன் மை வைஃப்" என்று கூறியபடியே அவளை வெளியே நின்று கொண்டிருந்த நிருபர் கூட்டத்தின் முன் அழைத்து சென்றான்.

அவர்கள் இருவரும் சேர்ந்து வருவதை கண்டதும் கூட்டத்தில் சளசளப்பு எழ அதை ஒரு பொருட்டாக மதிக்கவில்லை ராகவ். அவனை பொறுத்தவரைக்கும் இந்த பிரச்சனைக்கு அவன் கொடுக்க போகும் பேட்டியானது ஒரு முற்றுப்புள்ளியாக இருக்கவேண்டும், அவ்வளவு தான்!

அவர்களை கூரிய விழியால் அளவிட்டவன் பின் கம்பீரமான குரலில் " இங்க நாங்க கார்ல இறங்குனப்போ சில பேர் ஏதோ கேள்வி கேட்டிங்க தான? இப்போ கேளுங்க" என்று சொல்லிவிட்டு அவர்களை அதே கூர்மையுடன் பார்த்தான்.

அவனது குரலில் தயங்கியவாறு அவர்கள் நிற்கவும் " ஓகே நானே கேள்விய வரிசையா சொல்லிட்டு அதுக்கு பதிலையும் சொல்றேன். ஒரு வரி விடாம நோட் பண்ணிக்குங்க" என்று கட்டளையிட்டவன் " கொஸ்டீன் நம்பர் ஒன்., இதோ இங்க நிக்கிறாங்களே அவங்க என்னோட கேர்ள் ஃப்ரெண்டா? அண்ட் மை ஆன்சர் இஸ் **'யெஸ்'**., " என்று சொல்லவும் கூட்டத்தில் சலசலப்பு.

" கொஸ்டீன் நம்பர் டூ. இவங்க கூட இருந்த ரிலேசன்சிப் ஒன் நைட் ஸ்டான்டா? நோ டெஃபைனட்லி நோ. என் வாழ்க்கையோட ஒவ்வொரு இரவையும் இவங்க கூட தான் நான் ஸ்பெண்ட் பண்ண விரும்புறேன்" என்று அவந்திகாவை பார்த்து கொண்டே தீர்க்கமான குரலில் கூற நிருபர்கள் ஒருவரை ஒருவர் பார்த்து கொண்டனர்.

" கொஸ்டீன் நம்பர் த்ரீ. என்னோட பிரிவீயஸ் பிரேக் அப்க்கு இவங்க தான் காரணமா? நோ. அதுக்கு அந்த கடவுள் தான் காரணம். பிகாஸ் எங்க அம்மா சொல்லுவாங்க இந்த உலகத்துல அற்புதமான விஷயங்கள் நடக்கணும்னா கண்டிப்பா அதுக்கு முன்னாடி கடவுள் மனுஷங்களுக்கு கொஞ்சம் கஷ்டத்த குடுப்பாருனு. சோ கடவுள் எனக்கு பிரேக் அப்கிற ஒரு சின்ன கஷ்டத்த குடுத்து அவந்திகாங்கிற ஒரு பெரிய கிஃப்ட எனக்கு குடுத்திருக்கார்னு வேணா வச்சிக்கலாம்" என்று அவன் கூறும் போது அங்கு நின்று கேட்டு கொண்டிருந்த உஷாவும் ரித்திமாவும் ஒருவரை ஒருவர் மகிழ்ச்சியுடன் பார்த்து கொண்டனர். பின்னர் தாதியுடன் கலந்து பேசிவிட்டு வீட்டிற்குள் சென்று மறைந்தனர்.

இவ்வளவு நேரம் அமைதியாக இருந்த நிருபர் கூட்டத்திலிருந்து ஒருவர் "சார் அப்போ இவங்க யாரு தான் உங்களுக்கு?" என்று கேள்வியை எழுப்பினார்.

அவரை கூர்மையாக பார்த்த ராகவ் " இந்த மாதிரி காஷ்ட்யூம் போட்டுகிட்டு கழுத்துல மங்கல்சூத்ரா , கைல இந்த கல்யாணமான லேடிஸ் போடுற இந்த வளையல், அப்புறமா நெத்தில இந்த குங்குமம் இதுல்லாம் வச்சிட்டு ஒரு பொண்ணு ஒரு பையனோட கையை பிடிச்சு நின்னா அந்த பொண்ணுக்கும் பையனுக்கும் எந்த ரிலேஷன்ஷிப்

இருக்குமோ அதே தான் எங்களுக்கு இடையிலயும் இருக்கு" என்று சொல்லிவிட்டு அவந்திகாவின் முகத்தை பார்த்தவன் அதில் எந்த உணர்ச்சியும் இல்லாததை கண்டு ஒரு கூரிய பார்வையை அவளை நோக்கி செலுத்தியபடியே " ஷீ இஸ் மை வைஃப்., ஷீ இஸ் அவந்திகா ராகவ் கபூர்" என்று சொல்லவும் அங்கு நின்றிருந்த அனைவரும் அதிர்ந்தனர்.

" அது எப்பிடி சார் திடீர்னு உங்க வைஃப்னு சொன்னா இதுலாம் நம்புற மாதிரியா இருக்கு?" என்று கேலியாக கேட்கவும் அவரை கூர்மையாக பார்த்த ராகவ் " இங்க இருக்கிறவங்க நம்பணும்னு என்னால பொய்லாம் சொல்ல முடியாது. அண்ட் இந்த விஷயம் தெரியாம நீங்க எல்லாரும் நெறையா பேசிட்டிங்க. பட் திஸ் மஸ்ட் பீ லாஸ்ட். இனிமே யாரும் என்னையோ என்னோட மனைவிய பத்தியோ எங்க பெர்சனல் லைஃப் பத்தியோ தேவை இல்லாம ஆதாரம் இல்லாம விமர்சனம் பண்ணா அதுக்கு நான் லீகலா ஆக்ஷன் எடுப்பேன்" என்று கடினமான குரலில் அவன் கூறவும் கௌசல்யாவுக்கு இனி யாரும் தன் மகளை மோசமாக பேச முடியாது என்ற நிம்மதி மனதில் பரவியது.

" ஓகே ! தேங்க்யூ ஜெண்டில்மென்! உங்க எல்லா கேள்விக்கும் பதில் கெடச்சிருக்கும்னு நம்புறேன். எல்லாரும் இப்போ கௌம்பலாம்" என்று அவன் சொல்லவும் தங்களுக்கு செய்தி கிடைத்த மகிழ்ச்சியில் அவர்கள் அனைவரும் கலைந்தனர்.

அவர்கள் சென்றதும் தான் அந்த அரண்மனையில் அனைவருக்கும் மூச்சே வந்தது. அதுவுமின்றி திடீரென்று நடந்த திருமணம் என்றாலும் மற்ற சடங்குகளை சரியாக செய்ய வேண்டுமென்று கல்யாணிதேவி கட்டளையிட விறுவிறு என்று கிரகப்ரவேசத்திற்கான ஏற்பாடு ஆரம்பிக்க பட்டது.

ஆனால் அதற்கு முக்கியமான சதி பதி இருவரும் அதை உணராமல் தோட்டத்தில் ஒருவருக்கொருவர் முதுகு காட்டி கொண்டு அமர்ந்திருந்தனர். ராகவிற்கு இப்போது தான் நிம்மதியாக இருந்தது. இனி அவந்திகாவை பற்றி யாரும் அவதூறு பேச முடியாது என்பதால் கௌசல்யா தன் பெண்ணை பற்றி இனி கவலை கொள்ள மாட்டர் என்ற நினைவில் இருந்தான் அவன்.

ஆனால் நடந்த இந்த திருமணத்துக்காக அவந்திகாவை சமாளிக்க அவன் இதற்கு மேல் வாழ்க்கை முழுவதும் போராட வேண்டியிருக்கும்

என்பது அவனுக்கு அப்போது புரியவில்லை.

6

அத்தியாயம்

அரண்மனை தோட்டத்தில் பொம்மை போல் அமர்ந்திருந்தாள் அவந்திகா. காலையிலிருந்து நடந்த எதிர்பாரா சம்பவங்கள் அவளை அந்தளவிற்கு பாதித்திருந்தது. இரண்டு நாள் முன் பார்த்த ஒரு மனிதன் இன்று அவளது கணவன், நினைப்பதற்கு வேதனையாகவும் வேடிக்கையாகவும் இருந்தது அவந்திகாவுக்கு.

ஆனால் ராகவை பொறுத்தவரைக்கும் அவனால் நடந்த தவறுக்கு அவன் பிராயசித்தம் தேடிவிட்டான் இந்த திருமணம் மூலமாக. அதனால் அவன் அந்நிகழ்வை பெரிதாக கருதி வருந்தவில்லை. அதனால் வழக்கம் போல போனில் யாரிடமோ காரசாரமாக பேசிக் கொண்டிருந்தான். அரண்மனைக்குள்ளேயோ நேற்று இரவு முதல் இருந்த குழப்பம் நீங்கி அடுத்த நிகழ்வுக்கான பரபரப்பு புகுந்தது.

கல்யாணி தேவி என்றுமே உஷாவையும் அவள் தோழிகளையும் பிரித்து பார்த்தது இல்லை. அன்று சிவன் கோயிலில் அவந்திகாவிற்கு திருமணயோகம் வந்து விட்டதாக பண்டிதர் கூறிய போது தன் பேத்தியை போல அவளுக்கும் ஒரு நல்ல வாழ்க்கை துணை கிடைக்க அந்த சிவபெருமான் வழி காட்டி விட்டதாகவே மகிழ்ந்தார்.

இன்று எதிர்பாரா விதமாக நடந்த திருமணத்தையும் அவர் சிவபெருமானின் அருளால் நடந்ததாகவே நம்பினார். திருமணம் எதிர்பாராமல் நடந்தாலும் மற்ற சம்பிரதாயங்களில் குறை எதுவும் வரக் கூடாது என்பதில் தெளிவானவர் உஷாவிடமும் ரித்திகாவிடமும் ஆரத்தி கரைக்க சொல்லிவிட்டு கௌசல்யா, மைதிலி, ராதிகாவை கிரகப்ரவேசத்திற்காக

ஒரு பெரிய தட்டில் செஞ்சாந்து குழம்பை எடுத்து வருமாறு கூறிவிட்டு தோட்டத்தில் இருந்த ராகவையும் அவந்திகாவையும் அழைத்து வருமாறு பணியாள் ஒருவரை அனுப்பினார்.

ராகவ் அவந்திகாவின் தோளை தொட்டு அழைக்க முயல அதற்குள் தோளை சுருக்கி கொண்டு எழுந்தவள் அவன் முகத்தை பார்க்காது விறுவிறுவென்று முன்னே நடந்தாள். அவன் பெரிதாக அலட்டிக் கொள்ளாமல் அவளை தொடர்ந்தான்

சில நிமிடங்களில் அரண்மனை உள்வாயிலில் நின்று கொண்டிருந்தனர் அவந்திகாவும், ராகவும். ராதிகா உஷாவின் கையிலிருந்த ஆரத்தி தட்டை வாங்கி இருவருக்கும் ஆரத்தி எடுத்து விட்டு அவந்திகாவிடம் " இந்த தட்டில் கால வச்சிட்டு அரண்மனைக்குள்ள வா மா" என்று அன்புடன் கூறி விட்டு அவள் நெற்றியில் திலகமிட்டார்.

அப்போது தான் உணர்வு வந்தது போல சுற்றி முற்றி பார்த்த அவந்திகா தன் கழுத்திலிருந்த தாலியை பார்த்ததும் நடந்த சம்பவங்கள் எல்லாம் படம் போல் அவள் கண் முன் ஓட ஆரம்பித்தது. நடந்த சம்பவங்களை நினைவு கூர்ந்தவளின் முகம் கோபத்தில் சிவக்க ஆரம்பித்தது.

ராதிகா சொல்லிவிட்டு சென்றதும் முன்னே நடக்க தொடங்கிய ராகவ் தன்னுடன் அவந்திகா வராததை உணர்ந்து திரும்பி பார்த்தான். வாயிலில் கண் நிறைய கோபத்துடன் நின்ற மனைவியை பார்த்து செய்வதறியாது நின்றான்.

அவனை பார்த்தவாறே உள்ளே வந்த அவந்திகா கீழே குனிந்து தான் கால் பதிக்க வேண்டிய தட்டை எடுத்து கோபத்துடன் தரையில் எறிந்தாள். செஞ்சாந்து குழம்புடன் பறந்த தட்டு 'நங்' என்று தரையில் மோதி விழ ராகவ் உடை முழுவதும் சிவப்பு நிறப் புள்ளிகள்.

அவளின் கோபத்தை பார்த்து உஷாவும் ரித்திகாவும் வெடவெடத்து போய் நின்றனர் என்றால் ராதிகாவோ புது மருமகளின் இந்த அவதாரத்தை பார்த்து அதிர்ச்சியில் உறைந்து போனார்.

" அவந்திகா! என்ன வேலை பண்ணிருக்க ?" என்று கோபத்துடன் பேச முயன்ற சித்தியை கோபம் சிறிதும் குறையாமல் பார்த்தவள் " உங்களுக்கு கோவம் வருதா சித்தி? ஒரு பாத்திரத்தை உடைச்சதுக்கு உங்களுக்கு இவ்ளோ கோவம் வருதே., நீங்க எல்லாருமா சேர்ந்து கௌரவம், ரெஸ்பான்சிபிளிட்டினு ஒருத்தனை கார்னர் பண்ணி என் கழுத்துல தாலி கட்ட வச்சு என் வாழ்க்கையையே நாசம் பண்ணிட்டிங்களே? என்

கோவத்தை நான் யார் மேல காட்டுறது?" என்று கோபத்துடன் கத்தி-னாள்.

கல்யாணிதேவி " அவந்திகா! கொஞ்சம் அமைதியா இருமா" என்று அவளை சமாதானப்படுத்த முயல அவளது கோபம் அதிகரித்தது.

" நான் எதுக்கு அமைதியா இருக்கனும் தாதி? இந்த காலத்துல போய் இப்பிடி ஒரு சில்லி ரீசனுக்காக என்னோட வாழ்க்கையையே இவங்க எல்லாரும் கேலிப்பொருளா மாத்திட்டாங்க., எல்லாரும் அவங்க பக்கம் உள்ள பிரச்சனையை சால்வ் பண்றதுக்காக என்னோட லைஃபை இப்பிடி விளையாட்டா நெனச்சிட்டாங்க தாதி. இப்போ கோவப்படலனா நான் ஒரு மனுஷியே கெடயாது" என்று அழுகையுடன் முடித்தாள்.

அவள் பார்வையில் அங்கு இறுகிய முகத்துடன் அவளையே பார்த்து கொண்டிருந்த ராகவ் விழ அவன் அருகில் சென்றவள் "மிஸ்டர் ராகவ் கபூர்! உன்னோட பேச்சு திறமைய அடிச்சுக்க பிஸினஸ் வேர்ல்ட்ல ஆளே கெடையாதுனு பேசிக்கிறாங்க., உன்னால ஒரு சாதாரண மிடில் கிளாஸ் லேடிய பேசி சமாளிக்க முடியாதா? இது வரைக்கும் எந்த பொண்ணு கூடவும் உன்ன சேத்து வச்சு நியூஸ் வந்ததே இல்லையா? அத எல்லாத்தையும் நீ இப்பிடி தான் சால்வ் பண்ணியா? பதில் சொல்லு" என்று அவன் ஷேர்ட் காலரை பிடித்து கோபத்துடன் கேட்டாள்.

அவன் பதில் கூறாமல் நிற்கவும் " எதுக்கெடுத்தாலும் கிளாஸ், ஸ்டேட்டஸ்னு பேசுவியே. இப்போ எங்க போச்சு அந்த கிளாஸ்...எந்த மூஞ்சிய வச்சிட்டு நீ ஒரு மிடில் கிளாஸ் பொண்ணை கல்யாணம் பண்-ணுன?" என்று கேட்டுவிட்டு அவன் காலரை விட்டாள்.

" ஆக்சுவலி நடந்தது தான் கல்யாணமே இல்லயே., என்னோட கன்செண்ட் இல்லாம நடந்த இந்த டிராமா எல்லாமே அந்த ரிப்-போர்ட்டஸ சமாளிக்க போட்டது தானே. இதுக்கு ஆரத்தி, கிரகப்ரவேசம் ஒன்னு தான் குறை! " என்று அழுகையினூடே சொல்லி கொண்டவள் " இந்த டிராமா மேரேஜோட அடையாளம் எதுவுமே என்னோட வாழ்க்-கையில எனக்கு தேவை இல்ல" என்று ஆவேசத்துடன் நெற்றியிலிருந்த குங்குமத்தை அழிக்க முயன்றாள்.

ராகவால் அவளை தடுக்க இயலவில்லை. அவள் கூறிய யாவும் அப்பட்டமான உண்மையென்று அவன் மனதிற்கு நன்றாகவே தெரிந்தது. அந்த நொடியில் தன் மனதில் தோன்றியதை அவன் செய்தானே தவிர

அவந்திகாவின் நிலையையோ அவளின் சம்மதத்தையோ கேட்காதது அவனின் தவறு தான் என்று அவனது மனசாட்சி அவனை குற்றம் சாட்ட அவன் அவந்திகாவை தடுக்க முயலவும் இல்லை.

திருமணம் நடந்த அன்றே தன் மகள் குங்குமத்தை அழிக்க முயலவும் பதறிய கௌசல்யா அவள் கையை பிடித்து தடுத்து விட்டு அவள் கன்னத்திலேயே ஓங்கி அறைந்தார். பிரதியுஷாவும் ரித்திமாவும் அவரை தடுக்க முயல அவரின் முறைப்புக்கு பயந்து அவர்களும் சிலையாயினர்.

ரகுவரனுக்கு தன் மனைவியா அவந்திகாவை அடித்தது என்று அதிர்ச்சி. தாயை இழந்த அவந்திகாவை வீட்டிற்கு அழைத்து வந்த நாள் முதல் தன் அக்கா மகளை எந்த குறையுமின்றி பார்த்து கொண்டவளா இன்று அவளை கை நீட்டியது என்று அவர் அதிர்ந்தார்.

" போதும்,. நீ பேசுனத கேட்டு யாரும் எதுவும் சொல்லலனா அவங்க உன்னோட உணர்வுக்கு மதிப்பு குடுக்கிறாங்கனு அர்த்தம். ஆனா அதுக்காக நீ பைத்தியக்காரத்தனமா இந்த மாதிரி நடந்துகிட்டா நான் என்னோட அக்கா மகள்னு கூட பாக்க மாட்டேன். ஜாக்கிரதை!" என்று கௌசல்யா கோபத்துடன் விரலை நீட்டி கூறவும் அவந்திகா அதிர்ச்சியில் உறைந்தாள். அவள் அறிந்த வரை அவளின் சித்திக்கு கோபம் என்றால் என்னவென்றே தெரியாது. அவரா தன்னை அறைந்தது என்ற அதிர்ச்சியுடன் கண்ணீரும் சேர்ந்து வர அவளால் கண்ணீரை உகுத்தபடி அவரை பார்க்க மட்டுமே முடிந்தது.

அவரோ அவளின் கண்ணீரை கண்டு வருந்தினாலும் " இந்த உலகம் ரொம்ப பெரிசு. இந்த வீட்டுல இருக்கிறவங்களுக்கு நீ யாரு, ராகவ் யாருனு நல்லா தெரியும். ஆனா நாங்க சொல்லுற எந்த விஷயத்தையும் இந்த உலகம் நம்பாது. ஒரு தடவை உன்னோட பேர் ஒரு தப்பான விஷயத்துல அடி பட்டுச்சுனா அத சொல்லி சொல்லி காட்டியே உன்ன இந்த உலகம் வாழ விடாது. நீ என்ன வேணா நெனச்சுக்கோ.

ஆனா நான் என் அக்காக்கு சத்தியம் பண்ணி குடுத்துருக்கேன், அவ பொண்ணுக்கு ஒரு நல்ல வாழ்க்கையை அமைச்சு குடுப்பேனு. எனக்கு என்னோட பொண்ணை பத்தி நாலு பேரு மோசமா பேச கூடாது. அவ்ளோ தான்" என்று பிடிவாதமான குரலில் கூறி முடித்தார்.

" ஓகே சித்தி! உங்க எல்லாருக்காகவும் இந்த தாலி, குங்குமம் இது எல்லாத்தையும் நான் மதிக்குறேன். ஆனா இந்த ராகவ் இருக்கானே,

இவனை என்னைக்குமே நான் என்னோட ஹஸ்பெண்டா ஏத்துக்கவே மாட்டேன். பிகாஸ் ஹீ டஸ்ட் மை செல்ஃப் ரெஸ்பெக்ட். அண்ட் ஒன் மோர் திங் ஒரு மிடில் கிளாஸ் கேர்ள அவனோட வைஃப்னு சொல்லிக்க அவனும் விரும்ப மாட்டான்" என்று சொல்லி விட்டு விறுவிறுவென்று உஷாவின் அறையை நோக்கி சென்றாள்.

அவள் சென்றதும் கௌசல்யா ராகவிடமும், ராதிகாவிடமும் மன்னிப்பு வேண்ட அவர்கள் அதிர்ச்சியில் அவள் பேசியதை தாங்கள் பெரிதுபடுத்த விரும்பவில்லையென்று கூறவும் அவர் நிம்மதியானார்.

கல்யாணி தேவி மைதிலியை அழைத்து வீட்டு மருமகனுக்கு செய்ய வேண்டிய சடங்குகளை கூறவும் அவை அனைத்தையும் கௌசல்யாவும் ரகுநாதனும் மைதிலியின் வழிக்காட்டுதலுடன் செய்து முடித்தனர்.

சடங்கு முடிந்த நேரத்தில் வந்து சேர்ந்த வருண் உஷாவின் மூலம் நடந்தவற்றை கேள்விப்பட்டு அடுத்து என்னவென்று ராகவுடன் சேர்ந்து யோசிக்க ஆரம்பித்தான். ராகவ் அவனிடம் " பய்யா! யாரோ அந்த போட்டோஸ், வீடியோவை மீடியாக்கு யாரு குடுத்தாங்கன்னு தெரிஞ்சா போதும். இதுக்கு காரணமானவனை நான் சும்மா விட மாட்டேன்" என்றான் கோபத்துடன். வருண் அதை தான் பார்த்து கொள்வதாக கூறியவன் அவந்திகாவை சமாதானப்படுத்த முயலுமாறு ராகவுக்கு அறிவுறுத்தினான்.

அவனது அறிவுரையை கேட்டவன் எழுந்து " நான் அவந்திகா கிட்ட கொஞ்சம் தனியா பேசனும்" என்று சொல்ல அந்த அறையிலிருந்தவர்கள் அடுத்த பிரளயத்திற்காக மனதை தயார் படுத்த தொடங்கி விட்டனர்.

உஷா தன்னுடைய அறையை காண்பிக்க ராகவ் அதை நோக்கி நடக்க ஆரம்பித்தான்.

தரையில் அமர்ந்து தலையை கைகளால் தாங்கி கொண்டிருந்தவளின் கண்களில் கண்ணீர் மட்டும் நிற்காமல் வழிந்து கொண்டிருந்தது. தன் அழகிய சிறிய உலகத்திலிருந்து யாரோ தன்னை அடியோடு பெயர்த்து எறிந்தது போன்று இருந்தது அவந்திகாவிற்கு.

தன் வாழ்க்கை சம்பந்தப்பட்ட மிகப் பெரிய முடிவை தன்னை தவிர அனைவரும் எடுத்ததை அவளால் ஏற்றுக் கொள்ளவே முடியவில்லை. இன்னும் ஆத்திரம் தணியாமல் கோபத்துடன் அமர்ந்திருந்தவள் கதவு

திறக்கும் சத்தம் கேட்டு " உஷா! ப்ளீஸ்., நான் கொஞ்ச நேரம் தனியா இருக்கணும்., யாரோட முகத்தையும் பாக்க எனக்கு இஷ்டம் இல்ல" என்று அந்த ஆத்திரம் சிறிதும் தணியாத குரலில் கூறினாள்.

ஆனால் காலடிச்சத்தம் தன்னை நெருங்கவும் கோபத்துடன் எழுந்தவள் தன் எதிரே நின்ற ராகவை பார்த்ததும் ஒரு நிமிடம் உறைந்து நின்றாள். பின்னர் முகத்தை திருப்பிக் கொண்டு " நீயா? போய்டு ராகவ்! எனக்கு உன்னோட முகத்தை பாக்க கொஞ்சம் கூட பிடிக்கல. நான் கோவப்பட்டு ஏதும் சொல்றதுக்கு முன்னாடி நீயா போய்டு!" என்று பல்லை கடித்தபடி கூறினாள்.

" சோ இவ்ளோ நேரம் நீங்க கோவப்படாம ரொம்ப பொறுமையாவா பேசிட்டு இருந்தீங்க? பெரியவங்கனு கூட பாக்காம எல்லாரையும் என்னென்ன பேசுன நீ?" என்று பதிலுக்கு அவனும் இறுக்கமான குரலில் கேலி விரவி கூறி முடித்தான் அவளை முறைத்தவாறே.

" எனக்கு யாரை பத்தியும் கவலை இல்ல. யாருமே என்ன பத்தி யோசிக்காதப்போ நான் மட்டும் ஏன் மத்தவங்கள பத்தி கவலைப்படணும்? வெயிட்., நீ யாரு எனக்கு அட்வைஸ் பண்ண? டோண்ட் கிராஸ் யுவர் லிமிட்., கெட் அவுட் மேன்" என்று கோபத்துடன் கத்தினாள்.

“இப்படியே விட்டா இவ இந்த வீட்டில இருக்கிற எல்லாரையும் பைத்தியமாக்கிடுவா” என்று மனதில் சொல்லிக் கொண்டவன் அவள் அவனை வெளியேற்றுவதற்காக அவனை நோக்கி கையில் கிடைத்த பொருட்களை தூக்கி எறியவும் அவனால் கோபத்தை கட்டுப்படுத்த முடியாமல் அவள் அருகில் சென்று அவள் கையை பிடித்தான்.

அவன் கையை பிடித்த கோபத்தில் அவள் மற்றொரு கையால் அவனை அறைய முற்பட ராகவால் அமைதியாக இருக்க முடியவில்லை, அவளது இரு கைகளையும் மடக்கி முதுகுக்கு பின் கொண்டு சென்றவன் " இனாஃப்! நீ இது வரைக்கும் கத்துனதுக்கு, ஸ்டுப்பிட் தனமா பிஹேவ் பண்ணதுக்கு, வீட்டில பெரியவங்கள மதிக்காம நடந்துகிட்டதுக்கு எல்லாம் நான் அமைதியா இருந்ததுக்கு காரணம் நான் பண்ண விஷயம் உன்ன ரொம்பவே ஹர்ட் பண்ணிருக்கறதால நான் உன்ன ஏதும் சொல்லி அகெய்ன் ஹர்ட் பண்ண கூடாதுனு தான். பட் என்னோட பொறுமைக்கும் ஒரு எல்லை இருக்கு" என்று கோபத்துடன் ஆனால் அமர்ந்த குரலில் கூறினான்.

அந்த குரல் அவந்திகாவின் மனதில் குளிரை பரப்பியது. பயத்தில் பேசாமல் நின்றவள் பின் தைரியத்தை வரவழைத்து கொண்டு " ஒரு நாள் திடீர்னு உன்னோட உலகம் மாறிப் போச்சுனா அதுவும் அந்த மாற்றம் உன்னோட சம்மதம் இல்லாம நடந்தா மட்டும் தான் நான் இருக்கிற நிலைமை உனக்கு தெரியும் ராகவ்., மத்த விஷயத்தை விடு., சின்ன சின்ன விஷயத்துக்கு கூட கிளாஸ் பாக்குற நீ எப்பிடி ஒரு மிடில் கிளாஸ் பொண்ண உன்னோட வைஃபா ஏத்துப்ப? " என்று கசந்த குரலில் கூறினாள்.

அவள் கொஞ்சம் அமைதியாக கூறவும் அவள் கைகளை விடுவித்தவன் "அத பத்தி நீ கவலைப்பட வேண்டாம்! யூ ஹேவ் டு லிசன் ஒன் திங்., இங்க ஒரு கல்யாணம் நடக்க போகுது., நம்ம ரெண்டு பேரோட பெர்ஷனல் ப்ராப்ளம்ஸால அதுல குழப்பம் வர்ரது எனக்கு பிடிக்கல" என்றான்.

" ஐ ஹோப் நீ உஷா பாபி மேல வச்சிருக்கிற பாசம் உன்னை அகெய்ன் இந்த மாதிரி ரூடா பிஹேவ் பண்ண விடாது! உன்னோட ஃப்ரெண்ட்ஷிப் உண்மையா இருந்தா இந்த மேரேஜ் முடியற வரைக்கும் நீ மிசஸ். ராகவ் கபூரா நடிச்சா போதும்! இதால் ரெண்டு ஃபேமிலிலயும் இருக்கிற டென்சன் குறையும். அவங்க மேரேஜூம் நல்லபடியா முடியும்."

அவன் அவ்வாறு கூறவும் சிறிது நேரம் யோசித்தவள் தன்னால் வருணுக்கும் உஷாவுக்கும் மனக்கஷ்டம் வரக் கூடாது என்ற முடிவுக்கு வந்தாள். சரியென்று அவள் தலையாட்ட ராகவுக்கு இப்போதைக்கு இந்த பிரச்சனை முடிந்த்து என்ற நிம்மதி மனதில் பரவ அவளை அழைத்து கொண்டு ஹாலுக்கு சென்றான்.

நடு ஹாலில் இருந்த அனைவரின் முகமும் பதட்டமும் கவலையுமே நிறைந்திருக்க அனைவரின் கண்களும் மாடியையே நோக்கியிருந்தது. அறையிலிருந்து சேர்ந்து வெளியே வந்த ராகவையும் அவந்திகாவையும் பார்த்தவர்கள் அடுத்து என்ன கலவரமோ என்ற எண்ணத்திலிருக்க ராகவின் பின்னால் வந்து கொண்டிருந்த அவந்திகாவின் முகத்தில் இருந்த கோபம் காணாமல் போயிருந்ததை பார்த்து கொஞ்சம் நிம்மதி பெருமூச்சு விட்டனர்.

ஹாலின் நடுவில் வந்து நின்றவர்கள் அமைதியாக அனைவரையும் பார்க்க அவந்திகா பேச ஆரம்பித்தாள்.

" முதல்ல எல்லாரும் என்ன மன்னிச்சிருங்க! ஏதோ கோவத்துல நான் பேசிட்டேன்! திடீர்னு இப்பிடிலாம் நடந்ததும் என்னால அத ஏத்துக்க முடியாம தான் நான் கொஞ்சம் ரூடா பிஹேவ் பண்ணிட்டேன். சாரி!" என்றவளை ஆச்சரியமாக பார்த்தனர் உஷா, ரித்திமா மற்றும் கௌசல்யா. ஏனெனில் இவர்கள் மூவரும் அறிந்த வரை அவந்திகாவின் கோபம் அவ்வளவு எளிதில் தீராது என்பது தான்.

ஆனால் அவந்திகாவை பொறுத்தவரை என்னதான் அவளது கோபத்தில் நியாயம் இருந்தாலும் அது வருண் உஷாவின் திருமணத்தில் குழப்பத்தை விளைவிக்க கூடாது என்று எண்ணினாள்.

" பட் எனக்கு இந்த ரிலேஷன்ஷிப்ப ஏத்துக்க கொஞ்சம் டைம் வேணும்" என்று கூறியவளை பார்த்த ராதிகா மகிழ்ச்சியுடன் " யூ கேன் டேக் யுவர் ஓன் டைம்! பட் சீக்கிரமா நல்ல முடிவா எடு" என்று சொல்ல அவந்திகா சரியென்று தலையசைத்தாள்.

அதை வேடிக்கை பார்த்து கொண்டிருந்த ராகவ் அறையில் அவந்திகா கூறிய விஷயங்களை யோசிக்க ஆரம்பித்தான்.

" ஓகே ! எனக்கு வருணும் உஷாவும் நல்ல படியா கல்யாணம் பண்ணிக்கனும். அதுக்காக இந்த கல்யாணம் முடியுறவரைக்கும் நான் நீ சொல்றபடி கேக்குறேன். பட் அதுக்கு அப்புறமா நீ என்னோட வழில வரக்கூடாது" என்று தீர்மானமாக கூறியவளுக்கு சரியென்று பதிலளித்ததை யோசித்தவன் அதை அறியாமல் சந்தோசப்படும் குடும்பத்தினரை நினைத்து கலங்கினான்.

அவந்திகாவோ இது எதையும் யோசிக்காமல் இனி உஷாவின் திருமணத்தில் மட்டும் கவனம் செலுத்தவேண்டும் என்று மனதினுள் தீர்மானித்தாள்.

7

அத்தியாயம் 7

அவந்திகாவே இறங்கிவந்து தனக்கு இந்த திருமணத்தை ஏற்றுக் கொள்ள கொஞ்சம் அவகாசம் தருமாறு கேட்டதால் அப்போதைக்கு அந்த வீட்டில் நிலவிய குழப்பம் மறைந்து அமைதி கொஞ்சம் கொஞ்சமாக திரும்ப தொடங்கியது.

ராகவின் அம்மா ராதிகா கௌசல்யாவிடம் அவந்திகாவை கொஞ்சம் விட்டு பிடிக்கலாம் என்று சொல்ல அவரும் அதை வேறு வழியின்றி ஏற்றுக் கொண்டார். பிரச்சனை முடிந்ததால் வருண் பெரியவர்களிடம் சொல்லிக் கொண்டு ராகவையும் ராதிகாவையும் அழைத்து கொண்டு சென்றுவிட்டான். செல்வதற்கு முன் உஷாவிடம் அவந்திகாவை கூடவே இருந்து பார்த்து கொள்ளுமாறு சொல்லிவிட்டு தான் சென்றான்.

அவர்கள் சென்றதும் ரகுவரன் தன் மகளுடன் சேர்ந்து சாதாரணமாக பேச ஆரம்பிக்கவும் எல்லாரும் அவந்திகா சமாதானமாகி விட்டதாகவே நினைக்க தொடங்கினர்.

இரவுணவு முடிந்து உஷாவையும் ரித்திமாவையும் உறங்க சொல்லி-விட்டு மறுநாள் சங்கீத்துக்கு என்ன என்னவெல்லாம் செய்ய வேண்டும் என்று திட்டமிட தொடங்கினாள் அவந்திகா. சங்கீத்துடன் மெஹந்தியும் சேர்த்து வைத்தால் நன்றாக இருக்கும் என்று பிரியா விரும்பியதால் இரு நிகழ்வுகளுக்கும் தேவையான ஏற்பாடுகளை ஓரளவுக்கு முடித்து வைத்-திருந்தாள் ரித்திமா.

மலர் அலங்காரம் மட்டுமே மாற்ற வேண்டியதிருந்ததால் மற்ற அனைத்துமே ஏறத்தாழ முடிந்துவிட்டது.

மலர் அலங்காரம் என்றதும் இன்றைய நிகழ்வுகள் மீண்டும் நினைவுக்கு வர அதை பற்றி யோசிக்க விரும்பாதவள் லேப்டாப்பை மூடிவைத்து விட்டு தூங்க சென்றாள்.

அதே நேரம் கபூர் குடும்பத்தின் மூத்த மருமகளும் வருணின் தாயுமான பிரியாவும் , ராகவின் அம்மா ராதிகாவும் நடந்த திடீர் திருமணத்தை தங்கள் மாமியாரும் குடும்பத்தின் மூத்த பெண்மணியுமான சுமித்ராவிடம் எவ்வாறு சொல்லி சமாளிப்பது என்று தெரியாமல் குழம்பி தவித்து கொண்டிருந்தனர்.

ராதிகா கூறியதை கேட்டுக் கொண்டிருந்த பிரியா " எப்பிடியோ கல்யாணம் முடிஞ்சாச்சு! அவளும் நம்ம வீட்டு மருமகள் தான! நியாயப்படி இப்போ அவ நம்ம வீட்டில இருக்கணும்., நீ அவளுக்கு யோசிக்க டைம் குடுத்தது எல்லாம் ஓகே., ஆனா இந்த காரணத்த நாளைக்கு வரப் போற நம்ம அத்தை கிட்ட நாம சொல்ல முடியாது ராதிகா " என்று யோசனையுடன் கூறினார்.

" சரி தான் அக்கா., ஆனா அவந்திகாவும் பாவம்., திடீர்னு இப்பிடி ஆகும்னு அவ யோசிச்சிருக்க கூட மாட்டா., அந்த பொண்ணு நெலைமைல இருந்து யோசிச்சா தான் நமக்கு அவ கஷ்டம் புரியும். அத்தைய நான் சமாளிச்சிக்கிறேன். நீங்க டென்சன் இல்லாம நம்ம வருண் கல்யாண வேலையை பாருங்க" என்று நம்பிக்கையுடன் சொல்லிவிட்டு அவரை அழைத்து கொண்டு நாளைய நிகழ்வுக்கான முன்னேற்பாடுகளை இருவரும் அமைதியாக ஆலோசிக்க தோட்டத்திற்கு சென்றனர்.

ஆனால் ராகவால் அமைதியாக இருக்க முடியவில்லை. அறையின் பால்கனியில் நின்று அவனது உதவியாளருக்கு அழைத்தவன்" இந்த நியூஸ் எப்பிடி மீடியா பீப்பிள்கு போச்சு? ஐ வாண்ட் ஃபுல் டிடெய்ல்ஸ் வித்தின் 24 ஹவர்ஸ்...ஓகே" என்று போனில் தன் உதவியாளருக்கு கட்டளையிட்டவன் தூக்கம் வராமல் பால்கனியில் அங்குமிங்கும் நடந்தான்.

பெட்டில் அவனது சட்டையில் இருந்த சிவப்பு நிறப்புள்ளிகள் இன்றைய நிகழ்வுகள் அனைத்தையும் கண் முன் கொண்டு வர அங்கிருந்த சோஃபாவில் அமர்ந்தவன் ஆள்காட்டி விரலால் நெற்றியில் தட்டிக் கொண்டு அடுத்து என்ன செய்வது என்று யோசிக்க ஆரம்பித்தான்.

" இந்த ஜான்சி ராணிய எப்பிடி சமாளிக்க போறேனு புரியலயே. நாளைக்கு வேற தாதி வர்ராங்க. ஃபர்ஸ்ட் அவங்களை சமாதானப்ப-

டுத்தனும் ராகவ். தென் இந்த மேரேஜ் முடியுறதுக்கு முன்னாடி ரெண்டு ஃபேமிலி கிட்டயும் எங்க நெலமைய சொல்லி சீக்கிரமா ஒரு நல்ல முடி-வுக்கு வரணும்'' என்று தனக்கு தானே பேசிக் கொண்டான்.

பின்னர் யோசனையுடன் “ஐ நோ இந்த ரிலேஷன்சிப் ரொம்ப நாளுக்கு நீடிக்காது. பட் அதை ரெண்டு ஃபேமிலில உள்ளவங்களுக்கு புரிய வைக்கணும். அந்த வேலைய முதல்ல பாக்கணும்" என்று பலவா-றான எண்ணங்களுடன் தூங்கச் சென்றான் ராகவ்.

மறுநாள் காலை....

கதிரவனின் பொன்னிற கதிர்கள் அந்த அரண்மனையை சொர்க்-கலோகமாக மாற்றிக் கொண்டிருக்கும் அழகான காலை வேளையில் சோம்பல் முறித்தபடி எழுந்தாள் அவந்திகா. மெதுவாக கண்ணை கசக்-கியவளின் பார்வையில் விழுந்தது அவளின் கழுத்தில் ராகவ் அணி-வித்த கருகமணி தாலி. ஒரு நிமிடம் எவ்வித யோசனையுமின்றி அதை வெறித்தவள் பின்னர் குளிப்பதற்காக சென்றுவிட்டாள்.

குளித்து உடை மாற்றிவிட்டு அவந்திகா பரபரப்பாக கல்யாண வேலைகளை கவனித்து கொண்டபடி சுற்றி கொண்டிருந்தாள். அவளை கேள்வியுடன் பார்த்தவர்களுக்கு சிரிப்பை மட்டும் பரிசாக அளித்துவிட்டு மாலை நிகழ்வுக்கான வேலையில் கண்ணும் கருத்துமாக இருந்தாள் அவள்

கௌசல்யாவுக்கு இவள் திருமணமான பெண் மாதிரியா நடந்து கொள்கிறாள் என்ற ஆதங்கம். ஏனெனில் கழுத்தில் இருந்த கருகம-ணியை குளிப்பதற்காக கழற்றியவள் அதை அணிய மறந்தது மட்டு-மின்றி முன் நெற்றியில் குங்கும்ம் வைக்கவும் மறந்துவிட்டாள் அவள். கௌசல்யா அவளை வருத்தத்துடன் பார்ப்பதை அறிந்தவளின் கைகள் அவளறியாமல் கழுத்தை தடவ கருகமணி இல்லாததை உணர்ந்தாலும் அதை பெரிதாக எடுத்து கொள்ளவில்லை அவள்.

சிறிது நேரத்தில் ராகவும் அவளும் ஆர்டர் செய்த டுலிப் மலர்கள் வரவும் அதை எவ்வாறு பயன்படுத்த வேண்டும் என்று ரித்திமா ஐடியா கொடுக்க அரண்மனை வேலையாட்கள் அவர்கள் இருவரும் கூறிய-வாறு மலர் அலங்காரத்தை செய்ய தொடங்கினர்.

அப்போது பார்க்கிங்கில் கார் நிற்கும் சத்தம் கேட்கவே விருந்தி-னர்கள் தான் என்று நினைத்த இருவரும் அதை கண்டுகொள்ளாமல்

வேலையை தொடர்ந்தனர்.

" நான் என் வீட்டு மருமகளை பாக்க ஆசைப்பட்டது ஒண்ணும் அவ்ளோ பெரிய தப்பு இல்லையே! நீ கொஞ்ச நேரம் சும்மா இரு ராதிகா., பிரியா நாம வந்திருக்கோம்., இங்க யாருமே நம்ம கண்டுக்கவே இல்ல" என்று ஒரு வயதான பெண்மணியின் வெண்கலக்குரலில் இருவரும் திரும்பி பார்க்க அங்கு கல்யாணிதேவியின் வயதில் ஒரு பெண்மணி நிற்க ராதிகாவும் பிரியாவும் செய்வதறியாது கையை பிசைந்தபடி அவர் அருகில் நின்று கொண்டிருந்தனர்.

அவர்களை அழைத்து வந்திருந்த கிஷோர் அவர்களிடமிருந்து விலகி ரித்திமாவிடம் சென்று " அவங்க எங்க தாதி. மாப்பிள்ளை வீட்டோட பெரிய மனுஷி வந்திருக்காங்க. நீங்க ரெண்டு பேரும் பொறுப்பு இல்லாம இப்பிடி உக்காந்திருந்தா என்ன அர்த்தம்? கம் ஆன், ஸ்டாண்ட் அப் மை டியர் யங் லேடீஸ்" என்று சொல்லவும் அவந்திகா எழுந்து கொண்டாள்.

இன்னும் அமர்ந்திருந்த ரித்திமாவை பார்த்தவன் " உங்களுக்கு எழுந்திருக்க அவ்ளோ கஷ்டமா இருக்குனா நான் வேணா உங்களை தூக்கி விடவா பேபி? " என்று கிண்டலாக கேட்டவாறே அருகில் வர ரித்திமா அவசரமாக எழுந்து கொண்டாள்.

அவனை முறைத்தவள் " லிசன்! இனிமே நீ என்னை பேபினு கூப்டனு வை, வருணோட தம்பினு கூட பாக்க மாட்டேன்., ஐ வில் கில் யூ" என்று அவனை திட்டவும் கிஷோர் சிரித்தான்.

" ஐயாம் ரெடி டு டை பேபி " என்று சொல்லி கண் சிமிட்டவும் அவந்திகாவிற்கு இவன் நிஜமாகவே ராகவ் குடும்பத்தை சேர்ந்தவன் தானா என்ற சந்தேகம் வந்தது.

"அவன் சிரிக்கிறதுக்கே காசு கேப்பான். ஜோக்லாம் அவனுக்கு சுட்டு போட்டாலும் வராது. வருணும் கிஷோரும் மட்டும் அந்த குடும்பத்துல தப்பி பொறந்துட்டாங்க போல" என்று மனதில் நினைத்து கொண்டாள்.

அதற்குள் கல்யாணிதேவியே நேரில் வந்து வரவேற்கவும் அந்த பெண்மணி சமாதானமானார். அவர்கள் பேசிக் கொண்டே உள்ளே செல்லவும் கௌசல்யா அவந்திகாவையும் ரித்திமாவையும் உள்ளே வருமாறு கண் ஜாடை காட்டிவிட்டு சென்றார்.

மூவரும் உள்ளே செல்லும் போது உஷா சுமித்ராவின் காலில் விழுந்து ஆசிர்வாதம் வாங்கிக் கொண்டிருந்தாள்.

" நல்லா இரும்மா" என்று அவளை ஆசிர்வதித்தவர் தன் அருகி-லேயே அவளை அமரவைத்து கொண்டு அவளிடம் பேச ஆரம்பித்தார்.

கிஷோர் அவந்திகாவின் காதில் " நெக்ஸ்ட் நீங்க தான் அண்ணி" என்று சொல்லவும் அவனை பார்த்து திருதிருவென்று முழித்தவள் " நான் என்ன பண்ணனும் கிஷோர்?" என்று தயக்கத்துடன் கேட்டாள்.

" ஆசிர்வாதம் வாங்குறத சொன்னேன் அண்ணி., டோண்ட் கெட் டென்சன்" என்று புன்னகைத்தான்.

இப்போ இது ஒன்னு தான் கொறைச்சலாக்கும் என்று மனதிற்குள் நொடித்தாள் அவந்திகா.

" எங்க என்னோட சின்ன மருமக?" என்று சுமித்ரா கேட்கவும் அவந்திகாவின் கால்கள் அவளையறியாமல் அவர் முன் சென்று நின்-றது.

அவளை தலையிலிருந்து கால் வரை பார்த்தவர் " ஒரு சுமங்கலி பொண்ணு காலையிலேயே இப்பிடியா இருப்பா? தலை முடிலாம் கலைஞ்சு முகம் எல்லாம் வேர்வையோட! ஆமா உன்னோட தாலி எங்க போச்சு?" என்று அவர் கண்டிக்கவும் கௌசல்யாவுக்கு பதட்ட-மாயிற்று. எங்கே அவந்திகா அவரை மதிக்காமல் கோபமாக பேசிவிடு-வாளோ என்று அவளை கண்ணில் ஒரு கெஞ்சலுடன் பார்த்தார்.

அவள் தன்னை தானே அமைதி படுத்தி கொண்டு " நான் கொஞ்-சம் வேலையா இருந்தேன் தாதி! அதான் இப்பிடி ஓவரா வேர்த்துடுச்சு. இப்போ வந்துடுறேன் தாதி" என்று சொல்லிவிட்டு அவளது அறைக்கு சென்றாள்.

உள்ளே சென்றவள் கண்ணாடியை பார்த்து " ஏன்? எனக்கு என்ன? நான் இப்போ கூட பாக்க ஏஞ்சல் மாதிரி தான் இருக்கேன். இந்த ராக-வோட பாட்டிக்கு தான் கண்ணுல ப்ராப்ளம். ஐயோ! இந்த ஓல்ட் லேடிய சமாளிக்க வேற நான் இப்போ டிராமா பண்ணனுமா? பெருமாளே! இந்த ஃபேமிலி கிட்ட இருந்து என்னை சீக்கிரமா காப்பாத்து" என்று சொல்-லிக் கொண்டே மீண்டும் குளிக்க சென்றாள்.

குளித்து முடித்து தயாரானவள் மறக்காமல் தாலியை அணிந்து கொண்டாள். கண்ணாடியில் பார்த்து திருப்தி பட்டவள் கீழே செல்ல ஆயத்தமானாள்.

அங்கே ஹாலில் சுமித்ரா மைதிலியிடமும் கௌசல்யாவிடமும் அவந்திகாவை பற்றி கேட்டுக் கொண்டிருக்கும் போதே அறையிலிருந்து கீழே வந்த அவந்திகா நேராக அவர் முன்னே சென்று அவரது காலில் விழுந்து " ஆசிர்வாதம் பண்ணுங்க தாதி" என்று சொல்லவும் அவர் " நல்லா இரும்மா" என்று சொல்லிவிட்டு அவளை எழுப்பி விட்டார்.

பின்னர் அவளது முகத்தை பார்த்துவிட்டு " என்ன மருமகளே உன்னோட சித்தி உனக்கு சொல்லி குடுக்கலையா? ஒரு கல்யாணமான பொண்ணு நெத்தில குங்குமம் வைக்க மறக்க கூடாதுனு" என்று கேட்கவும் கௌசல்யா அவந்திகாவை அழைத்து குங்குமசிமிழை நீட்ட அவள் வைக்கப்போகும் தருணத்தில் வந்து சேர்ந்தான் ராகவ்.

நேற்று அவந்திகாவின் கோபம் யாரையும் விட்டுவைக்காததை கண்டு பதற்றத்தில் தான் அவன் அங்கு வந்திருந்தான். கோபத்தில் அவள் தாதியை எதுவும் சொல்லிவிடக் கூடாது என்று வேகமாக வந்தவன் அவன் நினைத்தவாறே சுமித்ரா அவளை ஏதோ சொல்லவும் வேகமாக அந்த அறையில் வந்து நின்றான்.

அவனை கண்டதும் அவந்திகா முறைத்தவாறு குங்குமத்தை நெற்றியில் வைக்காமல் கையை கீழே போடவும் அவன் கௌசல்யாவிடமிருந்து சிமிழை வாங்கி அவனே நெற்றியில் வைத்துவிட அதைப் பார்த்த சுமித்ரா சந்தோசமானார்.

முறைத்த அவந்திகாவை பொருட்படுத்தாது தன் அம்மாவுக்கும் பெரியம்மாவுக்கும் நடுவில் சென்று அமர்ந்தவன் அவர்களுடன் உரையாட ஆரம்பிக்க ரித்திமாவை கண்ணால் அழைத்த அவந்திகா அவளுடன் சேர்ந்து செல்ல முற்பட்டாள்.

அந்நேரத்தில் " அம்மாடி சின்ன மருமகளே! அவந்திகா தான உன்னோட பேரு. உன்னோட புகுந்த வீட்டில இருந்து வந்தவங்களுக்கு காபி டீ குடுக்கனும்னு கூடவா உனக்கு தெரியாது?" என்ற சுமித்ராவின் குரலில் தன்னுடைய பொறுமையை முற்றிலுமாக இழந்தாள்.

ரித்திமாவை நிற்க சொல்லிவிட்டு திரும்பி அவரை பார்த்தவளை நோக்கி கொண்டே " உன் புருஷனுக்காச்சும் குடுப்பியா? இல்லையா? உன்னோட சித்தி இதையுமா சொல்லி குடுக்கல?" என்று கண்டிக்கும் தொனியுடன் கேட்டார்.

பொறுமையை இழந்த அவந்திகா " இல்ல தாதி., என்னோட சித்தி எனக்கு தைரியமா பிரச்சனைகளை ஃபேஸ் பண்ண கத்து குடுத்துருக்-

காங்க. பெரியவங்களோ சின்னவங்களோ நமக்கு மரியாதை குடுத்தா அத திருப்பி குடுக்கனும்னு சொல்லி குடுத்திருக்காங்க. ஆனா நீங்க சொல்லுற இந்த டூ ஓல்ட் ஃபார்மாலிட்டீஸ் எதுவும் எனக்கு அவங்க சொல்லி குடுக்கல. பிகாஸ் நான் ஒண்ணும் பொறக்குறப்போவே ராகவ் கபூரோட மனைவி ஆகணும்கிற வரம் வாங்கிட்டு பொறக்கலயே! பை தி வே, காபியோ டீயோ வேணும்னா பல்ராம் பய்யா கிட்ட கேளுங்க! அவர் போட்டு குடுப்பார். ஐயாம் நாட் அ குக்! டு யூ அண்டர்ஸ்டாண்ட்?" என்று மெதுவான ஆனால் தெளிவான குரலில் சொல்லி விட்டு ரித்திமாவை கூட்டிக் கொண்டு அந்த இடத்தை விட்டு அகன்றாள்.

அவளுடன் வந்த ரித்திமா " என்னடி இப்பிடி சொல்லிட்ட? இப்போ அந்த பாட்டி என்ன கூத்து பண்ண போகுதோ?" என்று டென்சனுடன் சொல்ல அதற்கு நக்கலாக புன்னகைத்த அவந்திகா " என்ன சொல்லுவாங்க? இந்த பொண்ணு நம்ம குடும்பத்துக்கு ஒத்து வர மாட்டானு சொல்லுவாங்க. ஐ டோண்ட் கேர் பேபி., என் கண்ணு முன்னாடியே அவங்க என் சித்தியை இப்பிடி பேசுனா நான் சும்மா இருக்கணுமா? ஃபர்ஸ்ட் அவங்க பேரனை அவங்க ஒழுங்கா வளத்திருக்காங்களா? வந்துட்டாங்க எனக்கு அட்வைஸ் பண்ண" என்று உதட்டு சுளிப்புடன் சொல்லி முடித்தாள்.

பின்னர் ஒரு பெருமூச்சுடன் " அவங்களை சொல்லி ஒண்ணும் இல்ல! இந்த மைதா மாவு பண்ண தப்புக்கு அவங்க என்ன பண்ணுவாங்க ரித்து? நான் சொன்னதை கேட்டு டெஃபைனட்டா என்னை திமிரு பிடிச்ச பொண்ணுனு முடிவே பண்ணிருப்பாங்க" என்றாள் அவந்திகா.

உள்ளே சுமித்ரா அவள் நினைத்ததற்கு மாறாக சத்தமாக சிரித்து விட்டு கௌசல்யாவை பார்த்து " உன்ன ஒரு வார்த்தை சொன்னதும் உன் பொண்ணுக்கு கோவத்த பாத்தியா? சும்மா சொல்ல கூடாது. நீ உண்மையாவே உன்னோட பொண்ணை ரொம்ப தைரியமா வளத்திருக்கமா. எனக்கு அவளை ரொம்பவே பிடிச்சிருக்கு" என்று புன்னகையுடன் மனதார கூறினார்.

கௌசல்யா அவந்திகா பேசிவிட்டு போனதை நினைத்து தர்மசங்கடத்துடன் " அம்மா! அவ சின்ன பொண்ணு. அவ பேசுனதை தப்பா நெனச்சுக்காதிங்க" என்று கூற

சுமித்ரா " அவ வயசுல நான் எப்பிடி இருந்தேனோ அதே மாதிரி அதே தைரியம் , கம்பீரத்தை நான் இன்னைக்கு அவ கிட்ட பாத்தேன். என்னோட ராகவுக்கு நானே தேடிருந்தா கூட இப்பிடி ஒரு பொண்ணு கெடச்சிருக்க மாட்டா" என்று பெருமையாக கூறவும் கௌசல்யா நிம்மதி பெருமூச்சு விட்டார்.

ஒவ்வொருவரும் அவளை நினைத்து பதற்றமான மனநிலையிலி-லேயே இருக்க, அவந்திகாவோ எந்த கவலையுமின்றி மின்விளக்கு சரங்களை பார்வையிட்டு கொண்டிருந்தாள்.

ராகவ் கிஷோருடன் அங்கே வந்தவன் அவந்திகாவை பார்த்தவாறே "லுக்., இவளால நான் டென்சனோட இங்க வந்தா இவ ரிலாக்சா கார்-டன்ல ஃப்ரெண்ட் கூட பேசிட்டு இருக்கா. டேய் கிஷோர்! என்னைக்-கும் இந்த பொண்ணுங்களுக்கும் மட்டும் ஹெல்ப் பண்ணிடாதடா. இது என்னோட ஹம்பிள் ரிக்வெஸ்ட். அப்புறம் நீ தான் எல்லா தப்பையும் பண்ணுனனு சொல்லி உன்ன பனிஷ் பண்ணிடுவாங்க" என்று சொன்-னவனை பார்த்து அடக்க முடியாமல் சிரித்தான் கிஷோர்.

‘‘சிரிக்கிறியா? எல்லாம் என் தலை எழுத்து’’ என்று பெருவிரலால் நெற்றியில் கோடிழுத்து காட்டியவாறு அவளை பார்த்தான் ராகவ்.

அங்கே விழாவுக்கான ஏற்பாடுகள் ஜரூராக நடந்து கொண்டிருந்தது. மெஹந்தி சங்கீத் இரண்டுமே தோட்டத்தில் நடத்தினால் நன்றாக இருக்-கும் என்பது பெரியவர்களின் எண்ணம்.

அவந்திகாவுக்கும் ரித்திமாவுக்கும் அதுவே சரியென்று தோன்றவே அங்கேயே அழகான இளஞ்சிவப்பு மற்றும் வெள்ளை நிற பிண்ணனியு-டன் கூடிய மேடை அமைக்கப்பட்டது. அனைவரும் இளஞ்சிவப்பு மற்-றும் வெள்ளை நிற டுலிப் மலர் அலங்காரத்தை பாராட்டவே ராகவ் புருவம் உயர்த்தி அவந்திகாவை பார்க்க அவளும் அவன் பார்வையை எதிர்பார்த்தது போல கேலியாக உதட்டை வளைத்துவிட்டு அவனை கிண்டலாக பார்த்து விட்டு முகத்தை திருப்பி கொண்டாள்.

தோளை குலுக்கியவன் சுமித்ராவை பார்க்க அவர் அவந்திகாவிடம் காதில் ஏதோ ரகசியமாக கூற அவளோ அதை கேட்டு நமட்டு சிரிப்பு சிரித்துவிட்டு அவரிடம் தலையை ஆட்டி பதிலளித்தாள். அவர்கள் என்ன பேசினார்கள் என்று புரியாததால் குழப்பத்துடன் பார்த்து கொண்-டிருந்தான் ராகவ்.

அதே நேரம் ரித்திமா எழுந்து " ஹலோ லேடீஸ் அண்ட் ஜெண்டில்மென்! லிசன் ஹியர்! இன்னைக்கு சங்கீத் டிரஸ் கோட் பிங்க் அண்ட் ஒயிட். அதை மறந்துடாதிங்க. கம் ஆன் ஹனிபி! ஸ்டேஜ் டெக்கரேஷன் வொர்க்கை கவனிப்போம்" என்று கூறிவிட்டு அவளை கையோடு அழைத்து சென்றுவிட்டாள்.

தோட்டத்தின் நுழைவுவாயிலில் பூ அலங்காரம் அவந்திகாவுக்கு திருப்தியாக இல்லை. பல்ராமிடம் சொல்லி இதோடு பத்து முறை மாற்றியும் ரித்திமா போட்டு கொடுத்த டிசைன் வரவில்லை.

ஏணி மீது நின்று கொண்டிருந்த பல்ராமை இறங்க சொல்லிவிட்டு அவள் ஏறி அதை சரி செய்ய தொடங்கினாள். அவள் ஏறும் போதே " குட்டிமா பாத்து ஏறுடா" என்று ரகுவரன் எச்சரித்தார். அவள் புன்னகைத்து விட்டு " டோண்ட் வொர்ரி சித்தப்பா. ஐ வில் மேனேஜ்" என்று கூறி விட்டு அலங்காரத்தை சரி செய்ய ஆரம்பித்தாள்.

அவள் ஏறும் போதே ஏணியின் கால்கள் சமதளத்தில் இல்லாததை கவனித்த ராகவ் தான் ரகுவரனிடம் அவளை காட்டி கூறினான். அவள் தானே பார்த்துக் கொள்வதாக கூறியதும் " இந்த ஜான்சிராணிக்கு கீழ விழுந்தா தான் அறிவு வரும்" என்று கூறிவிட்டு அங்கிருந்த நாற்காலியில் அமர்ந்தாலும் அவன் கண்கள் அவள் கவனமாக தான் நிற்கிறாளா என்று கண்காணித்து கொண்டே இருந்தன.

அரை மணி நேரம் செலவளித்து அதை சரிசெய்த பின் அவள் முகம் திருப்தியானது. " நீ கை வச்சா சரியாகாத பிரச்சனை ஏதும் இருக்கா என்ன?" என்று தன்னை தானே பாராட்டியபடியே இறுதியாக ஒரு பூவை எம்பி வைத்தவள் ஏணி சரிவதை உணரவில்லை.

தன் கால்கள் நழுவுவதை அவள் உணர்ந்த போது அவள் உடல் ஏணியை விட்டு சரிய ஆரம்பித்திருந்தது. பிடிமானம் ஏதும் இல்லாமல் கீழே விழ தொடங்கியவள் " அம்மா" என்ற கூவலுடன் கண்களை இறுக மூடிக் கொண்டாள்.

அடுத்து என்ன நிகழ்ந்தது என்று அவள் புத்தியில் உரைக்கவில்லை. கண்ணை திறக்கவும் பயந்து எதையோ இறுக்கமாக பற்றிக் கொண்டவளின் காதில் " கண்ணை திறந்து பாரு அவந்திகா. யூ ஆர் சேஃப் நவ்" என்ற ராகவின் குரல் விழவும் அதிர்ச்சியுடன் கண்ணை திறந்தவளை தன் கைகளில் ஏந்திக் கொண்டு புன்னகையுடன் நின்று கொண்டிருந்தான் ராகவ்.

பயத்தில் அவனை இறுக்கமாக கட்டிக் கொண்டிருந்தவளின் கண்கள் அவன் கண்களிலிருந்து எதையோ தெரிந்துகொள்ள முயன்று முடியாமல் தோற்றது.

" அவந்திகா! " என்ற சத்தத்துடன் ஓடி வந்த ரித்திமாவின் குரலில் இருவரும் சுயநினைவுக்கு வந்தனர். அவர்கள் மட்டுமன்றி அங்கிருந்த அவர்களின் குடும்பத்தினர் முழுவதும் அப்போது தான் அதிர்ச்சியிலி-ருந்து மீண்டனர். ராகவின் கைகளில் அவளை கண்டதும் நிம்மதி பெரு-மூச்சு விட்டனர்.

" ஜான்சிராணி! கீழ இறங்குற மாதிரி ஐடியா ஏதாச்சும் இருக்கா?" என்று ஹஸ்கி வாய்சில் அழகான சிரிப்புடன் அவளை கூர்மையாக பார்த்தவாறு கேட்டான் ராகவ்.

முதல் முறையாக அவனது சிரிப்பை கண்டாள் அவந்திகா. இதழோடு சேர்ந்து கண்ணும் மலரும் அந்த மாயச்சிரிப்பில் தன்னை சுற்றி இருக்கும் குடும்பமோ, அவளை நினைத்து பதறிய தோழியோ எதுவுமே கருத்தில் பதியாது போக தன்னை மறந்தாள் அவந்திகா.

அந்த சிரிப்பிலும் பார்வையிலும் ஒரு கணம் தன்னை மறந்து " ஹான்! என்ன சொன்ன?" என்று அவனை பார்த்து கேட்டாள் அவந்-திகா.

" ஐ நோ! நீ ஒண்ணும் அவ்ளோ வெயிட் இல்ல. ஒரு 55 கேஜி இருப்பியா? பட் 55 கிலோவ கைல வச்சிருக்க அளவுக்கு என்னோட பாடி கண்டிஷன் இல்ல" என்று குறும்புடன் அவளை கிண்டலடிக்கவும் கடுப்பான அவந்திகா அவன் கையிலிருந்து திமிறி இறங்கினாள்.

தன்னை சமனப்படுத்தி கொண்டவள் அருகிலிருந்த ரித்திமாவை கவனிக்காது " ஹலோ! நான் ஒண்ணும் 55 கேஜி லாம் இல்ல. ஜஸ்ட் 49 கேஜி தான். அப்புறம் இன்னொரு விஷயம். நீ இன்னொரு தடவை இப்பிடி சிரிக்காத" என்று முகத்தை சுருக்கி குழந்தை போல கூறினாள்.

" சிரிச்சா என்ன மேடம்? இந்த உலகத்துல சிரிக்கிறதுக்கு கூடவா ஃப்ரீடம் கெடயாது!" என்று அதே கேலியுடன் ராகவ் கேட்க

அவனை முறைத்தவள் " நீ அப்பிடி சிரிச்சா எனக்கு சுத்தி என்ன நடக்குதுனு மறந்து போயிடுது மேன்" என்று குழந்தை மாதிரி அவனை குற்றம் சாட்ட

ராகவ் அவள் குற்றம் சாட்டிய விதத்தில் சத்தமாக சிரித்து விட்டு " பிராப்ளம் என் சிரிப்பு இல்ல. உன்னோட பிரைன். அது இன்னும்

வளராம 5 வயசு கொழந்தை மாதிரி இருந்தா இப்பிடி தான் ஆகும். சீக்கிரமா 23 வயசு பொண்ணு மாதிரி யோசிக்க கத்துக்கோ! எல்லாம் புரியும்" என்று சொல்லி கண் சிமிட்டியவன் அதற்கு அவள் கோபத்தில் முகம் சிவந்ததை ரசித்தவாறு பெரியவர்களிடன் சென்று ஏதோ சொல்லிவிட்டு கிஷோரையும் கூடவே அழைத்து சென்றுவிட்டான்.

கோபத்துடன் திரும்பியவள் அங்கே அவர்களையே இவ்வளவு நேரம் குழப்பத்துடன் வேடிக்கை பார்த்து கொண்டிருந்த ரித்திமாவை பார்த்து " நீ எப்போ வந்த ரித்தி? இப்போ எதுக்கு இவ்ளோ ஷாக் உன் முகத்துல?" என்று சாதாரணமாக கேட்டாள்.

" நான் எப்போவோ வந்துட்டேன்., ஆமா இங்க என்ன நடக்குது?"என்று அவளை கேலி செய்தாள் ரித்திமா.

" அதுவா ரித்தி? அவன் இப்போ சிரிச்சான் நீ பாத்தியா. இந்த மாதிரி அவன் சிரிச்சா என்னை சுத்தி என்ன நடக்குதுனு எனக்கு மறந்து போயிடுது ரித்தி" என்று அவள் குறைபடவும் தலையில் அடித்த ரித்திமா " ராகவ் சொன்ன மாதிரி 23 வயசு பொண்ணு மாதிரி யோசி., " என்று சொல்லிவிட்டு மற்ற வேலைகளை கவனிக்க சென்றுவிட்டாள்.

அவந்திகாவோ இதை ஒரு விஷயமாகவே எடுத்து கொள்ளாமல் சாயங்கால நிகழ்ச்சிக்காக தயாராக ஆரம்பித்தாள்.

அனைவரும் எதிர்பார்த்த அந்த மங்கும் மாலை நேரம் ஒருவாறு வந்துவிட்டது.

கபூர் குடும்பத்தினரின் பங்களா...

" பய்யா! ரெடியா? எவ்ளோ நேரம் தான் எடுத்துக்குவிங்க?" என்று சலித்தவாறு சோஃபாவில் உட்கார்ந்து கொண்டான் கிஷோர்.

" அவன் தான் இன்னைக்கு ஃபங்ஷனோட ஹீரோ., சோ கொஞ்சம் டைம் எடுத்து தான் ரெடி ஆவான்" என்று வருணை காப்பாற்றினார் ராதிகா.

அப்போது அங்கே வந்த ராகவை பார்த்த சுமித்ரா " ஒரு பேரன் வருங்கால பொண்டாட்டிய பாக்கறதுக்கே இவ்ளோ நேரம் நேரம் செலவளிச்சு ரெடியாகுறான். இன்னொருத்தன் பொண்டாட்டினு ஒருத்தி இருக்கிறதயே மறந்துட்டு போனும் கையுமா சுத்திட்டு இருக்கான்! " என்று குறைப்பட்டார்.

அவர் அருகில் வந்து உட்கார்ந்து தோளில் கை போட்ட ராகவ் " தாதி! அவந்திகாவுக்காக நான் ஏன் ஸ்பெஷலா ரெடியாகணும்? எப்பி-

டியும் அவ என்னை கண்டுக்க கூட மாட்டா. அந்த ஜான்சி ராணிக்கு அங்க இங்க சுத்தி வர்ரதுக்கே டைம் சரியா இருக்கும்" என்றான்.

" சோ பய்யா., உங்கள பாபி பாக்கலங்கிறது தான் இப்போ உங்களோட வருத்தமா?" என்று கண்ணடித்தான் கிஷோர்.

" அவ என்னை எதுவும் திட்டாம இருந்தாலே எனக்கு சந்தோசம் தான் டா. நீ வேற" என்று சொல்லிவிட்டு அங்கிருந்து கிளம்ப தயாரானான்.

அவன் வெளியே கிளம்ப தயாராவதை கண்ட சுமித்ரா" ராகவ்! நீ சங்கீத்கு வரல?" என்று கேட்க

ராகவ் " நான் அங்க வந்து என்ன பண்ண போறேன் தாதி? எனக்கு முக்கியமான வேலை இருக்கு. நீங்க எல்லாரும் போங்க. என்னோட வேலை முடிஞ்சுதுனா நான் உங்க கூட வந்து ஜாயிண்ட் பண்ணிக்கிறேன்." என்று சொல்லிவிட்டு காரை எடுத்து கொண்டு கிளம்பிவிட்டான்.

காரில் சென்றபடியே புளூடூத்தில் பேசிக் கொண்டிருந்தான் ராகவ்.

" சோ இதுக்கு எல்லாம் காரணம் அந்த சிராஜ் மெஹ்ரா தானா?. அவனை நான் பாத்துக்கிறேன். நீ அவன் பி.ஏ கூடவே இருந்து அவனோட நெக்ஸ்ட் மூவ்மெண்ட் என்னனு எனக்கு இன்ஃபார்ம் பண்ணு " என்று கூறிவிட்டு காலை கட் செய்தான்.

அவன் சென்று கொண்டிருந்தது ஜெய்ப்பூரிலிருந்த ஹோட்டல் ராஜஸ்தான் பேலஸிற்க்கு! சிராஜ் அங்கு தங்கியிருப்பதை அவனுடைய உதவியாளர் வாயிலாக அறிந்தவன் அவனை நேரில் சந்தித்து பேசுவதற்காக சென்றான்.

காரை பார்க் செய்துவிட்டு ஹோட்டல் லாபிக்கு சென்றவன் தான் ஒரு ரிப்போர்ட்டர் என்றும் சிராஜ் மெஹ்ராவை பார்க்க வந்திருப்பதாகவும் கூறினான்.

ஹோட்டலில் பணியாள் இதை சொல்லவும் ஹோட்டல் ரூமிலிருந்த சிராஜ் கோபத்தின் உச்சியில் சென்றான். உடனே போனை எடுத்தவன் " விவேக்., அந்த ரிப்போர்ட்டர் இப்போ எதுக்கு என்னை பாக்க ஹோட்டலுக்கு வந்திருக்கான்? அவனை நீயே டீல் பண்ணிக்கோனு நான் ஆல்ரெடி உன் கிட்ட சொல்லியும் அவன் ஏன் இங்க வந்திருக்கான்? இடியட். போனை வை" என்று சொல்லிவிட்டு அவனை சந்திக்க கீழே சென்றான்.

அங்கே அவனுக்கு முதுகு காட்டியபடி அமர்ந்திருந்தவனின் முகத்தை கூட பார்க்காமல் " ஏய் இடியட், உன்னை விவேக் கிட்ட எதுனாலும் பேசிக்கோனு சொல்லியும் என்னை பாக்க வந்திருக்க., அவ்ளோ தைரியமா உனக்கு?" என்று அடிக்குரலில் சீறினான்.

அதை கேட்டபடி முதுகு காட்டி அமர்ந்திருந்தவன் " ஐயோ! எனக்கு ரொம்ப பயமா இருக்கே" என்று சொல்லிவிட்டு திரும்பவும் அவனை பார்த்த சிராஜ் ஒரு நிமிடம் செய்வதறியாது திகைத்து நின்றான்.

பின் சுதாரித்து விட்டு " ஹலோ மிஸ்டர் ராகவ் கபூர்.. ஹவ் ஆர் யூ? ரீசண்டா மேரேஜ் ஆனதா நியூஸ்ல பாத்தேன். வைஃப் கூட வந்திருக்கிங்களா?"என்று டென்ஸனை மறைத்தவாறு கேட்டான்.

அவனை பார்த்து கேலியாக சிரித்த ராகவ் " நோ நோ ! மிஸ்டர் சிராஜ்! என்னோட வைஃப் இப்போ அவ ஃப்ரெண்ட் மேரேஜ்ல பிஸியா இருக்கிறாங்க! சோ நான் அவங்க கூட வரல. நான் உன்னை பாக்க தாண்டா வந்தேன்" என்று கோபத்தை அடக்கிய இறுக்கமான குரலில் பல்லை கடித்த படி கூறினான்.

அவன் கூறியதை கேட்ட சிராஜுக்கு உள்ளே வெடவெடத்தாலும் அதை காட்டிக் கொள்ளாமல் " உனக்கு எல்லா விஷயமும் தெரிஞ்சிட்டு போல., அப்போ என்னோட வேலையும் ஈஸி ஆயிடுச்சு" என்று சாவகாசமாக கூறியபடியே ராகவின் எதிர் இருக்கையில் அமர்ந்தான்.

பின்னர் " உன்னோட இந்த கல்யாணம் அவசரகோலமா நடந்ததுக்கு நான் தான் காரணம். என்ன பண்ண முடியும் உன்னால? மல்டி மில்லினரோட டாட்டரை கல்யாணம் பண்ணனும்கிற உன்னோட ப்ளான் ஃப்லாப் ஆனத நெனச்சா எனக்கு கொஞ்சம் வருத்தம் தான். உன்னோட வைஃப் ஒரு ஆர்டினரி மிடில் கிளாஸ் கேர்ள்னு கேள்விப்பட்டேன். சோ ஸேட்" என்று பரிதாப படுவது போல கேலி செய்தான்.

அவன் கூறியதை கேட்ட ராகவுக்கு ஜிவுஜிவென்று கோபம் தலைக்கு ஏறினாலும் அவன் திமிரை அடக்க எண்ணி " வாட்? நீ இவ்ளோ வருத்தப்படுற அளவுக்கு ஒன்னும் நடக்கல ப்ரோ! ஆக்சுவலி நான் உனக்கு தேங்க்ஸ் சொல்ல வந்தேன்" என்று அவனை பார்த்து பிரகாசமான முகத்துடன் கூறினான்.

அவன் குழம்புவதை திருப்தியுடன் பார்த்துவிட்டு தொடர்ந்தவன் " யெஸ் ப்ரோ! ஆக்சுவலி ஐ லவ் அவந்திகா. பட் அவ கொஞ்சம் டிஃபெரெண்ட் டைப். ஹை கிளாஸ் பையன் கிட்ட ட்ரூ லவ் இருக்காதுனு

யோசிக்கிறவ கிட்ட எப்பிடி என்னோட லவ்வ சொல்லி அவள மேரே-ஜூக்கு சம்மதிக்க வைக்குறதுனு ரொம்ப நாளா யோசிச்சிட்டு இருந்-தேன். கடவுள் தான் என்னோட லவ்வ சேத்து வைக்க உன்ன இந்த மாதிரி ப்ளான் பண்ண வச்சிருக்கார் ப்ரோ. இது புரியாம நீ வேற காமெடி பண்ணிட்டு இருக்க " என்று அவன் கேலி போல் சொல்லி சிரிக்கவும் சிராஜூக்கு பற்றி கொண்டு வந்தது.

எல்லா விஷயத்தையும் சொன்ன வீர் இந்த காதல் விஷயத்தை மட்டும் ஏன் மறைத்தான் என்று மண்டையை உடைத்து கொண்டு யோசித்தவனை கிண்டலாக பார்த்த ராகவ் "இனிமே இந்த மாதிரி சீப்பா பிளே பண்ணாம என்னோட ரேஞ்சுக்கு ஏத்த மாதிரி பிளான் போடு. இப்போ நான் கெளம்புறேன். என்னோட வைஃப் எனக்காக வெயிட் பண்ணிட்டு இருக்கா., பை! " என்று அவனை வெறுப்பேத்தி விட்டு சென்றான் ராகவ்.

அவன் சென்ற பிறகு கோபத்துடன் தன் கைகளை மேஜையில் அடித்த சிராஜ் "எவ்ளோ தைரியம் இருந்தா என் இடத்துக்கே வந்து என்னை அவமானப்படுத்திட்டு போவ ராகவ். விட மாட்டேன்! உன்-னோட வைஃபை ரொம்ப லவ் பண்ணுறல்ல! அவளை என்ன பண்ணு-றேனு மட்டும் பாரு, இந்த தடவை நான் குடுக்க போற அடியில் நீ திரும்பி எழுந்திருக்கவே மாட்ட ராகவ்" என்று வன்மத்துடன் உரைத்-தான்.

8

அத்தியாயம் 8

இரவு நேரத்தில் விளக்கின் ஒளியில் அந்த தோட்டம் தேவலோகம் போல் ஒளிர்ந்து கொண்டிருந்தது. அதனுடன் போட்டி போட்டுக் கொண்டு அங்கிருந்தவர்களின் முகங்கள் ஜொலித்தன.

" முதல்ல உஷாவோட கைல தான் மெஹந்தி வைக்கணும். அதுக்கு அப்புறம் மத்தவங்களுக்கு வைக்க ஆரம்பிங்க" என்று மெஹந்தி வைக்கும் பெண்களிடம் செய்ய வேண்டியவற்றை விளக்கி கொண்டிருந்தாள் ரித்திமா.

" உஷா இங்க கொஞ்சம் திரும்பு" என்று சொல்லிவிட்டு அவளுடைய நெற்றிசுட்டியை சரி செய்தாள் அவந்திகா. உஷாவின் பார்வை எதிரில் இருக்கையில் அமர்ந்திருந்த வருணை தவிர வேறு யாரையும் பார்ப்பேனா என்று அடம் பிடித்தது.

" ஏய்! கொஞ்சம் என்ன பாருடி" என்று அவந்திகா அவள் முகத்தை தன் புறமாக திருப்பி சரி செய்துவிட்டு வருணுடன் சென்று அமர்ந்து கொண்டு அவனை கிஷோருடன் சேர்ந்து கலாய்த்து கொண்டிருந்தாள்.

பின்னர் ஒவ்வொருவராக மெஹந்தி வைத்து கொண்டிருக்க அவந்திகா எழுந்து சென்று சங்கீத்கு ஒளிபரப்ப வேண்டிய பாடல்களை அமரிடம் வரிசையாக சொல்லி கொண்டிருந்தாள்.

அவளை அழைத்த சுமித்ரா மெஹந்தி வைத்து கொள்ளுமாறு கூற அவளும் அமர்ந்து அவளுக்கு பிடித்த டிசைனை சொல்ல அவள் கையிலும் மருதாணி வைக்கப்பட்டது.

ரித்திமா தன் கையிலிருந்த மருதாணி சங்கீத்தில் நடனமாடும் முன் காய வேண்டுமே என்ற பதற்றத்தில் கையை ஆட்டி ஆட்டி வாயால் ஊதிக் கொண்டிருந்தாள். அவளை பார்த்து கொண்டிருந்த கிஷோருக்கு அவளின் செய்கை சிரிப்பாக இருக்க அவளிடம் சென்று " வாட் இஸ் திஸ் ஹனி? கையால டான்ஸ் பண்ணிட்டு இருக்க? சங்கீத்கு இன்னும் டைம் இருக்கு.., அதுக்குள்ள அவசரப்பட்டா எப்பிடி?" என்று அவளை சீண்டினான்.

அவனை முறைத்தவள் " இங்க பாரு., நான் இன்னைக்கு ரொம்ப நல்ல மூட்ல இருக்கேன். சோ உன் கூட சண்டை போட எனக்கு டைம் இல்ல. என்னை வெறுப்பேத்துறத விட்டுட்டு வேற ஏதாச்சும் யூஸ்ஃ-புல்லா பண்ண டிரை பண்ணு மேன்" என்று நக்கலாக கூறினாள்.

" பண்ணிட்டா போச்சு டார்லிங்" என்று சொல்லிவிட்டு அவள் எதி-ரிலேயே ஒரு நாற்காலியை இழுத்து போட்டு அமர்ந்தான். அவனது செய்கையில் குழம்பியவள் "ஹலோ இப்போ எதுக்கு இப்பிடி உக்காந்தி-ருக்க நீ?" என்று கேட்டாள்.

" உஸ்! பீ காம். நான் யூஸ்ஃபுல்லா ஒரு வேலை பண்ணிட்டிருக்-கேன் " என்றபடி ரித்திமாவையே பார்க்க

அவள் கேலியாக "இப்பிடி உக்காந்திருக்கிறதுக்கு பேரு உங்க ஊர்ல யூஸ்ஃபுல்லான வேலையா?" என்று கேட்க அவள் கேள்விக்கு பதில-ளிக்காமல் கன்னத்தில் கை வைத்து அவளது முகபாவனைகளை ரசித்-தவனை குழப்பத்துடன் பார்த்துவிட்டு " கோ டு ஹெல்" என்று பல்லை கடித்தபடியே முணுமுணுத்துவிட்டு அங்கிருந்து நகர்ந்தாள்.

அவள் சென்றதும் சிரித்தபடி அங்கிருந்து நகர்ந்த கிஷோரை இடை மறித்தாள் நேகா , அவனின் உடன் பிறந்த தங்கை. " என்ன நடக்குது இங்க?" என்று புருவம் உயர்த்தி கேட்டாள் அவள்

அவளை சாதாரணமாக பார்த்தபடி " ஒன்னும் இல்லையே" என்று தோளை குலுக்கினான் கிஷோர்.

" நடிக்காத ப்ரோ! அண்ணியோட ஃப்ரெண்டை பாத்த உடனே உன் ஃபேஸ்ல ஒரு பிரைட்னஸ் வருது! அது என்னன்னு கண்டுபிடிக்கி-றேன்" என்று சொல்லிவிட்டு நகர்ந்தாள். ஒன்றும் சொல்லாமல் சிரித்து கொண்டு ரித்திமா சென்ற திசையில் சென்றான் கிஷோர்.

அதே நேரம் அவந்திகாவின் கையில் மெஹந்தி போட்டு முடிக்கப்-பட்டது

" மெஹந்தி போட்டாச்சா? அப்பிடியே என் பேரன் பேரை இங்க எழுது பாப்போம்" என்று சுமித்ரா சொன்னதும் அவந்திகா அவரை புரியாமல் பார்த்தாள்.

" பட் தாதி. என்னோட கையில உங்க பேரன் பேரை எதுக்கு எழுத சொல்றீங்க?"

" மனைவியோட கையில கணவன் பேர எழுதுறது இங்க வழக்கம். உஷாவோட கைல வருண் பேர எழுதுன மாதிரி உன் கைல ராகவ் பேர எழுத சொல்லுறேன்" என்று சுமித்ரா விளக்க

அவரை கேலியாக பார்த்து " இஸிண்ட்? இந்த சம்பிரதாயம் எல்லாம் ஏன் வைஃப் மட்டுமே ஃபாலோ பண்ணனும்? நான் உங்க பேரனோட வைஃப் தானே. அப்போ அவரு என்னோட பேரை என்ன கையில எழுதவா போறாரு? நான் மட்டும் எதுக்கு எழுதணும்?" என்று அவந்திகா கேட்க

" உன் புருஷன் வந்ததும் நீ வேணா அவன் கையில மருதாணியால உன் பேர எழுது. யாரும் உன்ன தடுக்க மாட்டோம்., ஆனா இப்போ நீ ராகவ் பேர உன் கைல எழுதியே ஆகணும் " என்று சுமித்ரா தன்னுடைய வெண்கலக் குரலில் சொல்லிக் கொண்டிருக்கும் போதே ராகவ் வந்து விட்டான்.

தன் தாதியிடம் என்னவென்று கேட்டவன் அவந்திகா அருகில் சென்று அமர்ந்து மெஹந்தி வைத்து கொண்டிருந்த பெண்ணிடம் இருந்து மருதாணியை வாங்கினான்.

அவனை பார்த்த அவந்திகா குழப்பத்துடன் " ராகவ்., இப்போ நீ என்ன கலாட்டா பண்ண போற?" என்று கேட்டாள்.

அவளுக்கு பதிலளிக்காமல் தன்னுடைய உள்ளங்கையில் அவந்திகாவின் பெயரை எழுத ஆரம்பித்தான். அவன் எழுதி முடித்ததும் விருந்தினர் அனைவரும் ஆர்ப்பரிக்க ராதிகா அவனை அர்த்தம் பொதிந்த பார்வை பார்த்தார்.

" இப்போ ஹாப்பியா? உன்னோட நேம என்னோட கையில போட்டாச்சு" என்று ராகவ் புருவத்தை உயர்த்தி கேட்கவும் அவந்திகா " வாட் எவர்" என்று சொல்லி தோளை குலுக்கி கொண்டு எழும்ப முயன்றாள்.

அவளது கையை பற்றி இழுத்து அவளை மீண்டும் அமரவைத்தவன் " எழுந்திருச்சு போனா என்ன அர்த்தம்? இப்போ உன்னோட டர்ன் " என்று அழுத்தமாக கூறினான்.

" நான் உன்னோட பேர எழுதிப்பேனு தாதிக்கு பிராமிஸ் ஒண்ணும் பண்ணல. ஐயாம் நாட் கோயிங் டு ரைட் யுவர் நேம் ஆன் மை ஹேண்ட்" என்று அவளும் திருத்தமாக கூறினாள்.

அவளை பார்த்து அழகாக முறுவலித்தவன் அவள் மெஹந்தி வைத்த கையை எடுத்து ராகவ் என்று எழுதினான்.

அவன் புன்னகைக்க ஆரம்பிக்கும் போதே அவந்திகாவுக்கு எச்சரிக்கை மணி அடிக்க ஆரம்பித்தது. " லுக் அவந்திகா! அவன் சிரிப்பை மட்டும் நீ பாக்காத ., பாத்தா சுத்தி நடக்குற விஷயங்களை நீ மறந்துடுவ" என்று அவளது மூளை அறிவுறுத்தும் போதே ராகவ் தன் பெயரை அவள் கையில் எழுதி முடித்துவிட்டான்.

" டன். ஓகே வா தாதி" என்று சுமித்ராவை பார்த்து கேட்டுவிட்டு தன்னை மறந்து அவனையே பார்த்து கொண்டிருந்த அவந்திகாவின் கன்னத்தில் தட்டி அவளை சுய நினைவுக்கு கொண்டு வந்தான்.

கனவிலிருந்து விழித்தவளை போல இருந்தவள் கையை பார்த்ததும் ராகவை முறைத்தாள். அவனோ " வாட் எவர்" என்று அவளைப் போலவே சொல்லிவிட்டு அங்கிருந்து நகர்ந்தான்.

இப்படியாக மெஹந்தி நல்ல படியாக முடிய சங்கீத் ஆரம்பித்தது. அனைவரும் அவரவருக்கு ஒதுக்கப்பட்ட இருக்கையில் அமர மணமக்கள் இருவரும் அழகான நீண்ட இருக்கையில் அமர்ந்தனர்.

மேடையில் தோன்றிய ரித்திமா " எல்லாருக்கும் வணக்கம்., நம்ம இப்போ இங்க ஒன்னா கூடியிருக்கிறது நம்ம லவ்லி உஷா அண்ட் வருண் சங்கீத்காக., இந்த பியூட்டிஃபுல் மொமண்ட்ட அழகாக்க ஃபர்ஸ்ட் வரப் போறது நம்ம நேகா அண்ட் பிந்து " என்று சொல்லவும் கரகோசமும் கூச்சலும் எழுந்தது.

அவர்கள் இருவரும் கிஷோரின் சகோதரிகள். தங்கள் வீட்டில் முதன்முதலில் நடக்கும் திருமணம் என்பதால் அதன் ஒவ்வொரு நிகழ்விலும் அவர்கள் இருவரும் ஆர்வத்துடன் கலந்து கொண்டனர். அதுவும் நடனமென்றால் பஞ்சாபிகளை மிஞ்ச முடியுமா? இதோ வந்துவிட்டார்கள் அந்த அழகான சகோதரிகள்...

'ஸ்டுடண்ட் ஆஃப் தி இயர்' திரைப்படத்திலிருந்து **'ராதா ஆன் த டான்ஸ் ஃப்ளோர்'** பாடல் ஒலிக்க பிந்துவும் நேகாவும் ஆட ஆரம்பித்தனர். விருந்தினர் அனைவரும் கரகோசத்துடன் அவர்களை உற்சாகப்படுத்த வருணும் உஷாவும் கை தட்டி ஆனந்தமாக அந்த தருணத்தை

ரசித்தனர்.

அவந்திகா அமருடன் நின்று பாடலை ஒலிபரப்பிக் கொண்டிருந்தவளும் அவர்களின் நடனத்தை ரசிக்க தவறவில்லை. பாடல் முடியவே ரித்திமா மேடையில் மீண்டும் தோன்றி அடுத்து ஆடப் போகிறவர்களின் விவரத்தை கூறினாள்.

" நெக்ஸ்ட் நம்ம ரன்வீர் அண்ணா அண்ட் அமர்" என்று ரித்திமா கூறிவிட்டு செல்லவும் அவந்திகா அமரை நடனமாட சொல்லிவிட்டு அவளே பாடலை ஒலிபரப்ப தொடங்கினாள்

வான்டட் படத்திலிருந்து பாடல் ஒலிபரப்பாக உஷாவும் அவந்திகாவும் "கம் ஆன் அண்ணா! ரன்வீர் ரன்வீர் " என்று ஆனந்தமாக கூச்சலிட கௌசல்யாவின் கவனம் அவந்திகாவின் பக்கம் திரும்ப அவள் சத்தத்தை குறைத்து கொண்டு கையை மட்டும் தட்டினாள்

" அண்ணா! தூள் கௌப்பிட்டிங்க!! அடுத்து வரப் போறது நம்ம உஷா அண்ட் வருண்., எல்லாரும் இந்த ஜோடிக்கு கிளாப் பண்ணுங்க" என்று சொல்லிவிட்டு இறங்கி சென்றாள் ரித்திமா.

வருண் உஷாவிடம் கை நீட்ட அவன் கையுடன் தன் கையை கோர்த்து கொண்டு மேடை ஏறுனாள். **ஓம் சாந்தி ஓம்** படத்திலிருந்து **மே அஹர் கஹூ**ன் பாடல் ஒலிக்க வருணை காதலுடன் பார்த்தவாறே நடனம் ஆடத் தொடங்கினாள்.

வருணும் உஷாவை தவிர வேறு யாருமே உலகில் இல்லையென்ற நினைவுடன் மெய்மறந்து அவளுடன் ஒன்றிவிட்டான். விருந்தினர்கள் அனைவரும் அவர்களின் ஜோடி பொருத்தத்தை பற்றி பெருமையாக கூற சுமித்ரா மூத்த பேரனுக்கு இங்கிருந்தே திருஷ்டி சுற்றி போட்டார்.

பாடல் முடிந்த உணர்வு கூட இல்லாமல் ஒருவரையொருவர் பார்த்து கொண்டிருந்தவர்களிடம் வந்த ரித்திமா " மை டியர்ஸ்! சாங் முடிஞ்சு பத்து நிமிஷம் ஆச்சு" என்று கிண்டலடிக்கவும் வெட்கப்பட்ட உஷா வருணை கட்டிக் கொண்டே ஜொலித்த முகத்துடன் மேடையிலிருந்து இறங்கினாள்.

இறங்கிய மணமக்கள் இருவரும் அடுத்த அறிவிப்பு கொடுத்துவிட்டு வந்த ரித்திமாவின் காதில் ஏதோ சொல்ல அவளும் சிரித்தவாறே தலையாட்டினாள்.

மேடையில் இரு குடும்ப பெரியவர்களும் நடனம் ஆடிக் கொண்டிருக்க ரித்திமா அவந்திகாவை அழைத்து அடுத்து ஆடுமாறு கூற அவள்

மறுத்தாள்.

கீழே இறங்கிய சுமித்ரா ராகவை கண் காண்பித்து அடுத்து மேடைக்கு செல்லுமாறு கூற அவனோ ரித்திமாவிடம் மறுத்து பேசிக் கொண்டிருந்த அவந்திகாவை பார்த்தபடியே சரியென்று கூறிவிட்டு அவளை நோக்கி சென்றான்.

ராகவை கண்டதும் அமைதியான அவந்திகாவை " ஸ்டேஜூக்கு போ" என்று சொல்லிவிட்டு சென்றாள் ரித்திமா.

" போலாமா?" என்று ராகவ் கேட்கவும் விழிகளை விரித்த அவந்திகாவை பார்த்தவன் " உன் கண்ணு பாக்க நார்மலாவே அழகு தான். சோ இப்பிடி உருட்டி காமிச்சு தான் அழகுனு ப்ரூவ் பண்ணனும்னு அவசியம் இல்ல" என்று சொல்லிவிட்டு அவள் கையை பிடித்து மேடைக்கு அழைத்து சென்றான் ராகவ்.

இருவரையும் மேடையில் பார்த்ததும் வருணும் உஷாவும் சந்தோச கூச்சலிட அமர் **சென்னை எக்ஸ்பிரஸ்** படத்திலிருந்த **'பன் கி டிட்டிலி தில் உடா '** பாடலை ஒலிபரப்பினான்.

அவந்திகாவுக்கு என்ன செய்யவென்று தெரியாமல் விழிக்க ராகவோ ஒரு கையால் அவள் கையை பற்றி , இன்னொரு கையால் அவள் இடையை வளைத்து மெதுவாக நடனமாட ஆரம்பித்தான். திடுக்கிட்ட அவந்திகா அவன் கையை தட்டி விட முயலவும் அவள் காதில் " இங்க பாரு ஜான்சிராணி டோன்ட் கிரியேட் எனி சீன் ஓகே! டான்ஸ் பண்றதால நீ ஒன்னும் கொறஞ்சு போக மாட்ட" என்று மெதுவாக கூறிக் கொண்டே ஆடினான்.

" ஹவ் டேர் யூ டச் மீ? இப்போ கைய எடுக்க போறியா இல்லையா?" என்று பல்லை கடித்தபடி அவன் ஆட்டுவித்தபடி ஆடினாள் அவந்திகா.

அவர்கள் சண்டை போட்டு கொண்டே ஆடி முடிக்கவும் பாட்டும் முடிந்தது. பாட்டு நின்றவுடன் ராகவிடம் இருந்து விலகி வேகமாக மேடையை விட்டு இறங்கி அந்த இடத்தை விட்டு வெளியேறினாள் அவந்திகா.

வீட்டினர் இதை வித்தியாசமாக பார்க்கவும் அவந்திகா மீது ராகவுக்கு கோபம் வந்தது. அவளை தொடர்ந்து சென்றவன் வேகமாக சென்று அவள் கையை பிடித்து தடுத்து நிறுத்திவிட்டு அவளை முறைத்தான்.

பின் கடுமையான ஆனால் மெதுவான குரலில் " லிசன் அவந்திகா! உன்னோட சைல்டிஷான பிஹேவியரை பாத்தா எனக்கு இரிட்டேட் ஆகுது. அடிக்கடி என்னை சொல்ல வைக்காத! இந்த மேரேஜ் முடியுற-வரைக்கும் நம்ம ரெண்டு பேரும் நார்மல் ஹஸ்பண்ட் அண்ட் வைஃபா ஆக்ட் பண்ணனும்னு ஆல்ரெடி டிசைட் பண்ணது தானே. தென் வொய் ஆர் யூ ஆக்டிங் லைக் திஸ்?

இப்பிடி நீ என்னை அவாய்ட் பண்ணா ரெண்டு ஃபேமிலிக்கும் நம்ம மேல தேவையில்லாம சந்தேகம் தான் வரும். இதால வருண் பய்யா மேரேஜ்ல தேவையில்லாத பிராப்ளம்ஸ் வரும். சோ ப்ளீஸ் அண்டர்ஸ்-டாண்ட் த சிச்சுவேஷன்" என்று தெளிவாக கூறி முடித்தான்.

அவனது குரலில் இருந்த கடுமை முகத்திலும் பிரதிபலிக்க அவந்-திகா ஒரு நிமிடம் பதில் பேச தயங்கினாள். பின்னர் தைரியத்தை வரவ-ழைத்து கொண்டு " எனக்கு இந்த மாதிரி யாரு கூடவும் டான்ஸ் பண்ணி பழக்கம் இல்ல ராகவ்" என்றவளை திகைத்த பார்வை பார்த்த-வன் " இம்பாஸிபில்" என்று மனதில் சொல்லிக் கொண்டான்.

" நான் டான்ஸ் பத்தி மட்டும் பேசல.., எப்போ ஃபேமிலி முன்னாடி நான் ஒரு நார்மல் ஹஸ்பெண்ட் மாதிரி பிஹேவ் பண்ணுனாலும் நீ விலகி தான் போற...வொய்?" என்று அவன் புரியாமல் கேட்க

அவளோ " பிகாஸ் என் கிட்ட யாரும் இதுவரைக்கும் இப்பிடி பிஹேவ் பண்ணது கெடயாது ராகவ் " என்று சங்கடத்துடன் கூற

" அப்போ நான் மட்டும் என்ன டெய்லி நாலஞ்சு வைஃப் கூட பேசி பழகிட்டா இருக்கேன்? இடியட்" என்று கடுப்பில் கூறிவிட்டு தலையை கோதிக் கொண்டவன் " லுக்! உனக்கு பழக்கம் இருக்கோ இல்லையோ ஐ டோண்ட் கேர், இனிமே பழகிக்கோ! " என்றான் கட்டளையிடும் தொனியில்.

" என்னால அப்பிடிலாம் பழகிக்க முடியாது மிஸ்டர். ராகவ் கபூர். உன்னால என்ன பண்ண முடியுமோ பண்ணிக்கோ" என்றாள் அவளும் சவால் விடும் குரலில்.

அவளின் இந்த பதிலை ஏற்கெனவே எதிர்பார்த்திருந்ததால் தலையை சரித்து கொண்டு " இஸிண்ட்? அப்போ தேவையில்லாம இந்த ஹஸ்பன்ட் அண்ட் வைஃப் டிராமா லைஃப்லாங் தொடர வேண்டியதா இருக்கும்" என்று சாதாரணமாக கூறினான் ராகவ்.

" வாட்?" என்று அதிர்ந்தவளிடம் " யெஸ்! பீ ரெடி டு ஆக்ட் லைக் எ வைஃப்" என்று அவளின் கன்னத்தை தட்டி விட்டு சென்றான்.

அவன் சென்ற பின்னும் நீண்டநேரம் அங்கேயே நின்று யோசித்து கொண்டிருந்தாள் அவந்திகா. எப்படி யோசித்தாலும் தேவையில்லாமல் நடந்த இந்த திருமணம் தன்னுடைய இயல்பான வாழ்க்கையை ஏதாவது ஒரு வகையில் பாதிப்பதாகவே அவளின் மனதுக்கு பட்டது.

ஆனால் அவளால் அதை இந்த சந்தோசமான மனநிலையில் மொத்த குடும்பமும் இருக்கும் சூழ்நிலையில் யாரிடமும் வெளிப்படுத்த முடியவில்லை. ஆனால் தன்னை போல ராகவுக்கும் இதில் சுத்தமாக விருப்பம் இருக்காது என்று அவள் நூறு சதம் நம்பினாள். ஆனால் அவளுக்கு தெரியாத ஒரு விஷயம் அவன் என்றும் அவனுடைய குடும்பத்தின் சந்தோசத்துக்காக அவனுக்கு பிடிக்காத விஷயத்தையும் ஏற்றுக்கொள்ள தயங்க மாட்டான் என்பது தான்.

ராகவும் கிட்டத்தட்ட அவளுடைய மனநிலையில் தானிருந்தான். அவனுக்கும் இது பிடிக்காத திருமணம் தான். ஆனால் என்ன செய்வது? அவனுடைய அன்னையிலிருந்து பாட்டி வரை அனைவரும் அவந்திகாவை கபூர் குடும்பத்தின் மருமகளாவே பார்த்து வர அவள் அவர்களின் குடும்பத்தில் இணையும் நாளுக்காக காத்திருந்தனர். அவந்திகாவின் சிறுபிள்ளைத்தனமான செய்கையால் இந்த திருமணத்தில் எந்த மனகஷ்டமும் வந்துவிடக் கூடாது என்பதிலும் தெளிவாக இருந்தான்.

இருவரும் அதற்கு பின் எதுவும் பேச முற்படவில்லை. சுமித்ரா தான் அவர்கள் பக்க உறவினர் அனைவரிடமும் அவந்திகாவை அறிமுகப்படுத்தி வைத்தார். அனைவரும் அவர்களின் ஜோடிபொருத்தத்தை சிலாகிக்கவும் ராகவ் எப்படி உணர்ந்தானோ தெரியவில்லை., ஆனால் அவந்திகாவிற்கு அது தர்மசங்கடமாகவே இருந்தது.

அமைதியாக அவர்கள் கூறியதை கேட்டு கொண்டவளின் காதில் கல்யாணி தேவி சுமித்ராவிடம் கூறிய விஷயம் கேட்கவே அவள் இன்னும் குழப்பமடைந்தாள்.

" எனக்கு தெரியும். அன்னைக்கு சிவனோட சன்னதியிலேயே நாகராஜா அவந்திகாவுக்கு தான் முதல்ல ஆசிர்வாதம் பண்ணார். அப்போவே நெனச்சேன். அவரோட கணக்கு படி தான் இந்த கல்யாணம் நடந்துருக்கு. அவங்க ரெண்டு பேரும் ரொம்ப நாளைக்கு சந்தோசமா

வாழுவாங்கனு எனக்கு நம்பிக்கை இருக்கு" என்று பெருமையாக கூறினார் கல்யாணி தேவி. சுமித்ராவும் இதையே ஆமோதித்தார்.

அவர்கள் அனைவரையும் விட்டு விலகி வெளியே வந்து வானத்தில் முழுநிலவை பார்த்தபடி நின்றவளின் காதில் " அப்போ தேவை இல்லாம இந்த ஹஸ்பன்ட் அண்ட் வைஃப் டிராமா லைஃப்லாங் தொடர வேண்டியதா இருக்கும் ; பீ ரெடி டு ஆக்ட் லைக் எ வைஃப் " என்ற ராகவின் வார்த்தைகளும் "அவங்க ரெண்டு பேரும் ரொம்ப நாளைக்கு சந்தோசமா வாழுவாங்கனு எனக்கு நம்பிக்கை இருக்கு" என்ற கல்யாணி தேவியின் வார்த்தைகளும் மாறி மாறி ஒலித்து கொண்டிருந்தது.

காதுகளை மூடிக் கொண்டவள் சிறிது நேரம் கழித்து காதிலிருந்து தன் கையை எடுத்த போது தான் அதை கவனித்தாள்.

அவளது இடது கை மெஹந்திக்கு மத்தியில் ராகவ் என்ற பெயர் தெளிவாக எழுதப்பட்டிருக்க கையையே கண்ணை விரித்து பார்த்து கொண்டிருந்தாள்.

எவ்வளவு நேரம் பார்த்து கொண்டிருந்தாலோ தெரியவில்லை . " உன் கைல மட்டும் இல்ல. தலையெழுத்துல கூட இந்த ராகவோட பேர் தான் இருக்கு அவந்திகா!" என்ற ராகவின் குரல் கேட்டு திடுக்கிட்டு திரும்பினாள். அவன் எதேச்சையாக அங்கே வந்தவன் அவள் உள்ளங்கையையே உற்றுப்பார்த்து கொண்டிருக்க அவளை இயல்பாக்க அவ்வாறு கூறினான்.

தன்னை சமனிலை படுத்தி கொண்டவளை கேலியாக உற்று பார்த்தவன் "உண்மையை கேக்க கொஞ்சம் கஷ்டமா தான் இருக்கும். பட் யூ ஹேவ் டு அக்செப்ட் தட்" என்று கூறவும் அவந்திகா அவனுக்கு பதிலடி கொடுத்தே ஆக வேண்டிய கட்டாயத்துக்கு வந்தாள்.

" மிஸ்டர் ராகவ் கபூர்! என்னோட தலையெழுத்த எழுதுற வேலைய நான் எந்த மூணாவது மனுஷனுக்கும் குடுக்கல! தென் நீங்க சொன்னது உண்மை தான் ! என் பேரோட உங்க பேர் சேர்ந்து தான் இருக்கு. ஐ காண்ட் டெனி தட். பட் அதுக்காக நான் இவ்ளோ கூட சந்தோச படல" என்று சொல்லி தன் ஆட்காட்டி விரல் நுனியை காட்ட ராகவிற்கு அவள் சண்டை போடும் மூடுக்கு வந்து விட்டாளென்றாலே இயல்பாகி விட்டாள் என்றே அர்த்தம் என்பது புரிய அமைதியாக அவளது பதிலை ஏற்றுக் கொண்டான்.

" எனக்கு உங்க கூட சண்டை போடுறத விட நெறைய வொர்க் பேலன்ஸ் இருக்கு, ஸோ ப்ளீஸ் மூவ் எ லிட்டில்" என்று சொல்லிவிட்டு கிளம்பியவளை வித்தியாசமாக பார்த்துவிட்டு அவனும் அந்த முழுநிலவை ரசித்தபடி அங்கேயே நின்றான்.

முன் பின் தெரியாத மனிதர்களுக்கு இடையே காதலை உருவாக்கும் சக்தி காலத்துக்கு மட்டுமே உண்டு! இதில் தலையெழுத்தோ விதியோ எதுவும் செய்ய முடியாது என்பதை உணர அவர்களுக்கு இன்னும் நேரம் வரவில்லை..

9

அத்தியாயம் 9

மறுநாள் எந்த ரகளையும் இல்லாமல் அமைதியாகவே சென்றது. அடுத்த நாள் காலை மஞ்சள் பூசும் விழாவும் (ஹல்தி) மாலை திருமணமும் என்று திட்டமிட்டிருப்பதால் ரித்திமாவும் அவந்திகாவும் நிற்க நேரமின்றி பரபரப்பாக சுற்றி கொண்டிருக்கவே கௌசல்யா அவந்திகாவை எதுவும் சொல்ல நேரமின்றி உஷாவின் திருமணவேலைகளில் மைதிலிக்கு உதவி செய்து கொண்டு இருந்தார்.

மணமகன் வீட்டிலோ வருணின் சகோதர சகோதரிகள் வீட்டை இரண்டாக்கி கொண்டிருந்தனர். ராகவ் இந்த அமளிதுமளி ஏதுமின்றி அமைதியாக போனும் கையுமாக இருக்கவே ராதிகா அவனை தொல்லை செய்யவில்லை. ஆனால் மகனின் திருமணம் நடந்த சூழ்நிலை குறித்து தன் ஆதங்கத்தை தன் மாமியாரிடம் கொட்டி விட்டார்.

சுமித்ராவுக்கும் தன் செல்ல பேரனின் திருமணத்தை பார்க்காத குறை பெரிதாக இருக்கவே மற்ற பேரன் பேத்திகளை அழைத்து (வருணையும் தான்) இதற்கு ஒரு தீர்வு சொல்லும்படி கேட்கவும் கிஷோர் அருமையான திட்டத்தை அவர்களிடம் விளக்கினான். இந்த நிலையில் ராகவின் தந்தை மோகன் கபூர் வந்து சேர்ந்தார். வந்தவர் நேரே ராகவிடம் சென்று சரமாரியாக கேள்வி கணைகளை தொடுக்கவும் ஒரு கட்டத்திற்கு மேல் ராகவால் பொறுமையாக இருக்க முடியவில்லை.

" டாட் இந்த மேரேஜ் எந்த மாதிரி சூழ்நிலைல நடந்துச்சுனு தெரியாம நீங்களும் அந்த ஜான்சி ராணி மாதிரி பேசாதிங்க" என்று அவன் பொறுமையின்றி கூற

மோகன் " இங்க சூழ்நிலை முக்கியம் இல்ல ராகவ். மேரேஜ் நீ நெனக்கிற மாதிரி ஸிம்பிளான விஷயம் இல்ல. அதுக்கு ரெண்டு பேரும் மனசார சம்மதிக்கனும். சாஸ்திர சம்பிரதாயங்களோட அக்னி சாட்சியா நடக்கிறது தான்டா திருமணம். நீ அதை கேலிக்கூத்தா ஆக்கிட்டு அந்த பொண்ணை குத்தம் சொல்லாத" என்று அவன் மீது தான் தவறு என்று விடாமல் குற்றம் சாட்ட

" ப்ளீஸ் டாட்., அது நடந்து முடிஞ்ச விஷயம். நானே நெனச்சாலும் இப்போ அத மாத்த முடியாது. இனிமே நடக்க போறத மட்டும் எல்லாரும் யோசிங்க. அண்ட் ஒன் மோர் திங் என்னை முடிஞ்ச வரைக்கும் தொல்லை பண்ணாதிங்க. ஆல்ரெடி என் தலைல ஏகப்பட்ட விஷயங்கள் ஓடிட்டு இருக்கு. இந்த சில்லி டாபிக்க இதோட எல்லாரும் குளோஸ் பண்ணிடுங்க" என்று சொல்லிவிட்டு தன் அறைக்கு போனுடன் சென்றான் ராகவ்.

சென்றவன் "எல்லாரும் என்னையே ப்ளேம் பண்ணா எப்பிடி?" என்று அங்கிருந்த வருணிடம் தன் ஆதங்கத்தை கூறினான்.

வருண் அவனுக்கு ஆறுதலாக தோளில் தட்டிக் கொடுத்தவன் " அவங்களுக்கு கொஞ்சம் டைம் குடு ராகவ்" என்று சொல்ல

ராகவ் " கம் ஆன் பய்யா! இதுக்கு மேல யாரும் இத பத்தி பேசுனா என்னால பொறுமையா இருக்க முடியாது" என்க

வருண் பேச்சை மாற்றும் விதமாக " ஓகே! இப்போ அந்த வீர் என்ன சொல்லுறான்? சிராஜ் ஏதும் பிளான் பண்ணிருக்கானா? அவனால சும்மா இருக்க முடியாதே" என்று கேட்டான்.

ராகவ் பெருமூச்சுடன் " அந்த இடியட் அவந்திகாவை டார்கெட் பண்ணிருக்கான் பய்யா. என்ன பண்ண போறானு அவன் வீர் கிட்ட சொல்லல. அந்த வீர் நம்ம கூட சேந்த விஷயம் அவனுக்கு லீக் ஆகிருக்க வாய்ப்பு எதும் இருக்கா?" என்று வருணை நோக்கி கேள்விகணையை வீசினான்.

வருண் உறுதியாக " நோ வே ராகவ். எல்லாமே ரொம்ப சீக்ரேட்டா நடந்துச்சு. சிராஜுக்கு அவ்ளோ ப்ரைன் கெடையாதுடா " என்று சொல்ல

ராகவ் " பட் என்னோட ப்ராப்ளம் சிராஜ் இல்ல. அந்த அவந்திகா. நான் சொன்னா இந்த விஷயத்த அவ நம்பவே மாட்டா. வர வர அவளோட ஆட்டிட்டியூட் பாத்தா எனக்கு இரிட்டேட் ஆகுது ப்ரோ "

என்றான் வெளிப்படையான எரிச்சலுடன்.

வருண் அவனை பார்த்து புன்னகைத்தவன் " நான் அவளுக்கு புரியவைக்குறேன். யூ டோண்ட் வொர்ரி" என்று சொல்லி அவனை பார்த்தான்.

ராகவ் இவ்வளவு நேரம் தன்னுடைய பிரச்சனைகளை சொல்லி வருணுடைய இனிமையான திருமண தருணத்தில் அவனை தேவையில்லாமல் யோசிக்க வைத்துவிட்டோமோ என்று மனதில் குற்றவுணர்ச்சியுடன் நினைத்து கொண்டான்.

அவனை சிரிக்க வைப்பதற்காக " பய்யா நான் பாக்க அவ்ளோ மோசமாவா இருக்கேன்? எனக்கு தெரிஞ்ச வரைக்கும் பிஸினஸ் மீட் , பார்ட்டி, ப்ரஸ் மீட் எங்க போனாலும் அங்க இருக்கிற கேர்ள்ஸ் என்ன இம்ப்ரெஸ் பண்ண எவ்ளோ ட்ரை பண்ணுவாங்கனு உங்களுக்கே தெரியும். பட் திஸ் கேர்ள் ? அவ என்னை ஒரு பார்வை பாக்கிறா பாருங்க! ஏதோ ஏலியன பாக்குற மாதிரி. ஆஃப்டர் ஆல் ஐயாம் ஹெர் ஹஸ்பெண்ட். அது கூட மறந்துடுச்சு போல. இப்போ இந்த சிராஜோட இடியட்டிக் மூவ்ல இருந்து அவள காப்பாத்த நான் என்ன தான் பண்ணாலும் அவ அதை நம்பவே மாட்டா" என்றான் ஆதங்கத்துடன்

வருண் அதை கேட்டு சத்தம் போட்டு சிரித்தவன் " ஹேய் கூல்டா! ஏன் இவ்ளோ டென்சன் ராகவ்? " என்றான் அவன் முகத்தையே பார்த்தபடி.

அவன் சிரிப்பை கண்டதும் சிறு நிம்மதி மனதில் உண்டாக ராகவ் " உங்களுக்கு நாளைக்கு தான கல்யாணம். உங்க லைஃபை இன்னிக்கே என்ஜாய் பண்ணிக்குங்க பய்யா. பிகாஸ் டுமாரோ ஆன்வார்ட்ஸ் உங்களுக்கு பாபியை (அண்ணி) பத்தி யோசிச்சு கன்ஃப்யூஸ் ஆக மட்டும் தான் டைம் இருக்கும்" என்று ராகவ் கூறவும் சத்தம் போட்டு சிரித்தான் வருண்.

அவனுடைய சிரிப்பு மனதை மகிழ்ச்சியாக்க ராகவ் அன்று தான் சில நாள் மனப்போராட்டத்துக்கு பிறகு நிம்மதியாக உறங்கினான்.

10

அத்தியாயம் 10

மறுநாள் அழகான நாளாக தொடங்கியது.....

வருணின் வீட்டில் அவனுக்கு மஞ்சள் பூசி நலங்கு வைக்க ஆரம்பித்தனர். முதலில் சுமித்ரா வந்து பூசிவிட அடுத்து பிரியா தன் மகனுக்கு பூசிவிட்டு அவனை ஆசிர்வதித்தார்.

அடுத்து ஒவ்வொருவராக முடிக்க அங்கிருந்து பெண்வீட்டிற்கு மஞ்சளை அனுப்ப கிஷோரை அழைத்தனர். அவன் அரண்மனைக்கு மஞ்சள் தட்டுடன் வரும் போதே அலங்காரத்தை பார்த்து மனதிலேயே பாராட்டி கொண்டான்.

காரிலிருந்து அவன் இறங்கவும் அவந்திகா வந்து அவனிடம் இருந்து தட்டை வாங்கி கொண்டாள். அவளுடன் பேசியவாறே தோட்டத்தில் விழா நடக்குமிடத்துக்கு சென்றான்.

" அண்ணி! டெக்கரேஷன்ஸ் செம.., டிசைன்ஸ் யாரோட ஐடியா?" என்று கேட்டபடி நடக்க

அவந்திகா " எல்லாமே ரித்தியோட ஐடியா தான். அவ டிசைன்ஸ் வரைவா. நான் அதை லைவ்வா கொண்டு வருவேன்" என்று சொல்லிவிட்டு தட்டை கொண்டு சென்று மைதிலியிடம் கொடுக்க இனிதே விழா ஆரம்பமானது.

அவந்திகாவையும் அழைத்து பூச சொல்லவும் அவள் மகிழ்ச்சியுடன் உஷாவின் கன்னத்தில் பூசியவள் மீதமிருந்த மஞ்சளை ரித்திமாவின் கன்னத்தில் தடவி விட்டு ஓட ரித்திமா மஞ்சளுடன் அவளை துரத்தியவள் கீழே இருந்த மேஜை தடுக்கி கிஷோரின் மேல் விழுந்தவள் அவள்

கையிலிருந்த மஞ்சளை அவளறியாமல் அவன் கன்னத்தில் பூசிவிட்-டாள்.

பூக்குவியலாய் மோதியவளை தாங்கியவன் " தேங்க்யூ பேபி! ஐ ஹோப் நெக்ஸ்ட் நம்ம மேரேஜ் தான் " என்று அவளை தாங்கிக் கொண்டே கண் சிமிட்ட ரித்திமா நேராக நின்றவள் அவனது கையை தட்டிவிட்டு முறைத்து கொண்டே சென்றுவிட்டாள்.

இவ்வாறு சின்ன சின்ன கலாட்டாக்களுடன் அந்த விழா முடிந்தது.

அடுத்து மாலையில் திருமணத்திற்கான அலங்காரவேலைகள் தொடங்கியது. அவர்கள் சம்பிரதாயப்படி மாலை நேரம் மகாலெட்சுமி வரும் நேரம் என்பதால் அந்த நேரத்தில் தான் திருமணம் வைப்பது அவர்களின் வழக்கம்.

வருணின் வீட்டில் புது மருமகளை வரவேற்க ஏற்பாடுகள் ஒரு புறம் நடக்க மறுபுறம் அனைவரும் ஜெகஜோதியாக திருமணத்திற்கு தயாரா-னார்கள்.

முதல் காரில் மணமகனின் சகோதரிகள் மணமகனுடன் அமர கிஷோர் காரை ஓட்ட ஆரம்பித்தான். அடுத்த காரில் பெரியம்மா மற்-றும் அன்னையுடன் பாட்டி இன்னும் சில முக்கிய விருந்தினர்களுடன் ராகவ் சென்றான். மற்றவர்கள் அனைவரும் தனி தனி காரில் அழைத்து வரப்பட்டனர்.

வாத்தியங்கள் முழங்க உஷாவின் கஸின்ஸ் ஆடிக் கொண்டிருந்-தனர். எல்லா ஏற்பாடுகளையும் பார்வையிட்டு கொண்டிருந்த ரன்வீரை-யும் கையை பிடித்து அழைத்து வந்து ஆடவைக்க அவனுடன் சேர்ந்து ரித்திமா மற்றும் அவந்திகாவும் ஒரு ஆட்டம் போட்டனர்.

ஆனால் கூட்டத்தில் ஒருவன் கையில் எதனுடனோ அவந்திகாவை நெருங்க ராகவ் அதை கவனித்துவிட்டான். அவன் அவந்திகாவை நெருங்கும் முன் ராகவ் அவனை நெருங்கி அவன் கையை பிடித்து அவனிடமிருக்கும் கத்தியை பிடுங்கியவன் அவனுடைய குடும்பத்துக்கு பாதுகாப்புக்கு அழைத்து வந்திருந்த ஆட்களை அழைத்தவன் அவனை அவர்களின் பங்களாவுக்கு கொண்டு செல்லுமாறு சொல்லிவிட்டு அவன் எதாவது விவரம் சொன்னால் தனக்கு அதை போனில் தெரியப்படுத்து-மாறு சொல்லி அனுப்பி வைத்தான்.

அதே நேரம் நடனத்தை முடித்த அவந்திகாவும் ரித்திமாவும் உஷா-வின் அறைக்கு சென்றவர்கள் அவளது அழகில் மெய்மறந்து நின்றனர்.

" உஷா பேபி! உனக்கு என் கண்ணே பட்டுடும் போல " என்று சொல்லி கொண்டே அவளுக்கு கண்மையால் திருஷ்டி பொட்டு வைத்-தாள் ரித்திமா.

" இன்னைக்கு வருண் உன் அழகை பாத்து மயங்கி விழப் போறார். அழகே பொறாமைப்படும் பேரழகி பிரதியுஷா " என்று சொல்லி அவளை கட்டி கொண்டாள் அவந்திகா.

உஷா “ ஹனிபி! நீ கிண்டல் பண்ணுறியா இல்ல நெஜமாவே சொல்லுறியா? “ என்று சந்தேகமாக கேட்க அவந்திகா புன்னகையுடன் “ இதுல போய் நான் வெளையாடுவேனா உஷா? கண்ணாடி பொய் சொல்வதில்லை பேபிம்மா” என்று சொல்லி ரித்திமாவுடன் சேர்ந்து அவளை கட்டிக் கொண்டாள் அவள்.

அப்போது வெளியே கார்கள் வரும் ஓசை கேட்கவும் ஜன்னல் வழியே எட்டி பார்த்தாள் அவந்திகா. முதல் காரிலிருந்து இறங்கிய வருணை உஷாவிற்கு காட்டினாள்.

மூவரும் சிரித்து பேசிக் கொண்டிருக்க அங்கு வந்த கௌசல்யா " ரித்தி நீ போய் ஆரத்தி எடுக்க ரெடியாகு. அவந்திகா நீ புரோகிதருக்கு வேண்டியதை எடுத்து குடுக்க மண்டபமேடையிலேயே இரு. இன்னைக்கு உஷா குட்டி கூட நான் இருக்கேன்" என்று சொல்ல இருவரும் கீழே விரைந்தனர்.

ரித்திமா ஆரத்தி எடுத்துவிட்டு பணம் கொடுத்தால் தான் உள்ளே விட முடியும் என்று கலாட்டா செய்ய வருண் அவள் தட்டில் சிரித்து கொண்டே நோட்டை வைத்தான்.

மைதிலியும் ராஜ்வர்தனும் வந்து அவர்களை வரவேற்று உள்ளே அழைத்து சென்றனர். பின்னே அன்னைகளுடனும் பாட்டியுடனும் வந்த ராகவின் பார்வை மேடையிலிருந்த அவந்திகாவின் மீது பட்டு விலக மறுத்தது.

எப்போதும் மாடர்ன் டிரஸ்ஸிலேயே பார்த்து பழக்கப்பட்டவளை திடீ-ரென்று பாரம்பரிய உடையில் காணவும் அவனுக்கு கொஞ்சம் வித்தி-யாசமாக தோன்றினாள் அவள்.

அவள் புரோகிதருடன் நின்று அவருக்கு தேவையான பொருட்களை எடுத்து கொடுத்தபடியே தன்னை நோட்டம் விடும் ராகவை முறைத்து கொண்டு இருந்தாள். பின்னர் புரோகிதர் மாப்பிள்ளையை அழைத்து

வரச் சொல்லவும் அவள் சிரித்த முகத்துடன் வந்து வருணின் கைகளை பிடித்து மணமேடைக்கு அழைத்து சென்றாள்.

வருணுடன் அவனது தங்கைகளும் வந்து நின்றுகொண்டனர். அவன் செய்ய வேண்டிய சடங்குகளை செய்து முடிக்கவும் மணமகளை அழைத்து வருமாறு புரோகிதர் கூறினார்.

படிக்கட்டுகளில் லெஹங்கா புரள, அங்கிருந்த விளக்குகளின் ஒளி-யும் அணிந்திருந்த அணிகலன்களின் ஜொலிஜொலிப்பும் போட்டி போட்டு கொண்டு அவளை மின்ன வைக்க, வானத்து தேவதை போல் இறங்கி வந்த பிரதியூஷாவை பார்த்த வருணின் கண்கள் அவன் அவள் மேல் வைத்திருந்த அளவுக்கடந்த காதலை சொல்லாமல் சொல்லியது.

முகத்தில் புன்னகை மின்ன வந்து அமர்ந்த உஷாவின் அழகில் உண்மையாகவே அன்று வருண் மயங்கி தான் விட்டான். நேஹாவும் பிந்துவும் அவன் காதில் " பய்யா! புரொகிதர் சொல்லுற மந்திரத்தை சொல்லுங்க. அப்புறமா சைட் அடிக்கலாம்" என்று கூற ரொம்ப சிரமப்-பட்டு அவளிடமிருந்து தன் கவனத்தை திருப்பினான்.

நேஹா வந்து இருவரின் தோளிலிருந்த துணியின் நுனியை முடிச்சிட அடுத்து கன்னிகாதானம் செய்து கொடுத்தனர் மைதிலியும் ராஜ்வர்-தனும்.

அடுத்து மணமக்கள் மாலையை மாற்றிக் கொள்ள புரோகிதர் அவர்-களை சப்தபதி வைக்க சொல்ல வருணை தொடர்ந்தாள் உஷா. அது முடிந்ததும் புரோகிதர் மங்கலநாணை எடுத்துகொடுக்க அதை உஷா-வின் கழுத்தில் பூட்டினான் வருண்.

அனைவரும் மலர் தூவி ஆசிர்வதிக்க அவந்திகாவும் ரித்திமாவும் ஆனந்த கண்ணீருடன் அட்சதையை தூவினர். நடந்த நிகழ்வுகளை புன்னகையுடன் பார்த்து கொண்டிருந்த ராகவின் முகம் அவனுக்கு வந்த போன் காலில் கோபத்தை தத்தெடுத்தது.

போனில் அவனது பாதுகாவலர்கள் அந்த ஆள் சிராஜ் மெஹ்ரா அனுப்பியவன் என்றும் அவந்திகாவை கொல்ல வந்தவன் என்றும் சொல்ல அவனை காவலர்களிடம் ஒப்படைக்குமாறு கட்டளையிட்டான்.

பின்னர் அமைதியாக போனை வைத்துவிட்டு அவந்திகாவை பார்த்-தான். அவளோ மணமேடையில் வருணிடம் குங்குமசிமிழ் இருந்த தட்டை நீட்ட அவன் உஷாவின் நெற்றி வகிட்டில் குங்குமத்தை வைத்-தான்.

திருமணம் இனிதே முடிய புரோகிதர் மணமக்களை ஆசிர்வதித்தார். ரன்வீர் எல்லாருக்கும் இனிப்பு வழங்க பணியாட்களிடம் கூறினான்.

புரொகிதர் சுமித்ராவை பார்த்து " இன்னொரு ஜோடி எங்க?" என்று கேட்கவும் அவர் "ஆளுக்கு ஒரு புறமாக நின்று கொண்டிருந்த பேரனையும் அவன் மனைவியையும் காட்ட அவர்கள் அதிர்ந்தனர்.

அடுத்த நொடியே மணமக்கள் இருவரும் அவர்கள் கையை பிடித்து மணமேடையில் அமர வைக்க அவந்திகாவுக்கு நடந்தது புரியவே நேரம் எடுத்தது.

வருண் சொன்ன திட்டம் இது தான். தங்களின் திருமணம் முடிந்த கையுடன் அவந்திகாவுக்கும் ராகவுக்கும் அனைத்து சம்பிரதாயத்துடன் திருமணத்தை அதே மேடையில் செய்துவிடலாம் என்றவன் இது அவர்களுக்கு தெரியாமல் பார்த்து கொள்ள வேண்டும் என்று கட்டளையிட யாருமே இதை பற்றி மூச்சு விடவில்லை.

அவந்திகா இந்நிகழ்வுகளை கண்டு அதிர்ந்தவள் பின் சுதாரித்து ராகவின் காதில் "ராகவ்! வாட் இஸ் திஸ் டிராமா? ப்ளீஸ் ஸ்டாப் பண்ண சொல்லு" என்று பதற்றமாக கூறினாள். ஏற்கெனவே கடவுள் சன்னிதானத்தில் நடந்த திருமணத்தை தான் மறுக்கிறோம் என்ற குற்றவுணர்ச்சியில் இருந்தவள் இன்று எல்லா சடங்கு சம்பிரதாயங்களுடன் திருமணம் நடந்தால் அதில் இருந்து விடுதலை பெறுவது கடினம் என்று நினைத்து குழம்பினாள்

ஆனால் ராகவோ அந்த போன் காலை நினைத்தவன் மனதில் ஒரு முடிவெடுத்து கொண்டே அவந்திகாவை நிதானமாக பார்த்தவன் " ஏன் நிறுத்தனும்? இந்த ரிச்சுவல்ஸ் நடக்கும்" என்று சொல்லிவிட்டு புரோகிதரை அழைத்தான். அவனை பொறுத்தவரையில் தேவையில்லாமல் அவனுக்கும் சிராஜுக்கும் நடக்கும் தொழில் போட்டியில் அவந்திகாவின் மானம் டிவி வரை போனதே அவனுக்கு மிகவும் தலைகுனிவாக இருக்க , அவன் இவளின் உயிருக்கும் குறி வைத்ததை அறிந்தும் எப்படியோ போ என்று அவளை அவனால் கை கழுவி விட முடியவில்லை.

அவந்திகாவுக்கு அவனது மனநிலை புரியாத்தால் இந்த திருமணம் நடைபெறுவதில் அவளுக்கு இஷ்டமில்லை. அவள் வேகமாக " ராகவ் உனக்கு புரியல., நான் சொல்லுறத கொஞ்சம்.." என்று பேச முற்பட அவளை ஒரு சிரிப்பாலே தடுத்தான் ராகவ்.

அதற்கு மேல் அவளால் எதுவும் சொல்ல முடியுமா என்ன? அவனது அந்த காந்தப்புன்னகையில் அவ்வளவு நேரம் இருந்த குழப்பம், தயக்கம், பயம் எல்லாம் மாயமாக அதில் கரையத் தொடங்கினாள் அவந்திகா.

ராகவ் மணமேடையை ஆவலுடன் பார்த்து கொண்டிருந்த பாட்டி, அம்மா, பெரியம்மா , கௌசல்யா மற்றும் ரகுவரனை பார்த்தான். அவர்கள் மகிழ்ச்சியை கெடுக்க அவன் விரும்பவில்லை. மறுபுறம் அவனது தந்தை , பெரியப்பா மணமக்களுடன் சேர்ந்து இந்த நிகழ்வுகளை பார்த்து கொண்டிருந்தனர்.

புரோகிதர் மந்திரத்தை சொன்னதையோ, தன் சித்தி சித்தப்பா வந்து கன்னிகாதானம் செய்ததையோ அவந்திகா உணர கூட இல்லை. கடமைக்காக எல்லா சடங்கையும் செய்து முடித்தாள். அடுத்து சப்தபதிக்காக நடக்க ஆரம்பிக்கையில் அவள் நடக்க சுணங்கவும் அவளை கையில் தூக்கி கொண்ட ராகவ் ஏழு சுற்றையும் அவனே முடித்தான். அவந்திகா அதை எப்படி உணர்ந்தாலோ அவர்களின் குடும்பத்தார் அதை கணவன் மனைவிக்கிடையே உள்ள அன்னியோன்யமாகவே அதை பார்த்தனர்.

அக்னிசாட்சியாக அவளுக்கு ஏழு வாக்குகளை அழித்தவன் அதை என்றும் காப்பாற்றுவேன் என்று மனதார சொல்லிக் கொண்டான்.

அதன் பின் மணமேடையில் அமர்ந்தவள் கழுத்தில் ராகவ் மங்கலநாண் பூட்டவும் பெரியவர்கள் நண்பர்கள் அட்சதை தூவி வாழ்த்த அவன் அவள் நெற்றியில் குங்குமம் வைத்து சாஸ்திரப்படியும் முறைப்படியும் அவளை தன் மனைவியாக ஏற்றுக் கொண்டான். சகோதரனுக்கான சடங்கை ரன்வீர் வந்து மகிழ்ச்சியுடன் உஷாவிற்கு செய்தது போலவே அவந்திகாவிற்கும் செய்தான்.

மணமக்கள் பெரியவர்களிடம் ஆசிர்வாதம் வாங்கினர். கௌசல்யா அவந்திகாவை வாஞ்சையுடன் பார்த்து விட்டு " கடவுள் எல்லா விஷயத்தையும் ஒரு காரணத்தோட தான் நடத்துவார். இதை நீ சீக்கிரமா புரிஞ்சுப்ப" என்று சொல்லவும் அவந்திகா தலையாட்டினாள்.

ராகவை பார்த்தவர் " நீங்க உங்க கடமைய ரொம்ப சரியா பண்ணீட்டிங்க. உங்களுக்கு என் மேல கோவம் எதும் இருந்தா.." என்று சொல்லிக் கொண்டிருக்கையில் இடை மறித்த ராகவ் " இங்க பாருங்க கௌசிம்மா! நீங்க என் கிட்ட மன்னிப்பு கேக்க வேண்டிய அவசியம்

இல்ல. நீங்க இப்போ சந்தோசமா இருக்கிங்க தானே ! அது போதும்" என்று கூறிவிட்டு புன்னகைத்தான்.

அடுத்து ரகுவரனிடம் சென்ற அவந்திகா அவரை கட்டிப்பிடித்து கொள்ள அவரோ "குட்டிமா! என்னடா? என்னோட குட்டிமா ரொம்ப பிரேவ் கேர்ள். அவ எல்லா பிரச்சனையையும் ஈஸியா சமாளிப்பா" என்று அவளின் தோளில் தட்டிக் கொடுத்தார். ராகவையும் அவளையும் மனதாற வாழ்த்தினார் அவர்.

எல்லாரிடமும் ஆசிர்வாதம் வாங்கியவர்கள் கல்யாணி தேவியை பார்த்ததும் இரு பெண்களும் கண் கலங்கி விட்டனர். அவர்களை தேற்றி அறிவுரை கூறி அவர்களை காரில் அனுப்பி வைத்து விட்டு வீட்டுக்குள் வந்தவர் அங்கிருந்த துர்காதேவி கோயிலில் " இன்னைக்கு எங்க வீட்டு பொண்ணுங்க புகுந்த வீட்டுக்கு போறாங்க. அங்க எந்த பிரச்சனையும் இல்லாம அவங்க சந்தோசமா நூறு வருஷம் வாழணும்" என்று வேண்டி கொண்டார்.

11

அத்தியாயம் 11

காரிலிருந்து இறங்கிய மணமக்கள் ஆரத்தி எடுத்தப்பின் உள்ளே அழைத்து செல்லப்பட்டனர். அடுத்து சம்பிரதாயங்கள் முடிந்ததும் மணமக்கள் அவர்கள் அறைக்கு சென்றனர்.

வீட்டினர் அனைவரும் நாளை மறுநாள் பெங்களூரு திரும்பும் எண்ணத்துடன் பேசிக்கொண்டவர்கள் அன்றைய தினம் வேலைப்பளு காரணமாக சீக்கிரம் உறங்க சென்றனர்.

ராகவ் மட்டும் போன் கால் அட்டெண்ட் செய்வதற்காக வெளியே சென்றவன் பேசி முடித்து திரும்பும் போது கையில் சூட்கேசுடன் நின்ற அவந்திகாவை கண்டு அதிர்ந்தான்.

" நான் பெங்களூர் கெளம்புறேன் ராகவ். ஐ ஹோப் யு கேன் அண்டர்ஸ்டாண்ட் மை சிச்சுவேசன். எனக்கு இங்க இருக்க ஒரு மாதிரி அன்ஈஸியா இருக்கு! அதுமட்டுமில்லாம எனக்கு அங்க உஷாவோட ரிசப்ஷன் வேலை இருக்கு" என்று அவள் காரணத்தை அடுக்க தொடங்கினாள்.

ராகவ் பல்லை கடித்தவன் " வாட்? ஆர் யூ க்ரேசி? நீ இப்பிடி திடீர்னு கெளம்பி போனா ரெண்டு ஃபேமிலிக்காரங்களுக்கும் நான் என்ன பதில் சொல்லுவேன்? " என்று கடுப்பாக கேட்க

அவளோ அக்கறையின்றி " தட் இஸ் நன் ஆஃப் மை பிசினஸ் ராகவ்" என்று அலட்சியம் விரவிய குரலில் சொல்லிவிட்டு அவனுடைய முகத்தையே பார்த்து கொண்டிருந்தாள்.

இப்படி பொறுப்பில்லாமல் பேசுபவளை கண்டு எரிச்சலடைந்த ராகவ்" நமக்கு இன்னைக்கு முறைப்படி கல்யாணம் ஆயிடுச்சு அவந்திகா. நீ இப்பிடி இர்ரெஸ்பான்ஸிபிளா பிஹேவ் பண்ணுறது கொஞ்சம் கூட சரியில்ல" என்று இறுகிய குரலில் மொழிய

அவளோ " இன்னைக்கு நடந்தது என்னை பொறுத்தவரைக்கும் கல்யாணமே கெடையாது. என்னோட சம்மதம் இல்லாம நடந்த இந்த விஷயத்துக்கு இதுக்கு மேல மரியாதை குடுக்க என்னால முடியாது" என்று தீர்மானமாக கூறிவிட்டாள்.

இவ்வாறு அவள் பேச பேச அவனால் ஒரு அளவுக்கு மேல் பொறுமை காக்க முடியாமல் " ஏய்! இனாஃப்! இதுக்கு மேல உன் கிட்ட என்னால கெஞ்ச முடியாது. உனக்கு என்ன தோணுதோ அத பண்ணிக்கோ. வீட்ட விட்டு போகனுமா? இப்போவே கௌம்பு! ஐ டோண்ட் கேர். பட் போறதுக்கு முன்னாடி இந்த கழுத்துல இருக்கிறத என் கையில குடுத்துட்டு போ" என்று சொல்லிவிட்டு தாலியை சுட்டிக்காட்டிவிட்டு திரும்பி கொண்டான்.

அவன் சொன்ன வார்த்தையில் அதிர்ந்து அவனை பார்த்தவள் அவள் புக் செய்திருந்த கால்டாக்சி வரவும " பை" என்று சொல்லி விட்டு டாக்ஸியில் ஏறி சென்றுவிட்டாள்.

அவள் சென்றதை பார்த்த ராகவ் "ஷிட்" என்று காலை தரையில் எத்திவிட்டு கோபத்துடன் உள்ளே சென்றான். ஆனால் சிறிது நேரத்தில் அவனுடைய பாதுகாவலாட்களுக்கு போன் செய்தவன் சிராஜை கண்காணிக்குமாறு கூறிவிட்டு போனை படுக்கையில் எறிந்தான் கோபத்துடன்.

அன்று இரவு விமானத்தில் பெங்களூரு சென்றடைந்தாள் அவந்திகா. அவள் சென்ற இடம் அவர்களின் அலுவலகம். "சன் டியூ வெட்டிங் அண்ட் ஈவண்ட் ப்ளானர்ஸ்" என்ற போர்டு அவளை என்றும் போல அன்றும் வரவேற்றது. ஆம்!! அவள், ரித்திமா மற்றும் பிரதியுஷா மூவரும் ஆரம்பித்த அவர்களின் கனவு அலுவலகம். மூவரின் கடின உழைப்பு அவர்களுக்கு என்று ஒரு பெயரை அந்த நகரில் வாங்கி தந்திருந்தது.

அங்கேயே தங்கியவள் அடுத்த இருநாட்களுக்கு போனை ஆன் செய்யவில்லை. எப்படியும் ராகவ் அனைவரிடமும் விஷயத்தை கூறியிருப்பான் என்ற நிச்சயம்.

அன்றுடன் மூன்றாவது நாள்.....

அவள் உஷா வருணின் ரிசப்ஷனுக்கான வேலைகளை அவர்களின் அலுவலகத்திலிருந்தே முழுமூச்சாக செய்து நடந்தவற்றை மறக்க முயற்சித்து கொண்டிருந்தாள். மூன்று நாட்கள் இரவு பகல் பார்க்காமல் வேலை செய்ததால் தூக்கம் கண்ணை செருக படுக்க சென்றவளை கதவு தட்டும் சத்தம் எழுப்பியது.

இந்த நேரத்தில் யார் என்று யோசித்துகொண்டே கதவை திறந்தவள் சத்தியமாக அவனை அங்கே எதிர்பார்க்கவில்லை.

தன் கூரிய பார்வையால் அங்கு நின்று அவளை அளவிட்டு கொண்டிருந்தான் ராகவ்...

ராகவை கொஞ்சம் கூட அவந்திகா அங்கே எதிர்பார்க்கவில்லை. அதை புரிந்து கொண்டவன் " நீ இவ்ளோ ஷாக் ஆக வேண்டிய அவசியம் இல்ல. எங்க ஃபேமிலி பெங்களூருல தான் இருக்காங்கனு உனக்கு கண்டிப்பா தெரிஞ்சிருக்கும். தென் வொய் ஆர் யூ ஸ்டாண்டிங் லைக் திஸ்? மூவ் எ லிட்டில்" என்று அவளை தன் கையால் ஒருபுறமாக ஒதுக்கி விட்டு உள்ளே சென்றான்.

அவனை வழிமறித்த அவந்திகா " நீ இங்க இப்போ எதுக்கு வந்த ராகவ்?" என்று இறுக்கமான குரலில் கேட்டாள். அவன் கழுத்தில் கட்டியதை கழற்றி கொடுத்துவிட்டு செல்லுமாறு சொன்ன கோபம் அவளுக்கு இன்னும் தீரவில்லை.

" ஆக்சுவலி இது நான் கேக்க வேண்டிய கொஸ்டீன். நீ இங்க என்ன பண்ணிட்டு இருக்க? நான் நீ வீட்டுக்கு போயிருப்பனு அங்க போய் உன்ன தேடுனா உன்னோட நெய்பர்ஸ் நீ அங்க வந்து ஒன் மன்த்கு மேல ஆகுதுனு சொன்னாங்க. வேற எங்க போயிருப்பனு கேட்டதுக்கு இந்த அட்ரஸை குடுத்தாங்க. பை தி வே இது என்ன ப்ளேஸ்?" என்று சுற்றி முற்றி பார்த்தவாறு அவன் கேட்க அவந்திகா கடுப்பானாள்.

இடுப்பில் கை வைத்து அவனை முறைத்தவள்" பாத்தா உனக்கு எப்பிடி தெரியுது? இது ஆபிஸ்" என்று சொல்ல

அவனும் சளைக்காமல் " எந்த ஆபிஸ்?" என்று கேட்டவாறு அங்கே இருந்த நாற்காலியை இழுத்து போட்டு கால் மேல் கால் போட்டபடி அமர்ந்து கொண்டான்.

" எங்களோட ஆபிஸ்" என்று அவனை முறைத்து கொண்டே சொல்ல ராகவிற்கு சத்தியமாக புரியவில்லை.

" உங்க ஆபிஸ்ல ஸ்டாஃப்ஸ் ஸ்டே பண்ண கூட அலோவ் பண்ணுவாங்களா?" என்று அவன் ஆச்சரியத்துடன் கேட்டான்.

அவந்திகா பொறுமையை வரவழைத்து கொண்டு " எங்க ஆபிஸ் மீன்ஸ் இது நான், ரித்தி, உஷா நடத்துற கன்சர்னோட ஆபிஸ்" என்று பல்லை கடித்து கொண்டு பதிலளித்தாள்.

" நீங்க மூனு பேரும் என்ன கன்சர்ன் நடத்திறிங்க?" என்றான் அவன் ஆச்சரியமாக.

" வீ ஆர் வெட்டிங் அண்ட் ஈவெண்ட் ப்ளானர்ஸ்., போதுமா? ஏன் வருண் உன் கிட்ட சொல்லவே இல்லையா?" என்று அவந்திகா பதிலுக்கு கேட்டாள்

அவள் கூறியதும் யோசனையுடன் புன்னகைத்தவன் " இஸிண்ட்? ரியலி க்ரேட்., வருண் பய்யா சொல்லிருக்கலாம். பட் ஐ டோண்ட் ரிமெம்பர்" என்று தோளை குலுக்கவும் அவந்திகாவுக்கு போயும் போயும் இவனுக்கு ஏன் பக்கத்து வீட்டு ஆன்ட்டி ஆபிஸ் அட்ரஸை குடுத்தாங்க என்று கடுப்பு.

" ஓகே! டைம் அப்., கௌம்பு" என்றபடி எழுந்த ராகவை புரியாமல் பார்த்தாள் அவந்திகா.

" எங்க கௌம்பணும்?" என்றவளை ஏற இறங்க பார்த்தவன் " அவந்திகா மை டியர் வைஃப் நம்ம வீட்டுக்கு கௌம்புனு சொன்னேன்" என்று கிண்டலாக கூறினான்.

" என்னால எங்கயும் வர முடியாது. நீ கௌம்பலாம்" என்று கதவை காண்பித்தாள் அவந்திகா.

இவர்கள் இவ்வாறு விவாதம் செய்து கொண்டிருக்கும் போது ஹைவே பேட்ரோலில் ரோந்து வந்த பெண் காவலர் அந்த கட்டிடத்தில் மூன்று நாட்களாக அவள் இரவு தங்குவதை அறிந்தவர், இன்று மட்டும் ஏன் இந்த நேரத்தில் விளக்கு எரிகிறது என்று உள்ளே வந்தார்.

உள்ளே வந்தவர் அந்த பெண்ணுடன் விவாதித்து கொண்டிருந்த ஆணை கண்டதும் அவளுக்கு ஏதோ பிரச்சனை என்று நினைத்து " ஹலோ மிஸ்டர் இந்த நேரத்துல ஒரு பொண்ணு கிட்ட உங்களுக்கு என்ன பேச்சு?" என்று கேட்க அவன் திரும்பினான்.

திரும்பியவனை எங்கேயோ பார்த்தது போல் இருக்க அவர் அவன் யாரென்று யோசிக்கும் போதே அவந்திகா " நல்லா கேளுங்க மேடம்., அன்டைம்ல ஒரு கேர்ள் கிட்ட என்ன பேச்சு வேண்டி கிடக்கு?" என்று

சொல்லி விட்டு அவனை பார்த்து நாக்கை துருத்தி காட்டி வெறுப்பேற்றினாள்.

ராகவுக்கோ இவருக்கு வேறு விளக்கம் சொல்ல வேண்டுமா என்று மலைப்பாக இருந்தது. ஆனால் அதற்கு அவசியம் ஏதுமின்றி அந்த பெண் காவலர் அவனை அடையாளம் கண்டு விட்டார். (டிவி நியூஸ் தான் காரணம்)

" ஓ மிஸ்டர் ராகவ் கபூர்!., ஐ காண்ட் ப்ளீவ் இட்., நீங்க இங்க என்ன பண்றீங்க?" என்றவரை பார்த்து நிம்மதியாக புன்னகைத்தவன் " வெல்., மேம் என்ன ஐடெண்டிஃபை பண்ண முடிஞ்ச உங்களால என்னோட வைஃபை கண்டு பிடிக்க முடியலயா?" என்று சாதாரணமாக கூறினான்.

இப்போது அவந்திகாவிற்கு என்ன செய்யவேண்டுமென்று தோணவே இல்லை. மனசுக்குள்ளேயெ " கெடச்ச பால்ல எல்லாம் சிக்சர் அடிக்குறான்" என்று சொல்லிக் கொண்டாள்.

" ஓ இவங்க உங்க மிசஸ்ஸா? " என்று அவர் கேட்கவும் அவந்திகா " இல்ல மேடம்" என்று அவசரமாக மறுக்க அவருக்கு அவள் முகமும் நினைவுக்கு வந்து விட "உங்களயும் நான் டிவில பாத்திருக்கேன் " என்று சொல்லவும் அவளால் ஒன்றும் சொல்ல இயலவில்லை.

" மேடம் இப்போ இவர இங்க இருந்து போக சொல்லுங்க. இல்ல என்னை அன்வாண்டட்டா தொல்லை பண்றார்னு நான் கம்ப்ளைண்ட் குடுக்க வேண்டியிருக்கும்" என்று அடக்கப்பட்ட கோபத்துடன் அவள் சொல்ல அந்த போலீஸ்கார பெண்மணி " பட் மேடம் ஹீ இஸ் யுவர் ஹஸ்பெண்ட்" என்று அவளை அமைதிப்படுத்த முயன்றார்.

ஆனால் ஹஸ்பெண்ட் என்ற வார்த்தையில் கடுப்பான அவந்திகா "என்னோட கன்செண்ட் இல்லாம என்னை மேரேஜ் பண்ணவனெல்லாம் என்னால ஹஸ்பெண்டா நெனைக்க முடியாது மேடம்" என்று கடுப்பாக கூறினாள் அவந்திகா.

அவளது இந்த பதிலில் அதிர்ந்த அவர் "இங்க பாருங்க மிசஸ் அவந்திகா கபூர், இப்போ நீங்க மிஸ்டர் ராகவ் கபூரோட லீகல் வைஃப் . அப்பிடி நீங்க அவர் கூட வாழ விரும்பலைனா யூ கேன் அப்ளை ஃபார் டிவோர்ஸ். பட் இப்படி அவர் கூட வாழ விரும்பலைனு அடம் பிடிச்சு எங்க டைமை வேஸ்ட் பண்ணாதிங்க. ப்ளீஸ் லீவ் இட் நவ்" என்று இன்ஸ்பெக்டர் கூறவும் அவந்திகா கோபத்துடன் ராகவை முறைத்தாள்.

அவனோ "நாளைக்கு உன்னை எங்க வீட்டுல எதிர்பாக்குறேன்" என்று சொல்லிவிட்டு அவளது பதிலை எதிர்பார்க்காமல் காரில் ஏறிச் சென்றான்.

அவன் சென்றதும் அந்த பெண் காவலர் " இங்க பாருங்க மேடம். ஹீ இஸ் அ பிஸினஸ் மேன். அவரோட டே டு டே வொர்க் பாக்கவே அவருக்கு டைம் பத்தாதுங்கிற போது நீங்க வேற ஏன் ட்ரபிள் பண்ணுறிங்க? ட்ரை டு அண்டர்ஸ்டாண்ட் த சிச்சுவேசன்" என்று சொல்லிவிட்டு செல்ல போனவர் வாசலில் சென்றவுடன் நின்றார்.

திரும்பி அவந்திகாவை பார்த்தவர் " சப்போஸ் நீங்க டிவோர்ஸ் அப்ளை பண்ணனும்னா கூட நீங்க அதுக்கு வேலிட் ரீசன் குடுக்கனும். அதுக்கு நீங்க கொஞ்ச நாளாச்சும் அவரோட இருந்தே ஆகணும். ஐ ஹோப் யூ கேன் அண்டர்ஸ்டாண்ட்" என்று அவளை பார்த்து புன்னகைத்து விட்டு சென்றார்.

அவர் கூறிய வார்த்தைகளே காதில் ஒலிக்க மறுநாள் ராகவின் வீட்டுக்கு செல்லும் முடிவை எடுத்தாள் அவந்திகா.

சில நபர்களை விட்டு தூரமாக செல்ல நாம் முயற்சித்தாலும் நம்மால் முடிவது இல்லை... அதற்கான காரணத்தை அறியவும் நாம் முயற்சிப்பது இல்லை.

வீட்டுக்கு வந்த ராகவிடம் அவனுக்காக காத்திருந்த ராதிகா " அவந்திகா ரிசப்ஷன் வொர்க் எல்லாமே முடிச்சிட்டாளா ராகவ்? எப்போ நம்ம வீட்டுக்கு வர்ரா?" என்று ஆவலுடன் கேட்டார்.

" ஆமாம்மா. அவ ரெண்டு ரிசப்ஷன் வொர்க்கையும் தனியா பண்ணதுனால தான் வீட்டுக்கு வர முடியலனு சொன்னாம்மா. டுமாரோ வந்துடுவா" என்று சொல்லவும் ராதிகாவின் முகம் தெளிந்தது. அவரிடம் சொல்லிவிட்டு தன் அறைக்கு வந்தவன் நாளை வருணும் உஷாவும் வரும் போது அவந்திகா தன்னுடன் இல்லையென்றால் அனைவரையும் எப்படி சமாளிப்பது என்ற யோசனையுடன் படுத்தான்.

அவன் அவந்திகா பெங்களூரு சென்றதற்கான உண்மையான காரணத்தை இருகுடும்பத்தாரிடமும் இவ்வளவு நாள் சொல்லாமல் மறைத்திருந்தான். நாளை அனைவரும் வரும் வேளையில் அவந்திகா இல்லாமல் போய்விட்டால் அவர்களின் கேள்விக்கு என்ன பதில் சொல்வது என்று புரியாமலே உறங்கியும் விட்டான்.

12

அத்தியாயம் 12

காலை எழுந்த ராதிகா புது மருமகளை வீட்டிற்கு வரவேற்க தேவையான ஏற்பாடுகளை செய்து கொண்டிருக்க வீடே பரபரப்பாக இருந்தது.

நேரம் கழித்து எழுந்த ராகவுக்கோ அம்மாவின் முகத்தில் விழிக்க யோசனையாக இருந்தது.

" இது எல்லாத்துக்கும் அந்த ஜான்சி ராணி தான் காரணம். அவ மட்டும் இன்னைக்கு வரட்டும்" என்று மனதிற்குள்ளேயே கறுவிக் கொண்டான்.

இவ்வாறு நேரம் சென்று கொண்டேயிருக்க உஷாவும் வருணும் உஷாவின் பிறந்த வீட்டிலிருந்து அங்கே வந்துவிட்டார்கள். அவர்களுடன் உஷாவின் குடும்பத்தினரும், அவந்திகாவின் குடும்பத்தினரும் வர ராகவ் இவர்களை சமாளிக்கும் வழி அறியாமல் விழித்தான்.

வருணிடமும் உஷாவிடமும் சென்று வழக்கம் போல பேசினான். கௌசல்யாவிடமும் ரகுவரனிடமும் விமானப்பயணம் சுகமா என்று ஒரு நல்ல மருமகனாக விசாரித்தான்.

கிஷோரும் அமரும் அவந்திகா பற்றி கேட்டதற்கு ஏதேதோ சொல்லி சமாளித்தான். ஆனால் ரித்திமாவுக்கு அவந்திகாவை ஏன் இவ்வளவு நேரம் காணவில்லை என்ற சந்தேகம் வர நேராக ராகவிடம் சென்று கேட்டே விட்டாள்.

" ரித்தி அவ ரிசப்ஷன் வேலையா உங்க ஆபிஸ்ல தான் நேத்து நைட் ஸ்டே பண்ணுணா. சோ அவ அத முடிச்சிட்டு தான் வருவானு நெனைக்கிறேன்" என்று சொல்லவும் ரித்திமா அதற்கு சமாதானம்

ஆகவே இல்லை. ராகவ் எதையோ மறைக்கிறான் என்று யோசித்து கொண்டே " அதுக்கான பாதி வொர்க் ஆல்ரெடி நானே கம்ப்ளீட் பண்-ணிட்டேன். இப்போ அவ என்ன பண்ண போறா?" என்று கேட்க ராகவ் அவளை சமாளிக்க தன் தாயிடம் கூறிய பொய்யை அவளிடமும் கூறி-னான்.

" ஆக்சுவலி என்னோட சர்க்கிள் ஃப்ரெண்ட்ஸும் வர்ரதால அவ கொஞ்சம் எக்ஸ்ட்ரா கேர் எடுத்து ஏற்பாடு எல்லாமே பண்ணிட்டு இருக்கா" என்று அவன் சொல்லிக் கொண்டிருக்கும் போதே வாசலில் நிழலாட அங்கே திரும்பியவன் கையில் சூட்கேசுடன் நின்ற அவந்தி-காவை கண்டவன் அவனை அறியாமல் புன்னகைத்தவாறே எழுந்தான்.

எழுந்தவன் வேகமாக ஓடி சென்று அவளை அணைக்கவும் அவந்-திகா பல்லை கடித்து கொண்டே " ஹலோ ஹவ் டேர் யூ டு ஹக் மீ?" என்று கோபத்துடன் உரைக்க அணைப்பை விடாமல் அவளின் காதில் "லிசன். இங்க எல்லார் கிட்டவும் நீ ரிசப்ஷன் வொர்க்காக ஆபிஸ்ல தங்கிட்டனு சொல்லிருக்கேன். அத அப்பிடியே மேனேஜ் பண்ணு. சொதப்பி வச்சிடாத" என்று எச்சரித்துவிட்டு அவளை விடு-வித்தான்.

அவனிடம் சரியென்று தலையாட்டிய அவந்திகா குடும்பத்தாரிடம் சென்று ஆசிர்வாதம் வாங்கிவிட்டு உஷா வருணிடம் கொஞ்சம் அரட்டை அடித்துவிட்டு, ரித்திமாவிடம் ரிசப்ஷன் ப்ளானை விவரித்து முடித்தாள்.

பின்னர் சோஃபாவில் அமர்ந்தவளின் அருகில் ராகவ் வந்து அமர-வும் அவள் தள்ளி சென்றாள். அவன் மீண்டும் அருகில் வர தள்ளி செல்ல முயன்றவளின் கையை பிடித்து தடுத்தவன் அவளின் காதில் " இன்னொரு தடவை இதே மாதிரி நீ அப்நார்மலா பிஹேவ் பண்ணா அப்புறம் என்னோட மடில தான் உக்கார வேண்டியதா இருக்கும்" என்று சொல்ல அவந்திகா அவனை முறைத்தாள்.

" நான் அப்நார்மலா பிஹேவ் பண்றேனா? நீ தான் என் கிட்ட வந்து உக்காந்த மேன்" என்று கடுகடுத்தாள் அவள்

" உலகத்துல புருசன் பக்கத்துல உக்காந்ததுக்கு தள்ளி போன பொண்டாட்டி நீயா தான் இருப்ப., எப்பிடி பிஹேவ் பண்ணனும்னு உஷா பாபிய பாத்து கத்துக்கோ" என்று ராகவ் அங்கே வெட்கத்துடன் அமர்ந்திருக்கும் உஷாவை சுட்டிக் காட்ட

அவளோ " ஏய்! அவங்களும் நம்மளும் ஒண்ணா? அவங்க லவ் மேரேஜ். ரொம்ப கனவுகளோட லைஃப ஸ்டார்ட் பண்ணிருக்காங்க. அதே மாதிரிலாம் என்னால பிஹேவ் பண்ண முடியாது" என்று முகத்தை சுருக்கி கொண்டே கூறினாள்.

அதில் எரிச்சலானவன் " எதுக்கெடுத்தாலும் பிடிவாதம் பிடிக்காத ஓகே! காட்! ஐ காண்ட் மேனேஜ் திஸ் ட்ரபிள்" என்று அவன் மேலே பார்த்து சொல்ல அவந்திகா "நீ என்ன பாத்து ட்ரபிள்னு சொல்லு-வியா?" என்று பதிலுக்கு சண்டை போட இப்படியே இருவரும் விவா-திப்பதை பார்த்த குடும்பத்தாருக்கு அவர்களின் சண்டை புரியவில்லை. இருவரும் ஏதோ சீரியசாக பேசிக் கொண்டிருப்பதாகவே நினைத்தனர்.

ராகவ் தான் குடும்பத்தாரிடம் அவள் சென்றதற்கான உண்மை கார-ணத்தை சொல்லவில்லை என்று சொன்னதும் தான் அவந்திகாவிற்கு நிம்மதியானது. தன் சித்தியை சமாளிக்கும் வேலை மிச்சம் என்று எண்-ணிக் கொண்டாள்.

ரித்திமா அவந்திகாவிடமும் ராகவிடமும் ரிசப்ஷனுக்கு அணியப் போகிற ஆடைகளை பற்றி கேட்க அவந்திகா " கம் ஆன் ரித்தி! அதை நியூலி மேரிட் லவ் பேர்ட்ஸ் கிட்ட கேளுடி.. நம்ம எல்லாரும் ஆடி-யன்ஸ் தான" என்று சாதாரணமாக கூறினாள்.

ரித்திமா திகைத்தவளாய் " வாட்? உனக்கும் இப்போ தான் கல்யா-ணம் நடந்துருக்கு. அண்ட் இந்த ரிசப்ஷன் உங்களுக்கும் சேத்து தான் நடக்க போகுது" அவளை பார்த்து கூற

அவந்திகா ஒரு பொய்ச்சிரிப்பை உதிர்த்தவளாய் " அப்பிடினு யாரு சொன்னாங்க?" என்று கேட்டாள்.

" ராகவ் தான்" என்று ரித்திமா சொல்லவும் அவந்திகா ராகவை முறைத்தாள்.

அவன் குனிந்து அவள் காதினுள் " நான் தான் அப்பிடி சொன்-னேன் ஜான்சி ராணி. எனக்கு அவளை சமாளிக்க வேற வழி தெரியல" என்றான்.

" அஹான்., எனக்கு இந்த ரிசப்ஷன் வேண்டாம்" என்று அவந்திகா அவனிடம் பிடிவாதமாக கூற அவன் சிரித்து கொண்டே " நோ ப்ராப்-ளம். அப்போ நான் கௌசிமா கிட்ட போய் நீ பெங்களூரு வந்ததுக்கான ரீசனை சொல்லுவேன்" என்று கூலாக கூறினான்.

" உன்னை " என்று சொல்லிவிட்டு அவன் கழுத்தை நெறிப்பது போல தன் கைகளை கொண்டு சென்றவள் ரித்திமா தங்களை கவனித்து கொண்டிருப்பதை உணர்ந்து அப்படியே தன் கைகளால் அவன் கன்னத்தை பிடித்து கொஞ்சுவது போல வைத்து " வாவ்! ராகவ் சொன்னா எல்லாமே கரெக்டா தான் இருக்கும்" என்று சொல்லவே ராகவால் சிரிப்பை அடக்க இயலவில்லை

மெதுவாக அவளிடம் " நாட் பேட் மிசஸ் கபூர். எனக்கு அப்பிடிலாம் பிஹேவ் பண்ண வராது, இப்பிடிலாம் பிஹேவ் பண்ண வராதுனு சொல்லிட்டே இவ்ளோ கியூட்டா நடந்துக்கிற நீ " என்று சொல்லிவிட்டு தன் கன்னத்தை பிடித்து கொண்டிருந்த அவள் கைகளை தன் கண்ணால் காட்டினான்.

அவந்திகா உடனே பதறிப் போய் தன் கைகளை எடுத்து கொண்டு ரித்திமாவை பார்த்து சிரித்து சமாளித்தாள். ராகவிற்கு அவளின் அந்த சிரிப்பை பார்க்க பார்க்க தெவிட்டவில்லை.

சில உறவுகள் டாம் அண்ட் ஜெர்ரி போல., ஒன்றாக இருக்கும் போது நிறைய சண்டைகள் விவாதங்களுடன் தொடரும்., ஆனால் இதில் பெரிய ஜோக் என்னவென்றால் அவர்களால் ஒருவரை விட்டு ஒருவர் பிரிந்திருக்கவும் முடியாது. அதற்கான காரணத்தை தெரிந்து கொள்ள அவர்கள் முயற்சிப்பதும் இல்லை.

****

அன்றே ரித்திமா ரிசப்சனுக்கு ராகவ் அவந்திகாவுக்கு உடையை தேர்வு செய்ய கிஷோருடன் சென்றுவிட்டாள். உஷா வருணுடன் சென்று விடவே தனியாக இருந்த அவந்திகா அந்த வீட்டை சுற்றி பார்க்க ஆரம்பித்தாள்.

அமர் அவளுக்கு ஒவ்வொரு இடமாக காட்டினான். அந்த வீடு ஐந்து தளங்களுடன் பெரிய தோட்டம் அகன்ற கார் பார்க்கிங் மற்றும் ஒரு பெரிய நீச்சல் குளத்துடன் இருந்தது. அடித்தளத்தில் சமையலறை , பூஜையறையுடன் பெரிய ஹால் இருந்தது. வீட்டின் பெரியவர்களின் அறையும் கீழ் தளத்திலேயே இருந்தது.

முதல் தளம் முழுவதும் வருணுடையது. இரண்டாவது தளத்தில் ராகவின் அறை இருந்தது. மூன்றாவது தளம் அமர் மற்றும் கிஷோருடையது. நான்காவது தளம் விருந்தினர்களுக்கானது. அங்கே லைப்ரரியும் இருந்தது. ஐந்தாவது தளத்தில் உடற்பயிற்சிகூடம் இருந்தது. கிர-

வுண்ட் ஃப்ளோர்லிருந்து செல்ல லிஃப்ட்டும் இருந்தது.

பணியாட்களுக்கு தனியாக குவாட்டர்ஸ் கொடுக்கபட்டதால் அவர்கள் வேலை முடிந்ததும் அங்கே சென்றுவிடுவர். இதை சுற்றி பார்த்த அவந்திகா ஒரு ஊரே இந்த வீட்டுல இருக்கலாம் என்று மனதினுள் சொல்லிக் கொண்டாள்.

எல்லா தளத்தையும் பார்த்துவிட்டு மீண்டும் ஹாலுக்கே வந்து சேர்ந்தனர் அவந்திகாவும், அமரும்.

அங்கே உட்கார்ந்திருந்த ராகவ் அவந்திகாவை கண்டதும் எழுந்தான். அமரிடம் ஏதோ பிஸினஸ் டீல் பற்றி விளக்கியவன் அவனை அனுப்பிவிட்டு அவந்திகாவை நோக்கி வந்தான். அவளிடம் வந்து "லெட்ஸ் கோ "என்று சொல்ல அவந்திகா புரியாமல் " எங்க?" என்று கேட்டாள்.

" நம்ம ரூம்க்கு தான்" என்றான் ராகவ் சாதாரணமாக.

" வாட்?நம்ம ரூமா? ஏன் எனக்கு இங்க தனி ரூம் கெடயாதா?" என்று அவள் அமர்த்தலாக கேட்க

தன் ஆட்காட்டி விரலால் நெற்றியை கீறியவன் " ம்ம்..தனி ரூம் தானே ! குடுத்துட்டா போச்சு! நீ என்ன பண்ற கௌசிமா அந்த ஹால்ல தான் இருக்காங்க. அவங்களையும் கூட்டிட்டு வா! நான் உன்னோட தனி ரூம்ம அவங்களுக்கும் காட்டுனா பெட்டரா இருக்கும். ஏன்னா உன்ன பாக்க வர்ரப்போ யூஸ்ஃபுல்லா இருக்கும்ல" என்று கேலி செய்வது போல் கூறினான்.

சித்தி பெயரை கேட்டதும் அவந்திகா " என்ன ராகவ் இது? சும்மா ஒரு பேச்சுக்கு நான் தனி ரூம் கேட்டேன். இதுக்கு போய் ஏன் சித்திய கூப்பிடனும்? நாம நம்ம ரூம்க்கு போவோமா?" என்று கேட்டுவிட்டு நல்லபிள்ளையாக முன்னே நடந்தாள்.

ராகவ் சிரித்து கொண்டே அவளை தொடர்ந்தான். அவனது அறையை ஏற்கெனவே வெளியே இருந்து அமர் காண்பித்ததால் அதன் முன் சென்று நின்றாள் அவந்திகா. அவளை தொடர்ந்து வந்த ராகவ் உள்ளே செல்லவும் அவந்திகா தயக்கத்துடன் வெளியே நின்றாள்.

திரும்பி பார்த்தவன் அவள் வாசலிலேயே நிற்கவும் " மேடம் நான் வேணும்னா உங்கள தூக்கிட்டு போகவா?" என்று அருகில் வர பதறி விலகிய அவந்திகா " நோ நோ! நானே வர்ரேன். நீ போ" என்று சொல்லிவிட்டு உள்ளே சென்றாள்.

உள்ளே சென்றதும் ஒரு நீண்ட வராந்தாவும் அதை தொடர்ந்து டிவியுடன் ஒரு ஹாலும் வந்தது. அதற்கடுத்த ஹால் ராகவின் அலுவலக வேலைகளுக்கானது. அதை தாண்டி சென்றதும் படுக்கையறை.

" இந்த ரூம்ல எங்க மொத்த வீட்டையும் அடச்சிடலாம் போல" என்று அவந்திகா தனக்கு தானே சொல்லிக் கொண்டாள்.

அங்கே இருந்த வாட்ரோபை காண்பித்து "அதுல உன்னோட திங்க்ஸ வச்சிக்கோ. தென் ரெஃப்ரெஸ் ஆகணும்னா இந்த ரூம், அப்புறம் போர் அடிச்சுதுனா அந்த ஹால்ல டிவி இருக்கு., வேற ஏதாச்சும் கேக்கணுமா?" என்று அவளை பார்க்க அவளின் பார்வை பெட்டை தொட்டு விலகியது.

" நான் தூங்குறதுக்கு பெட் எங்க இருக்கு?" என்று கேட்டதும் ராகவிற்கு தலையில் அடித்து கொள்ளலாம் போல் இருந்தது. சிரிப்புடன் "கௌசிமா" என்று அவன் ஆரம்பித்தான்.

இடையில் புகுந்த அவந்திகா " இன்னொரு பெட் எங்கனு நான் கேக்கலானு நெனச்சேன். பட் உடனே நீ சித்தி பேர சொல்லுவ. எதுக்கு வம்பு? இந்த பெட் கூட ஓகே தான். அப்போ நீ எங்க தூங்குவ? உனக்காக தான் நான் யோசிச்சேன் தெரியுமா?" என்று அவசரமாக கூறவும் ராகவ் சத்தமாக சிரித்தான்.

சிரித்து முடித்தவன் " யூ நோ வாட்! எனக்கு வரப் போற வைஃப் இப்பிடி தான் இருக்கனும்னு நான் சில டேர்ம்ஸ் வச்சிருந்தேன். பட் நீ அவுட் ஆஃப் சிலபஸ்" என்று சொல்லவும் அவள் அவனை புரியாமல் பார்த்தாள்.

" ஓகே! உடனே கண்ண விரிச்சு பாக்காத! அந்த பெட் நம்ம ரெண்டு பேருக்கும் சொந்தம். வேற ஒரு பெட் இங்க என்னைக்கும் வராது" என்று சொல்லவும் அவந்திகா உடனே " எனக்கு யார் கூடவும் பெட் ஷேர் பண்ணி பழக்கம் இல்ல" என்று முகத்தை சுருக்கி கூறினாள்.

அவளது பதிலில் எரிச்சலாகி " நான் மட்டும் என்ன டெய்லி ஒரு பொண்ணு கூட என் பெட்ட ஷேர் பண்ணி பழகிருக்கேனா?" என்று ராகவ் கேட்கவும் அவந்திகா " இவன் கிட்ட போய் நீ சொன்னல்ல உனக்கு தேவை தான்" என்று மனதிற்குள் தன்னையே கடிந்து கொண்டாள்.

"ஓகே! எனக்கு எல்லா டவுட்ஸும் கிளியர் ஆயிடுச்சு ராகவ். நீ வேற எதுவும் சொல்ல வேண்டாம்" என்று சொல்லிவிட்டு வாட்ரோபில் தன் உடைகளை அடுக்க ஆரம்பித்தாள்.

அவளை ஒரு பார்வை பார்த்துவிட்டு கீழே சென்றவன் அங்கிருந்த அவனது தாதியிடம் சிறிது நேரம் பேசிக் கொண்டிருந்தான். அதற்கும் அவந்திகா ரெஃப்ரெஷ் செய்துவிட்டு மேலே டிவியில் கார்ட்டூன் பார்த்து கொண்டிருந்தாள்.

உஷா அவளை தேடி வரவும் இருவரும் கதை பேசிக் கொண்டிருந்தனர். சிறிது நேரத்தில் ரித்திமா கிஷோருடன் ராகவுக்கும், அவந்திகாவுக்கும் ரிசப்சன் உடைகளை எடுத்து வர அவந்திகா அதை பார்த்து கொண்டிருந்தாள்.

அங்கு வந்த ராகவுக்கும் அதில் எந்த குறையும் இல்லாததால் அதையே உறுதி செய்தனர்,.

ஏற்பாடுகள் எல்லாம் திருப்தியாக இருக்க அவந்திகா கொஞ்சம் ஆசுவாசமானாள். பெண்கள் அனைவரும் கீழே அரட்டையடித்து கொண்டு சாப்பிட ஆரம்பிக்க ராகவ் உணவை மேலே எடுத்து வரச் சொல்லிவிட்டு அலுவலக வேலையை முடித்து கொண்டே சாப்பிட்டு முடித்தான்.

ஒரு வழியாக திருமணத்தால் இடையில் விடுபட்ட வேலைகளையும் செய்து முடித்தவன் வழக்கம் போல குளிக்க சென்றான்.

கீழே கிஷோர் ரித்திமாவை கலாய்க்க உஷாவும் அவந்திகாவும் அதை கேட்டு சிரித்து கொண்டிருந்தனர். பிந்து மட்டும் ரித்திமாவுக்கு சப்போர்ட் செய்து தன்னுடைய அண்ணனை காலை வாரி விட்டாள். சுமித்ராவுக்கும் ராதிகாவுக்கும் வீடே நிறைந்திருப்பது போலத் தோன்றியது.

அங்கே வந்த நேஹா உஷாவையும் அவந்திகாவையும் உறங்க செல்லுமாறு கூறினாள். நீண்டநேரம் விழித்திருந்தால் நாளை ரிசப்சனில் முகம் களைப்பாக தெரியும் என்பதால் அவர்களும் எல்லாருக்கும் குட் நைட் சொல்லிவிட்டு தங்கள் அறைக்கு சென்றனர்.

உஷாவுக்கு குட் நைட் சொல்லிவிட்டு தன் அறைக்கு வந்த அவந்திகா உடையை மாற்றிவிட்டு தூங்க செல்லும் போது குளித்து விட்டு வந்தான் ராகவ்.

கதவு திறக்கும் சத்தம் கேட்டு திரும்பிய அவந்திகா அவன் வெறும் டவலுடன் நிற்பதை கண்டு முகம் சிவந்தாள். டக்கென்று மறுபுறம் திரும்பியவள் " ஹலோ ஆள் மட்டும் பனைமரத்துக்கு பாதி வளந்தா பத்தாது. அறிவும் வளரணும்" என்று பல்லை கடித்த படி கூற

ராகவ் சாதாரணமாக "என்னோட அறிவுக்கு என்ன கொறச்சல் ஜான்சி ராணி?" என்று கேட்டபடியே உடையை மாற்ற ஆரம்பித்தான்.

" இந்த ரூம் எனக்கும் தான சொந்தம்., நான் இருக்கிற இந்த ரூம்ல யாரும் இப்பிடி அரைகுறையா ட்ரஸ் பண்ணிட்டு வரக் கூடாது" என்றாள் அவந்திகா தீர்மானமாக,.

அவனோ அலட்சியமாக " இஸிண்ட்? ஐ வில் ட்ரை" என்றபடி கண்ணாடியை பார்த்து அவனது தலைமுடியை சரி செய்து கொண்டிருந்தான்.

அவனது பதிலில் கடுப்பான அவந்திகா" நீ கண்டிப்பா இத ஃபாலோ பண்ணீயே ஆகணும்" என்று அவனை முறைத்தவாறே சொல்ல

" அப்பிடிலாம் உன் இஷ்டத்துக்கு நீ ரூல்ஸ் போட முடியாது. போட்டாலும் நான் அத ஃபாலோ பண்ண மாட்டேன் " என்றான் அவன் அமர்த்தலாக.

அவந்திகா அதிர்ந்தவாறே "வாட்? சப்போஸ் நான் இதே மாதிரி பண்ணா உனக்கு எப்பிடி இருக்கும்? இரிட்டேட் ஆகாது? அதே மாதிரி தான் எனக்கும்" என்றாள் சமாதானக்குரலில்.

" நீ இப்பிடி வந்தா நான் ஏன் இரிட்டேட் ஆகப்போறேன்? அது உன்னோட இஷ்டம்., இன் ஃபாக்ட் அது என்னோட குட் லக் பேபி" என்று கிண்டலாக கூறிக் கொண்டு கண்ணை சிமிட்டியபடி அவள் முன்னே வந்து நிற்கவும் அவந்திகாவிற்கு "இவனுக்கு கூச்சநாச்சமே கெடயாது ., அவன் கிட்ட போய் நீ இப்பிடி பேசுவியா" என்று நூறாவது முறையாக தோன்றியது.

கை எடுத்து கும்பிட்டவள் " ஐயா சாமி! இனிமே உன் கிட்ட இத பத்தி நான் பேசவே மாட்டேன்., எனக்கு தூக்கம் வருது" என்று சொல்லிவிட்டு பெட்டில் அமர்ந்து அதன் குறுக்கே வரிசையாக தலையணைகளை அடுக்க ராகவுக்கோ "அடுத்து இதுக்கு வேற நீ ஆர்கியூ பண்ணும் போல ராகவ்" என்று மனசாட்சி அவனை கலாய்த்தது.

நேரே அவள் முன் சென்றவன் " லிசன் வாட் இஸ் திஸ்? இப்போ எதுக்கு இந்த பில்லோ ப்ரிட்ஜ்?" என்று கேட்க அவந்திகா அடுக்கி

முடித்து விட்டு அவனை பார்த்தாள்.

" இது என்னோட சைட். அண்ட் அது உன்னோட சைட். இந்த பார்டர நானும் தாண்டமாட்டேன். நீயும் தாண்ட கூடாது" என்று சொல்லிவிட்டு போர்வையை போர்த்தி முகத்தை மூடிக் கொண்டாள்.

"ஹலோ! தூக்கத்துல என் கை கால்லாம் என்னோட பேச்சை கேக்காதுமா! இந்த ப்ரிட்ஜ் விடியுறதுக்கு முன்னாடியே இடிஞ்டு போயிடும்" என்றான் ராகவ் கேலியாக.

அவளோ " அத பத்தி எனக்கு கவலை இல்ல. இப்போ இத தாண்டி நீ வரக் கூடாது. அவ்ளோ தான் " என்று தீர்மானமாக கூறிவிட்டு தூங்க தொடங்கினாள்.

அவளது பதிலை கேட்டு முகத்தை மூடிப் படுத்திருக்கும் அவந்திகாவை முறைத்தவனின் பார்வையிலிருந்த கனலில் அந்த அறை எரிந்து போகாமல் இருந்தது ஆச்சரியமே!

முறைத்துக் கொண்டே அவளின் மறுபுறம் சென்று படுத்தவன் சிறிது நேரத்தில் உறங்கியும் போனான். அவந்திகாவுக்கும் படுத்தது உடன் தூக்கம் வரவே அன்று இரவு வினோதமாக கடந்தது..

மறுநாள் அதிகாலை.....

காலை நான்குமணிக்கு போனில் அலாரம் அடிக்க விழித்தான் ராகவ். தன் மீது ஏதோ பஞ்சுபொதி கிடப்பது போல தோன்றவும் என்னவென்று பார்த்தவனின் மார்பில் படுத்து உறங்கிக் கொண்டிருந்தாள் அவந்திகா..

எவ்வித செயற்கை பூச்சுமின்றி குழந்தை முகத்துடன் உறங்கியவளை ரசித்தவன் அவள் முகத்தின் மீது விழுந்த முடிக்கற்றையை தூக்கம் கலையாமல் ஒதுக்கி விட்டான்.

இவளா தன்னை இவ்வளவு தொந்தரவு செய்வது என்று ஆச்சரியத்துடன் பார்த்து கொண்டிருந்தவன் திடீரென்று தன் போனை எடுத்து தங்கள் இருவரையும் செல்ஃபி எடுத்து கொண்டான்.

மனதினுள் " ஜான்சி ராணி நேத்து நைட் என்ன பேச்சு பேசுன? இந்த ப்ரிட்ஜ் தாண்டி நான் வரக் கூடாதா? நீ மட்டும் எந்திரி. இந்த போட்டோ பாத்துட்டு உன் முகம் போற போக்கை பாத்தா தான் இன்னைக்கு நாள் எனக்கு ஹாப்பியா இருக்கும்" என்று மனதினுள் சொல்லிக் கொண்டான்.

அவள் திரும்பி படுக்கவும் அவளை பார்த்து புன்னகைத்தவாறே உடற்பயிற்சி செய்ய சென்றுவிட்டான்..

இது எதுவும் தெரியாமல் அவந்திகா அங்கு ஆழ்ந்த உறக்கத்தில் இருந்தாள். இனி ஒவ்வொரு நாளும் இவ்வாறு தான் விடியப் போகிறது என்பதை அறியாமல் அவள் உறக்கத்தில் ஆழ்ந்திருந்தாள்..

நேரம் சென்றது....

காலை இளவெயில் முகத்தில் பட்டு தூக்கம் கலைந்த அவந்திகா சோம்பல் முறித்த போது அறைக்குள் வந்த ராகவ் டவலால் வியர்வையை துடைத்தபடி அவந்திகாவை பார்த்து கிண்டலாக சிரித்து கொண்டிருந்தான்.

அவன் தன் முகத்தை பார்த்து சிரிப்பதை கண்டு குழப்பமடைந்த அவந்திகா ஓடி சென்று அங்கிருந்த டிரஸிங் டேபிள் கண்ணாடியில் முகத்தில் ஏதாவது இருக்கிறதா என்று சரிபார்த்து கொண்டவள் ஒன்றும் வித்தியாசமாக இல்லாததால் நிம்மதியாக திரும்ப அங்கே சிரித்து கொண்டிருந்த ராகவ் கண்ணில் பட்டான் .

அவன் எதிரில் சென்று நின்றவள் " இப்போ எதுக்கு பல்ல பல்ல காட்டுற?" என்று கடுப்புடன் கேட்க ராகவ் தன்னுடைய போனை எடுத்து " கொஞ்சம் இங்க வா" என்று சொல்ல அவந்திகா வர முடியாது என்று தலையை ஆட்டி மறுத்தாள்.

ராகவ் தன் போனிலிருந்த போட்டோவை காட்ட " இது எதுவோ ஒரு போட்டோ ., சோ வாட்? இதுக்கு தான் நீ 32 பல்லையும் காட்டினியா?" என்று குளியலறைக்குள் செல்ல முயல

" அதுக்கு தான் இங்க வானு சொன்னேன்., " என்று அவன் கூறவும் அவனருகில் சென்று அப்படி அந்த போனில் என்ன தான் இருக்கிறது என்று பார்த்தவள் திகைப்பில் வாயை திறந்தாள்.

அவளின் அந்த திகைத்த தோற்றத்தை பார்த்து குஷியான ராகவ் தன் கையை அவள் நாடியில் வைத்து வாயை மூடினான்.

" என்ன ? வாயடைச்சு போய்ட்டியா? என்னா பில்ட் அப். இந்த பார்டர நானும் கிராஸ் பண்ண மாட்டேன். நீயும் பண்ணக் கூடாது" என்று அவளை மாதிரியே படுக்கையில் உட்கார்ந்து சொல்லி காண்பித்தவன் அவள் கண்ணை விரித்து பார்க்கவும் அவளின் திகைத்த தோற்றத்தில் படுக்கையில் புரண்டு புரண்டு சிரிக்க ஆரம்பித்தான்.

அவந்திகாவின் மனசாட்சியோ " அவன் சும்மாவே உன்னை கார்னர் பண்ணுவான்., அவ்ளோ பில்லோ இருக்குறப்போ போயும் போயும் அவன் மேலயா படுத்து தூங்குவ? " என்று அவளை கழுவி ஊற்றியது.

பின்னர் அதுவே " சரி அவந்திகா., இவனை இப்பிடியே விட்டா உன் அருமை பெருமைக்கு ஆபத்து வந்துடும். எதாச்சும் செஞ்சு அவன ஆஃப் பண்ணு" என்று அவளுக்கு அறிவுறுத்தியது.

தன்னை இயல்பாக்கி கொண்டவள் "ஓகே! தூங்கறப்போ கை கால்லாம் என் கன்ட்ரோல்லயா வச்சிக்க முடியும்? ஏதோ தெரியாம லைட்டா என் தலை உன் மேல பட்டுடுச்சு. அதுக்கு சாரி. சோ ப்ளீஸ் இதுக்கு மேல சிரிச்சு என்னை பயமுறுத்தாத" என்று சமாளித்து வைத்தாள் அவந்திகா.

" ஓ! இதே வார்த்தைய நான் சொன்னதுக்கு நேத்து நைட் நீ என்னென்ன டயலாக்லாம் பேசுன? உன்னோட பில்லோ பிரிட்ஜ் ஐடியா ஒரு வேஸ்டான ஐடியானு ஒத்துக்கோ ஜான்சி ராணி" என்றான் பதிலுக்கு.

" ஓகே! இனிமே இந்த மாதிரி பில்லோஸ அடுக்கி உன்ன டிஸ்டர்ப் பண்ண மாட்டேன்" என்று அவள் அமைதியாக கூறவும் ராகவுக்கு அவளை சீண்டி பார்க்கும் ஆசை எழுந்தது.

போனை பார்த்தபடியே " வாவ்! சும்மா சொல்ல கூடாது! இந்த பிக் செமல்ல! இத அப்பிடியே பய்யா கிட்டவும் பாபி கிட்டவும் காமிச்சா என்ன?" என்று அவன் கேலியாக சொல்ல

அவனது செய்கையில் அதிர்ந்தவள் " வாட்? இந்த போட்டோவ போய் வருண் கிட்ட காமிக்க போறியா? உனக்குலாம் எவன் பிஸினஸ் மேன் ஆஃப் த இயர் அவார்ட் குடுத்தது? கொஞ்சம் கூட கூச்சநாச்சமே கெடயாது" என்று பல்லை கடித்தாள்.

" அத வச்சு என்ன பண்றது பேபி? சரி இந்த போட்டோவ வருணுக்கு காமிச்சிட்டு வர்ரேன் " என்று அவன் கிளம்பவும் அவனை போக விடாமல் வழி மறித்தவள் அவன் கையிலிருந்த மொபைலை பிடுங்க முயற்சிக்க ராகவ் அதை இன்னொரு கைக்கு மாற்றினான்.

அவந்திகாவால் அதை பிடுங்க முடியவில்லை. அவன் உயரமாக தூக்கி காட்டவும் துள்ளி குதித்து அதை பிடுங்க முயற்சித்தவள் கால் தவறி ராகவ் மேல் விழ அவளுடன் சேர்ந்து ராகவ் மெத்தையில் விழுந்தான்.

ஒரு கரம் அவளது இடையை வளைத்திருக்க மற்றொரு கரம் போனை இறுக்கமாக பிடித்திருக்க அவனது கண்களோ அவந்திகாவின் முகத்தில் தோன்றும் பாவனைகளையே படம்பிடித்து கொண்டிருந்தது.

அவள் தொடர்ந்து முயற்சித்ததில் அவனது மொபைலை கைப்பற்றிவிட்டாள். ஆனால் பாஸ்வேர்ட் தெரியாமல் முழித்தவளை பார்த்து சிரித்தவன் அவள் அசந்த நேரம் அதை அவள் கையிலிருந்து பிடுங்கினான்.

அவளது முகத்தை பார்த்து கொண்டே " இத நான் யார் கிட்டவும் காமிக்க போறது இல்ல. பிலீவ் மீ மை டியர் வைஃப்" என்று சொல்லி அவள் கன்னத்தை நிமிண்டி விட்டு செல்ல அவனது தொடுகையில் சிலையானாள் அவந்திகா.

அடுத்த கணமே சுய உணர்வு பெற்றவள் பாத்ருமுக்குள் செல்லும் முன் வேகமாக உள்ளே புகுந்த ராகவ் அவளை கேலியாக பார்த்து கொண்டே கதவை சாத்தவும் ஆத்திரமடைந்த அவந்திகா " ஏய் ராகவ்! மைதா மாவு! ஒழுங்கா வெளியே வா! இல்லனா இந்த டோரை ஒடச்சிடுவேன்" என்று கத்தினாள்.

" முடிஞ்சா ஒடச்சுக்கோ. நோ அப்ஜெக்ஸன்" என்றான் அவன் கேலியாக

" எனக்கு டைம் ஆகுது ராகவ். சீக்கிரம் வா" என்று அவந்திகா கெஞ்ச

" லிசன் நான் குளிக்கிறப்போ யாரச்சும் டிஸ்டர்ப் பண்ணா எனக்கு பிடிக்காது. கத்துறத நிறுத்திட்டு அமைதியா கொஞ்ச நேரம் உக்காரு போ" என்று அலட்சியம் செய்துவிட்டு குளிக்க தொடங்கினான் அவன்.

அவளோ " முடியாது" என்று பிடிவாதமாக கூற

அவனும் சளைக்காமல் " அப்போ கத்தி கத்தி உன்னோட எனர்ஜிய வேஸ்ட் பண்ணிக்கோ" என்றான்.

அவன் சொன்னபடியே கத்தி கத்தி சக்தி எல்லாம் வடிய படுக்கையில் தொப்பென்று அமர்ந்தவள் தன்னுடைய போனை எடுத்து நோண்ட ஆரம்பித்தாள். கதவு திறக்கும் சத்தம் கேட்டதும் " ஹப்பாடா! ஒரு வழியா வந்திட்டியா? நான் போறேன்பா" என்று சொல்லி கொண்டு எழுந்தவள் ராகவ் இடுப்பில் டவலுடன் தலையை துவட்டி கொண்டிருப்பதை பார்த்துவிட்டு "நான் நேத்து நைட் தானடா சொன்னேன் இப்பிடி அரைகுறையா டிரஸ் போட்டுட்டு என் முன்னாடி வராதனு" என்று

சொல்லி அவனை முறைக்கவும் கண்ணாடியில் அவளை பார்த்து சிரித்-தான் ராகவ்.

" நீ சொன்னது எதுவுமே நான் கேக்க போறது இல்ல" என்று அவன் சொல்லவும் "எப்பிடியோ போ" என்று சொல்லிவிட்டு குளியல-றைக்குள் நுழைந்தாள் அவந்திகா.

அரைமணி நேரம் பொறுமையாக குளித்து முடித்து விட்டு வந்தவள் ராகவ் என்ற ஒருவன் அங்கே இருப்பதையே மறந்தவளாக டவலுடன் வெளியே வந்தாள்.

ஸோஃபாவில் உட்கார்ந்து ஃபைலை புரட்டி கொண்டிருந்தவன் அவள் நின்ற கோலத்தை கண்டு முதலில் அதிர்ந்தான். பின்னர் அவளை சீண்டுவதற்காக "ஓ மை காட்! பார்பி டால் எப்போ என்னோட ரூம்க்கு வந்துச்சு?" என்று சத்தமாக கேட்ட போது தான் அவன் அறை-யில் இருப்பதே அவளுக்கு நினைவுக்கு வந்தது.

கண்ணில் குறும்பு மின்ன நின்றவனை பார்த்து விட்டு மெத்தையி-லிருந்த போர்வையால் தன்னை மறைத்தவள் " வெளியே போ ராகவ்., வெளியே போ" என்று காதில் மூடிக்கொண்டு கத்த அவனோ அதிர்ச்-சியில் அசையாமல் சிலை போல் நின்று கொண்டிருந்தான்.

நிதானமாக " ரூம்ம விட்டுலாம் போக முடியாது. ஒரு பையன் இருக்கிற ரூம்ல நீங்க மட்டும் இப்பிடி அரைகுறையா வரலாமா மேடம்" என்று சொல்லிவிட்டு சோபாவில் சாய்ந்துகொண்டான்.

" நான் நீ இருக்கிறத மறந்துட்டேன்" என்று அவள் அமைதியான குரலில் கூறவும் எழுந்து அவள் அருகில் வந்தவன் " நீ ஒன்னும் உலக மகா தப்பு பண்ணல. மனுஷங்க எல்லாருக்கும் இது இயல்பு தான். இத்-தனை வருஷம் இந்த ரூம்ல நான் தனியா தான் இருந்தேன். திடீர்னு நீயும் இதுக்குள்ள வரவும் நான் அதை மறந்துடுறேன்." என்று தன் நிலையை விளக்க அதில் நியாயம் இருந்ததால் அவந்திகா விவாதிக்-காமல் அவன் கூறியதற்கு தலையை மட்டும் ஆட்டினாள்.

அவளை பார்த்து புன்னகைத்தவாறே படுக்கையறையை விட்டு வெளியேறிவன் உடனே எட்டி பார்த்து " ஜான்சி ராணி உன்னோட நிக் நேமை நான் சேன்ஜ் பண்ணலானு இருக்கேன்" என்றதும் அவந்திகா இவன் ஏதோ நான் டென்சனாகுற மாதிரி சொல்ல போறான் என்று மனதினுள் சொல்லி கொண்டாள்.

" பார்பி டால்., இந்த காஸ்டியூம் பார்பி டாலுக்கு அப்புறம் உனக்கு தான் நல்லா இருக்கு " என்று சொல்லவும் அவள் கடுப்பில் ஏதோ சொல்ல வருவதற்குள் அந்த அறையை தாண்டி சென்றுவிட்டான்.

அவன் சென்றதும் அவனை திட்டிக் கொண்டே உடை மாற்றிய அவந்திகா எல்லாவற்றையும் ஒழுங்காக வைத்துவிட்டு கீழே இறங்கி வந்தாள். அங்கே ராகவ் தன் போனை காண்பித்து சுமித்ராவிடம் ஏதோ சொல்ல அவர் விழுந்து விழுந்து சிரித்தார்.

வேகமாக வந்தவள் அவன் கையிலிருந்த போனை பிடுங்கினாள். சுமித்ரா அவளை யோசனையுடன் பார்க்க அவள் ராகவிடம் " நான் உன் கிட்ட சொன்னதை மறந்திட்டியா? யார் கிட்டவும் காட்ட கூடாதுனு சொன்னேனா இல்லையா?" என்று கோபத்துடன் கேட்டாள்.

சுமித்ராவுக்கு அவள் கூறிய விதத்தில் சிரிப்பு வரவே அவரை பார்த்து "தாதி! இப்போ எதுக்கு சிரிக்கிறிங்க?" என்று முகத்தை சுருக்கி கேட்டாள்.

" உன்னை பாத்தாலே சிரிப்பு தான் வருது சின்ன மருமகளே! " என்று அவர் சிரிப்பை அடக்கி கொண்டு பேசவும் அவந்திகா திரும்பி ராகவை முறைத்தாள்.

இடுப்பில் கை வைத்தபடி " இதுக்குலாம் யார் காரணம் தெரியுமா?" என்று அவள் கடுப்பாக கேட்க

அவன் சாவகாசமாக " யாரு?" என்று கேட்டபடி சோஃபாவில் இன்னும் வசதியாக சாய்ந்து கொண்டான்.

அவந்து தோரணையை கண்டு கடுகடுத்த அவந்திகா " நீ தான் டா! யார் கிட்டயும் காமிக்கவே மாட்டேனு டயலாக் பேசிட்டு இங்க வந்து என்னை வச்சி காமெடி பண்றியா?" என்று பொறிய

" லிசன் அவந்திகா. நான் ஒன்னுமே.." என்று அவன் விளக்குவதற்குள் " நீ எதுவும் பேச வேண்டாம்" என்று இடை மறித்து அவனை பேசவிடாமல் தடுத்தாள்.

நேரே திரும்பி சுமித்ராவை பார்த்தவள் " தாதி! தூங்கிறப்போ கை கால் தெரியாம மேல பட தானே செய்யும்! என்னோட தலை அவன் மேல பட்டுடுச்சு. இது ஒரு விஷயம்னு அதை போட்டோ எடுத்து உங்க கிட்ட காமிச்சு என்னை இரிட்டேட் பண்றான். நீங்களும் அதை பாத்து சிரிச்சிட்டு இருக்கிங்க" என்று கூற அவர் அவளை ஏற இறங்க பார்த்தார்.

" உனக்கு உடம்பு எதும் சரியில்லையா?" என்ற சுமித்ராவை குழப்-பமாய் பார்த்தாள் அவந்திகா.

" நான் நல்லா தான் இருக்கேன்., ஏன் கேக்குறிங்க?"

" பின்ன என்ன? அவன் என் கிட்ட ஏதோ காமெடிய காமிச்சு சிரிச்சான். நீ என்னடானா சம்மந்தமே இல்லாம அவன் மேல கம்ப்-ளைண்ட் பண்ணுற! என்னாச்சுடா?" என்று அவள் கழுத்தில் நெற்றியில் கை வைத்து பார்த்தார்.

" அப்போ நானா தான் ஓலறிட்டேனா?" என்று மனதிலேயே சொல்லி கொண்டவள் அவரை பார்த்து சிரித்து விட்டு " நானும் ப்ராங்க் பண்ணுனேன் தாதி! பாத்திங்களா, நீங்க கூட எனக்கு ஏதோ ஆயிடுச்-சோனு பதறிட்டிங்க! " என்று சொல்லி சமாளித்தாள்.

ராகவ் இதை கேட்டதும் விழுந்து விழுந்து சிரிக்க , அவள் மனதி-னுள்ளே அவனை திட்டி தீர்த்தாள்.

பின் தனியே தோட்டத்தை பார்த்து கிடக்கும் சோஃபாவில் வந்து அமர்ந்தவள் " பெருமாளே! ஒரு நாள்., ஒரே ஒரு நாள் என்னால இவனை சமாளிக்க முடியல! பின்ன எப்பிடி டிவோர்ஸ் வாங்குற வரைக்-கும் இங்க இருக்க போறேனோ?" என்று வாய் விட்டு புலம்பினாள்.

" தனியா என்ன பேசி புலம்பிட்டு இருக்க? யாரு டிவோர்ஸ் பண்ண போறாங்க?" என்று கௌசல்யாவின் குரல் கேட்டதும் அவந்-திகாவுக்கு சப்தநாடியும் அடங்கி விட்டது. இவங்க எப்போ வந்தாங்க என்று யோசித்தபடியே அவரை பார்த்தவள் " டிவோர்ஸா? நான் எப்போ டிவோர்ஸ்னு சொன்னேன் சித்தி?" என்று சமாளிக்க முயன்றாள்.

" இல்லையே! நான் வர்ரப்போ நீ தனியா பேசிட்டிருந்ததை நான் கேட்டேனே" என்று சொல்ல அவந்திகா " அத விடுங்க சித்தி! நேத்து நைட் பாட்டி கிட்ட பேசினிங்க தானே! அஜ்ஜூ எப்பிடி இருக்கான்?" என்று கேட்டு பேச்சை மாற்றினாள்.

அதன் பின் அவர்கள் குடும்ப விவகாரங்களை பேச ஆரம்பிக்க கௌசல்யா அவந்திகா பேசிய விஷயங்களை மறந்தே போனார்.

13

அத்தியாயம் 13

அன்று மாலை அவர்களின் ரிசப்ஷன்....

மூன்று மணி வாக்கில் பியூட்டிசியன்ஸ் வந்து உஷாவையும் அவந்திகாவையும் தயார் படுத்த ஆரம்பித்தனர்.

அவந்திகாவோ "இவ்ளோ ஹெவி மேக் அப் என்னால போட்டுக்க முடியாது., இந்த லெஹங்கா வெயிட் என்னோட வெயிட்டை விட ஓவரா இருக்கு. இத போட்டா நான் கீழ விழுந்து புதையல் தான் எடுக்கனும். இவ்லோ ஜுவல்ஸ் என்னால போட்டுக்க முடியாது" என்று ஒவ்வொரு விஷயத்துக்கும் மறுப்பு சொல்ல அவளை மட்டும் சமாளித்து தயார் படுத்தவே 3 மணி நேரம் பிடித்தது.

இருவரும் தயாராகி ரிசப்சன் நடக்கும் ஹோட்டலுக்கு காரில் சென்று இறங்க ரித்திமா அவர்களை அழைத்து சென்றாள். அவர்களுக்கு முன்னரே குடும்பத்தினர் அனைவரும் அங்கே சென்றுவிட ராகவும் வருணும் மட்டுமே மிஸ்ஸிங்.

அவந்திகா " இந்த உலகத்துல ரிசப்ஷனுக்கு ஹஸ்பெண்ட் இல்லாம வந்த வைஃப்ஸ் நம்ம மட்டும் தான் உஷா. எங்க தான் போனாங்க இந்த வருணும் ராகவும்?" என்று கடுப்பாகி விட்டாள்.

அந்த ஹோட்டல் முழுவதும் இன்று அவர்களின் ரிசப்ஷனுக்காக புக் செய்யப்பட்டதால் எங்கும் உறவினர்களும் விருந்தினர்களும் நிறைந்திருக்க மோகனும் , குணாலும் கூட இவ்வளவு நேரமாகியும் மகன்கள் இல்லாமல் இரு மருமகள்களும் தனியே நிற்பதை பார்த்து டென்சனாகி தங்கள் மனைவிகளின் காதை கடித்துவிட்டு மருமகள்கள் பக்கம் வந்-

தனர்.

மோகன் " என்னம்மா மருமகள்களே! வாசலையே பாத்தா எப்பிடி? இந்த மாமனார் கிட்ட ஆசிர்வாதம் வாங்குற ஐடியா இருக்கா இல்லையா?" என்று கேட்க இருவரும் அவரது காலில் விழுந்து ஆசிர்வாதம் வாங்கினர்.

அவந்திகா " அங்கிள்! நாங்க வரதட்சணையா எத கொண்டு வர்ரமோ இல்லையோ கண்டிப்பா ஆளுக்கு ஒரு வாட்ச் வாங்கிட்டு தான் வருவோம். அட்லீஸ்ட் அதை கையில போட்டதை பாத்தாச்சும் உங்க பசங்க இனிமே பங்சுவாலிட்டியா வருவாங்க" என்று கிண்டலடிக்க வாய் விட்டு சிரித்த குணால் மோகனின் தோளில் விளையாட்டாக தட்டி " இந்த ஐடியா கூட நல்லா இருக்குடா தம்பி" என்று கேலி செய்தார்.

இவ்வாறு வீட்டினர் ஒவ்வொருவரும் அவர்கள் இருவரும் தனிமையை உணரகூடாது என்று அவர்களை சிரிக்க வைக்க ஏதாவது பேசிக் கொண்டிருந்தனர்.

ராகவும் வருணும் சாவகாசமாக 6 மணிக்கு வர உஷா " வாங்க! வாங்க! நீங்க ரெண்டு பேரும் தான் அங்கிளோட பசங்களா?" என்று கிண்டலாக கேட்க வருண் அவளை தனியே அழைத்து சென்று சமாதானப் படுத்த தொடங்கினான்.

அவந்திகாவின் அருகில் வந்த ராகவ் " என்னாச்சு ஜான்சி ராணி! நீ இவ்ளோ சைலண்டா இருக்க! திருந்திட்டியா என்ன?" என்று கிண்டலாக கேட்டான்.

அவள் அமைதியை தொடரவும் " கம் ஆன் அவந்திகா! டோண்ட் பி காம்! ஆக்சுவலி என்ன நடந்துச்சுனா.." என்று அவன் சொல்ல வரும்போது நிறுத்து என்று கையால் சைகை செய்தாள் அவந்திகா.

" இப்போ நான் உன் கிட்ட எந்த எக்ஸ்ப்ளனேஷனும் கேக்கல. எனக்கு அது அவசியமும் இல்ல. இது உன்னோட ரிசப்ஷன். நீ சீக்கிரம் வர்ரதும் லேட்டா வர்ரதும் உன்னோட இஷ்டம். எனக்கும் இந்த டிராமாக்கும் சம்மந்தமே இல்ல., எனக்கு எப்போ இதுலாம் முடியும் , வீட்டுக்கு போகலானு தான் தோனுது" என்று பொறிந்து தள்ளிவிட்டாள்.

அவளுடைய பேச்சில் எரிச்சலடைந்தவன் " வாட்? என்னோட ரிசப்ஷனா? அப்போ நீ இங்க எதுக்கு வந்த ? ஃபுட் சர்வ் பண்ணவா? " என்று கேட்டு அவளை முறைக்க

அவளும் சளைக்காமல் " யூ நோ வாட்! இப்பிடி உன் கூட ஸ்டே-ஜ்ல நிக்கிறதுக்கு அது எவ்ளோவோ மேல்" என்று வாதிட்டாள்.

" ஷட் அப் அவந்திகா! என்ன நடந்துச்சுனு தெரியாம வாய்க்கு வந்தபடி பேசாத., ஓகே" என்று ராகவ் சீற பதிலுக்கு

அவளோ " நான் பேசாம சைலண்டா தான இருந்தேன்., நீ தான் தேவையில்லாம என்ன பேச வைக்கிற ராகவ்" என்று சொல்லி விட்டு திரும்பி கொண்டாள்.

ராகவ் பொறுக்க முடியாமல் புலம்ப அது அவள் காதில் விழுந்து தொலைத்தது.

" காட்! ஐ காண்ட் மேனேஜ் திஸ் கேர்ள்"

" தென் வொய் டிட் யூ மேரி மீ? "

இப்படி அவர்கள் சண்டை போட்டு கொண்டிருக்கும் போது அமர் அவர்கள் இருவரையும் போட்டோ செஷனுக்காக அழைத்து சென்றான்.

அங்கே சென்றபின் அவந்திகா இன்னும் டென்சன் ஆனது தான் மிச்சம். அந்த போட்டோகிராபர் மேடம் இப்பிடி நில்லுங்க, தோள்ல கை வைங்க என்று அவளை மாற்றி மாற்றி நிற்க வைத்ததில் அவள் கடுப்பானாள்.

ஒரு கட்டத்தில் பொறுமையை இழந்தவள் " ஏன் சார் என்னை இப்பிடி டார்ச்சர் பண்றிங்க? நீங்க சொல்லுற மாதிரிலாம் என்னால் போஸ் குடுக்க முடியாது " என்று கூறிவிட்டாள்.

போட்டோகிராபரோ " மேடம் மேரேஜ்லாம் லைஃப்ல ஒன் டைம் தான் நடக்கும்., அதோட மெமரிஸ நீங்க உங்க கொழந்தைங்களுக்கும் காமிக்க வேண்டாமா? இன்னைக்கு உங்களுக்கு கஷ்டமா இருக்கலாம்., பட் உங்க பொண்ணு கிட்டயோ பையன் கிட்டயோ இந்த போட்டோஸ் வீடியோஸ் காமிக்கிறப்போ தான் இதோட சந்தோசம் உங்களுக்கு புரியும்" என்று ஒரு விளக்கம் அளித்தார்.

இதை கவனித்த உஷா வந்து அவளின் காதில் ஏதோ சொல்ல அவந்திகா தலையாட்டி விட்டு ராகவின் அருகில் சென்று ஒழுங்காக போஸ் கொடுக்க ஆரம்பித்தாள். முதல் முறையாக ஒரு ஆண்மகனுடன் நெருக்கமாக இருப்பது அவளுக்கு பதட்டத்தை கொடுக்கவே அது அவளது முகத்தில் பிரதிபளித்தது.

டென்சனுடன் ராகவை பார்க்க அவன் சாதாரணமாக தான் இருந்தான். அவள் அவனை பார்த்ததை அறிந்து திரும்பியவன் அவளை

நேருக்கு நேராக பார்த்து புன்னகைத்தான்.

வழக்கம் போல இதயத்தை ஊடுருவும் அவனது புன்னகையில் தன்னை மறந்தாள் அவந்திகா. அவளின் இதழ்களும் விரிய கன்னம் குழிய அழகாக புன்னகைத்தாள் அவந்திகா.

இந்த தருணத்தை வீணாக்க விரும்பாத போட்டோகிராபர் அதை புகைப்படமாக்கினார்.

அந்த சமயத்தில் ராகவ் மீதிருந்த கோபம் போன இடம் தெரியாமல் மறைந்திருக்க தன்னை கட்டி போட்ட அவனது சிரிப்பில் தொலைந்து போனாள் அவந்திகா..ராகவோ புன்னகையில் மின்னிய அவளது முகத்தையும், அழகிய குட்டி செவ்விதழையும், ஆளை விழுங்கும் அந்த கன்னக்குழிகளையும் பார்த்து மெய்மறந்து நின்றான்..

இருவருக்கும் பார்வையை விலக்கும் எண்ணமே வரவில்லை போலும். இவ்வளவு நேரம் சண்டை போட்டவர்களா இவர்கள் என்று அமரே ஆச்சரியப்பட்டு போனான்.

" பய்யா ! போலாமா" என்று அவன் ராகவின் அருகில் வந்து கேட்ட போது தான் ராகவ் இந்த உலகிற்கு வந்தான்.

அவனிடம் தலையாட்டி விட்டு அவந்திகாவின் இடையை பற்றி அழைத்து சென்றான். நல்ல வேளை , அவள் அப்போது சுயநினைவில் இல்லை. இருந்திருந்தால் அந்த அழகான தருணம் ஒரு சண்டைகாட்சியாக மாறியிருக்கும்!

ராகவே அவள் அமைதியை பார்த்து ஆச்சரியப்பட்டு போனான். வந்தவர்களை அறிமுகப்படுத்திய போது சின்ன சிரிப்புடன் அவள் வணக்கம் சொன்ன விதம், அவனது நண்பர்களிடம் வெளிப்படுத்திய மரியாதை இதையெல்லாம் தூரத்திலிருந்து பார்த்து கொண்டிருந்த இருகுடும்பத்தாரும் அவந்திகா சமாதானமாகிவிட்டதாக கருதி நிம்மதி பெருமூச்சு விட்டனர்.

ரிசப்ஷன் முடியும் வரை எல்லாம் நன்றாக தான் சென்றது...

அமர் அவர்கள் இருவரையும் பீச் ரிசார்ட்டிற்கு செல்லும்படி சொல்லும் வரை...

ரிசப்ஷன் முடிந்து வீட்டுக்கு வந்த மணமக்கள் நால்வருக்கும் திருஷ்டி கழித்துவிட்டு அவர்களை ஹாலில் அமரவைத்தார் சுமித்ரா.

பெரியவர்கள் சென்றுவிட இளையவர்கள் மட்டும் இருந்து அரட்டை அடித்து கொண்டிருந்தனர். சுமித்ராவின் அறையிலிருந்து வெளியே

வந்த அமர் வருணிடம் அவர்கள் இருவருக்கும் பாட்டி கொடுத்த பரிசு என்று கூறி சுவிட்சர்லாண்ட் செல்வதற்கான ஃப்ளைட் டிக்கெட்டுகளை நீட்டவும் வருணுக்கு இன்ப அதிர்ச்சி!

அவர்களின் உடைமைகளை ஏற்கெனவே பிந்துவும் நேகாவும் தயாராக வைத்திருக்க கிஷோர் அவர்களை ஏர்ப்போர்ட்டில் விடுவதாக ஏற்பாடு.

அனைவரிடமும் சொல்லிவிட்டு கிளம்பும் முன் அவந்திகாவிடம் வந்த உஷா " நான் வர்ர வரைக்கும் குட் கேர்ளா இருப்ப தான?" என்று கேட்க அவந்திகா சந்தோசமாக புன்னகைத்து " யூ டோன்ட் வொர்ரி. நான் நீ வர்ர வரைக்கும் யார் கூடவும் சண்டை போட மாட்டேன். ஒரு நல்ல மருமகளா நடந்துப்பேன். நீ எந்த கவலையும் இல்லாம ஹனிமூன என்ஜாய் பண்ணு" என்று சொல்லிவிட்டு அவளை அணைத்து விட்டு வழியனுப்பினாள்.

அவர்கள் சென்றதும் வீட்டிற்குள் வந்தவர்கள் தங்கள் அறைக்கு செல்ல படியேறும் போது வந்த அமர் " பய்யா! தாதி உங்க ரெண்டு பேரையும் நம்ம பீச் ரிசார்ட்ஸுக்கு போக சொன்னாங்க " என்று சொல்லி சாவியை கையில் கொடுக்க அவந்திகா ஷாக் ஆகிவிட்டாள்.

ஆனால் முகத்தில் காண்பிக்காமல் அவர்களின் அறைக்கு சென்றவள் அணிந்திருந்த அணிகலன்களை கோபத்தில் கழட்ட காதில் போட்டிருந்த பெரிய ஜிமிக்கியின் நுனி அவளின் ஆடையில் சிக்கி கொண்டதை கவனிக்காமல் வேகமாக கழட்டினாள்.

அது வராமல் ஆடையிலே மாட்டிக் கொள்ள வலியில் கத்தவும் ராகவ் "ஏன் இவ்ளோ வேகமா கழட்டுற ? கொஞ்சம் கூட பொறுமை கெடயாதா உனக்கு?" என்று அவளை கடிந்து கொண்டே அதை மெதுவாக கழட்டி அவள் கையில் வைத்தான்.

அவளின் காதுமடல் சிவந்திருப்பதை பார்த்து விட்டு அதை மெதுவாக தடவி விட அவந்திகா கோபத்தில் அவன் கையை தட்டி விட்டாள்.

அதே கோபத்துடன் " என்னால எங்கேயும் உன் கூட வர முடியாது" என்று சொல்லிவிட்டு வளையல்களை கழட்ட துவங்கினாள்.

" பட் தாதி நம்ம அங்க போகனும்னு சொல்லிருக்காங்க"

" சோ வாட்? நான் அங்க வர போறது இல்ல"

" வந்தா நீ ஒன்னும் கொறஞ்சு போக மாட்ட அவந்திகா" என்று அவன் சொல்லவும் டிரஸிங் டேபிளை விட்டு எழுந்தவள் "எனக்கு வர்ரதுக்கு இஷ்டம் இல்ல ராகவ்" என்று அமைதியாக கூறினாள்.

" அன்ஃபார்சுனேட்லி உன்னோட விருப்பத்தை கேட்டு இங்க எதுவுமே நடக்கல. பட் நீ அதை ஏத்துக்கிட்ட. லைக்வைஸ் இதையும் ஏத்துகிட்டு தான் ஆகணும்" என்றான் கட்டளையிடும் தொனியில்.

" இஸிண்ட்? இன்னும் எத்தன விஷயத்தை நான் பிடிக்கலைனாலும் ஏத்துக்கனும் ராகவ்? என்னால முடியல., இந்த ஒரு மேரேஜ் என்னோட ஹோல் லைஃபயும் டோட்டலா மாத்திடுச்சு. என்னால அந்த சேன்ஜஸ் எதையும் ஏத்துக்க முடியல" என்றாள் அவள் வேதனையான குரலில்.

ராகவால் அதை புரிந்து கொள்ள முடிந்தது. ஆனால் இப்போது அவர்கள் செல்லாவிட்டால் வீட்டினர் தேவையில்லாமல் வருந்துவர் என்பதற்காகவே அவனும் புறப்பட தயாரானான்.

பொறுமையாக " நானும் இப்போ இதே மைண்ட்செட்ல தான் இருக்கேன். பட் நான் உன் அளவுக்கு சீன் கிரியேட் பண்ணவோ, ஓவர் ரியாக்ட் பண்ணவோ இல்ல. முடிஞ்ச விஷயத்தை யோசிச்சு ஒரு யூஸூம் இல்லங்கிறப்போ எதுக்காக நான் என்னை கஷ்டப்படுத்திக்கனும்?" என்று நிலமையை விளக்கினான் அவன்.

" நான் சீன் கிரியேட் பண்றேனா? எனக்கு ஏதாவது பிடிக்கலனா நான் அதை பத்தி யோசிக்க மாட்டேன். எனக்கு பிடிக்காத மனுஷங்களை பாக்க கூட நான் விரும்புனது இல்ல. அப்பிடி இருந்த நான் இன்னைக்கு இந்த ஸ்டுப்பிட் மேரேஜ் டிராமாவால எனக்கு கொஞ்சம் கூட பிடிக்காத ஒருத்தன காலைல இருந்து நைட் வரைக்கும் பாத்துட்டு அவன் கூட ஒரே ரூம்ம ஷேர் பண்றது எனக்கு மூச்சு முட்டுற மாதிரி இருக்கு ராகவ்" என்று அவள் கூற ராகவுக்கு ஏனோ கஷ்டமாக இருந்தது.

அதை காட்டாத கடினமான குரலில் " உனக்கு எப்பிடி என்னை பிடிக்காதோ அதே மாதிரி எனக்கும் உன்ன சுத்தமா பிடிக்காது அவந்திகா. பட் அதுக்காக் 24 ஹவர்ஸூம் மொறச்சுகிட்டே இருக்க வேண்டிய அவசியம் இல்ல. பிகாஸ் நான் அப்பிடி பிஹேவ் பண்ணா என்னோட ஃபேமிலி அதால கஷ்டப்படுவாங்க" என்று கூற அவந்திகா அதை கேட்டு ஒரு முடிவுக்கு வந்தாள்.

" ஓகே! நீ அப்பிடி இருக்கலாம். பட் என்னால முடியாது. லெட்ஸ் அப்ளை ஃபார் டிவோர்ஸ்.," என்று தீர்மானமான குரலில் உறுதியாக கூறினாள்.

டிவோர்ஸ் என்ற வார்த்தையை கேட்டதும் ராகவுக்கு கண் மண் தெரியாமல் கோபம் வந்தது. அதை அடக்கி கொண்டு அவந்திகாவை நேராக பார்த்து " இந்த நிமிஷத்தில இருந்து உன் இஷ்டத்துக்கு நீ கத்து. சண்டை போடு, இல்லனா எப்போவும் போல வினோதமா ஏதாச்-சும் பண்ணு. பட் ஐயாம் வார்னிங் யூ அவந்திகா, இதுக்கு அப்புறம் நீ எப்போவும் டிவோர்ஸ்ங்கிற வார்த்தைய யூஸ் பண்ணவே கூடாது. அப்-பிடி ஏதாச்சும் எண்ணம் உன் மனசுல இருந்தா அதை இந்த நிமிஷத்-தோட மறந்துடனும்" என்று சொல்லிவிட்டு உடையை மாற்ற சென்று-விட்டான்.

அவன் கூறியதை கேட்டு தொப்பென்று அங்கிருந்த நாற்காலியில் அமர்ந்தவள் தலையில் கைவைத்து கொண்டு யோசிக்க ஆரம்பித்தாள்.

ராகவ் உடையை மாற்றிவிட்டு தனக்கான லக்கேஜை எடுத்தவன் அவந்திகா இன்னும் தயாராகாமல் இருப்பதை பார்த்து அவள் அருகில் வந்தான்.

அவனை பார்த்தவள் " நீ ஏன் இப்பிடி இருக்க ராகவ்? பிடிக்கா-தவங்க ஒன்னா இருந்து எதை சாதிக்க போறோம்?" என்று கசப்பான குரலில் கேட்டாள்.

" ஐ டோண்ட் னோ., பட் எனக்கு கைல கெடச்சத பிடிக்காததா இருந்தாலும் தூக்கி எறியுற பழக்கம் கெடயாது, அண்ட் அத யாருக்கும் விட்டு குடுக்கிற பழக்கமும் கெடயாது. உனக்கு புரிஞ்சிருக்கும்னு நெனக்கிறேன். லெட்ஸ் கோ" என்று அவள் கையை பிடிக்க " நான் இன்னும் டிரஸ் பேக் பண்ணல" என்று அவன் கையை விலக்கினாள் அவந்திகா.

அவள் வார்ட்ரோபிற்கு சென்றவன் கையில் கிடைத்தவற்றை அள்ளி ஒரு சூட்கேசில் திணித்துவிட்டு " த்ரீ டேஸ்கு இது போதும் " என்று சொல்ல அவனை தடுக்க முடியாமல் தடுமாறினாள் அவந்திகா.

" என்னோட டிரஸ்ஸை சேஞ்ச் ..."என்று சொல்லவும் அவள் உதட்-டில் கை வைத்து "மூச்! இனிமே நீ ஒரு வார்த்தை கூட பேச கூடாது. இந்த டிரஸ்லயே நீ கொஞ்சம் அழகா தான் இருக்க . சோ நோ ப்ராப்ளம். லெட்ஸ் கோ" என்று சொல்லிவிட்டு அவள் கையை பிடித்து

ஹாலுக்கு கூட்டி வந்தான்.

பணியாளை அழைத்து அவர்களின் உடைமைகளை காரில் வைக்க சொல்லிவிட்டு வீட்டு பெரியவர்களிடம் ஆசிர்வாதம் வாங்கினான்.

சிலை போல் நின்று கொண்டிருந்த அவந்திகாவின் கையை பற்றி-யவன் அவளை காரில் அமரவைத்து கதவை அறைந்து சாத்தினான். உள்ளே வந்து சீட்பெல்ட்டை போட்டு காரை ஸ்டார்ட் செய்தான்.

ஏதும் பேசாமல் அமைதியாக வந்தவனை பார்த்த அவந்திகாவுக்கு தான் கொஞ்சம் அதிகம் பேசிவிட்டோமோ என்று முதல்முறையாக தோன்றியது.

நடந்து முடிந்த விஷயங்கள் எப்படி தனக்கு ஏற்றுக் கொள்ள முடி-யாதவைகளாக இருக்கிறதோ அதே போல தானே ராகவிற்கும் இருக்கும் என்று அப்போது தான் அவளின் புத்தியில் உறைத்தது.

ராகவ் கூறியது போல அவன் தன்னை போல் நடந்து கொண்டிருந்-தால் இந்நேரம் தன் சித்தியின் முகத்தில் இருக்கும் நிம்மதி எப்போவோ பறி போயிருக்கும் என்று புரிந்து கொண்டாள்.

இதற்கு மேல் அவனிடம் சாரி கேட்காமலிருப்பது தவறு என்று தோன்றவும் மெதுவாக திரும்பி காரை ஓட்டிக்கொண்டிருந்தவனை பார்த்தாள்.

" ராகவ்" என்று அழைக்கவும் காரை ஓட்டிக் கொண்டே " என்ன?" என்று அவள் புறம் திரும்பாமல் கேட்டான் ராகவ்.

சாரி கேட்க வந்தவள் அவனது உணர்ச்சியற்ற முகத்தை பார்த்து-விட்டு " இன்னும் எவ்ளோ நேரம் ஆகும்?" என்று கேட்க " ஃபிப்டீன்-மினிட்ஸ்" என்று சொல்லிவிட்டு சாலையில் கவனம் செலுத்தினான்.

அதற்கு மேல் அவனிடம் பேசி அவன் கவனத்தை திருப்ப அவளும் முயற்சிக்கவில்லை.

ரிசார்ட்டை அடைந்தவர்கள் லக்கேஜை அங்கிருந்த பணியாளர் அவர்கள் அறையில் எடுத்து வைக்கவும் அவரை தொடர்ந்து உள்ளே சென்றனர். அவர் வெளியே சென்றதும் கதவை தாளிட்டு விட்டு தங்கள் அறைக்கு வந்தனர்.

இருபுறம் பெரிய கண்ணாடிகதவுகளுடன் இருந்தது அந்த பெரிய அறை. ஒரு புற கண்ணாடி வழியே கடற்கரையை பார்க்க முடிந்தது . மற்றொரு புறம் வழியாக தோட்டம் தெரிந்தது. இரவு நேரமானதால் தோட்டம் இருளாக இருக்க குழல் விளக்குகள் ஒளியை அங்கு கசிய

வைத்தன.

கடலையே பார்த்து கொண்டிருந்த அவந்திகாவின் அருகில் நின்ற ராகவ் "ஏதோ சொல்லனும்னு ரொம்ப நேரமா ட்ரை பண்ணியே. அதை இப்போ சொல்லு" என்று ஒரு சிறிய டீபாயை இழுத்து போட்டு உட்கார்ந்து விட்டு அவளையே கூரிய விழிகளால் பார்த்து கொண்டிருந்தான்.

அதில் தடுமாறிய அவந்திகாவுக்கு பேச்சு வர மறுத்தது. ராகவோ நீ சொல்லாமல் நான் செல்லமாட்டேன் என்பது போல் கையை கட்டி அமர்ந்து அவளையே பார்த்து கொண்டிருக்க அவந்திகா எப்படி பேச்சை ஆரம்பிப்பது என்று தவித்து போனாள்.

முயற்சித்து வரவழைத்த குரலில் " சாரி ராகவ்" என்று மெதுவாக கூற ராகவ் திகைத்தான். ஆனால் அவனுக்கு நன்றாக தெரியும். அவந்திகா எப்போதும் செய்த தவறுக்கு மன்னிப்பு கேட்க தவறியது இல்லையென்று. அவளின் நேர்மை அவளை அவ்வாறு இருக்க விடாது என்று அவனுக்கு அவ்வளவு நம்பிக்கை.

இருந்தாலும் இன்று மாலையிலிருந்து தன்னை அவள் மிகவும் படுத்திவிட்டதால் கொஞ்சம் சீண்டி பார்த்தால் என்ன என்று தோன்ற தன் காதில் கை வைத்து " வாட்? நீ ஏதாச்சும் சொன்னியா என்ன? என் காதுல விழல" என்று சிரிப்பை அடக்கிவிட்டு சீரியஸான குரலில் கேட்டான்.

அவந்திகாவோ தான் மெதுவாக சொன்னதால் அவனுக்கு கேட்கவில்லை போலும் என்று எண்ணி சத்தமாக " சாரி ராகவ்" என்று சொல்ல அவன் மறுபடியும் காதில் கை வைத்து " எனக்கு கேக்கலையே " என்று சொல்ல அவந்திகாவுக்கு அவன் வேண்டும் என்று இவ்வாறு செய்வது புரிந்தது.

இருந்தாலும் தனக்கு இது தேவைதான் என்று நொந்து கொண்டவள் " ஐயாம் சாரி ராகவ். கோவத்துல நான் நெறைய பேசிட்டேன்., நான் என்ன பண்றது? எனக்கு திடீர்னு இப்பிடிலாம் நடந்ததும் நான் கொழம்பிட்டேன். இனிமே நான் இப்பிடி உன் கூட சண்டை போட மாட்டேன்" என்று நிஜமாகவே வருத்தம் நிறைந்த குரலில் கூறினாள்.

அதை கேட்ட ராகவிற்கு கொஞ்சம் மனதுக்கு இதமாக இருந்தது. இருந்தாலும் விடாது " நோ நோ! நீ சண்டை போடுமா! உனக்கு இல்லாத ரைட்ஸா? இந்த உலகத்துல என் கூட சண்டை போடுறதுக்கான

ஃபுல் ரைட்ஸூம் உனக்கு மட்டும் தானே இருக்கு" என்று ஒருமாதிரியான குரலில் கூற அவந்திகாவுக்கு அவன் தன்னுடைய மன்னிப்பை ஏற்றுக்கொள்ளவில்லை என்று தோன்றியது.

பின் எழுந்து அவள் அருகில் வந்தவன் அவள் கண்களை பார்த்து " பட் டிவோர்ஸ் பத்தி மட்டும் இனிமே பேச மாட்டேனு நான் நம்புறேன்" என்று சொல்லவும் அவந்திகா சரியென்று தலையசைத்தாள்.

" ஓகே! இப்போ எனக்கு தூக்கம் வருது! குட் நைட்" என்று சொல்லி படுக்கையில் விழுந்தவன் எழுந்து உட்கார்ந்து " ப்ளீஸ் இன்னைக்கும் அந்த பில்லோ பிரிட்ஜ் மாதிரி ஏதும் யோசிக்காம ஒழுங்கா வந்து தூங்கு" என்று சொல்லவும் அதற்கும் சரியென்று தலையசைத்தாள்.

ரெஃப்ரெஸ் ஆகி உடையை மாற்றிவிட்டு தூங்க வந்தவள் ராகவ் உறங்கிவிட்டானா என்று பார்த்து விட்டு இருவருக்கும் குறுக்கே தலையணையை வைக்க தொடங்க கண் விழித்த ராகவ் அவள் கையை பிடித்தான்.

தூங்கிக் கொண்டிருந்தவன் திடீரென்று கையை பிடித்ததால் அலறிய அவந்திகா எதிரே அமர்ந்திருந்த ராகவை பார்த்ததும் என்ன செய்யவென்று தெரியாமல் விழித்தாள்.

" வாட் இஸ் திஸ் ஜான்சி ராணி? சினிமா சீரியல்ஸ் பாத்து ரொம்ப கெட்டு போயிருக்க நீ! நான் தான் சொன்னேன் தானே! மறுபடியும் இந்த ஃபெயிலியர் ஆன ப்ளானை எதுக்கு கன்ட்டினியூ பண்ண ட்ரை பண்ணுற" என்று கிண்டலாக கேட்டான்.

அவள் அமைதியை தொடரவும் " உன்ன டிவோர்ஸ் பத்தி மட்டும் தான் பேசாதனு சொன்னேன். நீ இப்பிடி திடீர்னு சைலண்டா இருக்கிறது பாக்க நல்லா இல்ல. கம் ஆன். நார்மல் ஆகு" என்று அவளை முன்போல் சகஜமாக பேச வைக்க முயன்றான்.

அவளோ " நோ ராகவ்! நான் இனிமே உன் கிட்ட கத்தவே மாட்டேன்" என்று பிடிவாதமாக இருக்கவும் அவனுக்கு வேறு வழி தெரியவில்லை.

" ஹே பார்பி டால்" என்று அழைக்கவும் அவந்திகாவுக்கு அவன் அந்த பெயரை கூறிய நிகழ்வு கண் முன் வந்தது.

" இங்க பாரு ராகவ்! என்ன அப்பிடி சொல்லாத" என்று விரலை நீட்டவும் அவள் விரலை பிடித்தவன் " அதே மாதிரி நீயும் இனிமே

இப்பிடி விரலை நீட்டி என் முன்னாடி பேசாத" என்று சொல்லியபடி அவளின் விரலை பிடித்தான்.

" ஏய்! வலிக்குது மேன்! என் கையை விடு" என்று சொல்ல அவன் முடியாது என்று தலையை இடவலமாக அசைக்கவும் அவந்திகா பொறுமை இழந்தவளாக " ஏய்! மைதா மாவு! மரியாதையா கைய விடு" என்று சொல்லவும் அவள் பழைய அவந்திகாவாக மாறிவிட்டாள் என்பதை புரிந்து கொண்டான் ராகவ்.

அவள் விரலை விடுவித்தவன் அவளை பார்த்து சிரித்தபடியே படுத்து கொண்டான். அவந்திகாவும் விரலை தடவியபடியே லைட்டை அணைத்துவிட்டு படுத்துகொண்டாள்.

படுத்தவுடன் இருவரும் உறங்கிவிட்டனர்....

மறுநாள் காலை...

முகத்தில் மஞ்சள் நிற வெயிலின் இதமான சூடு பட்டதும் மெதுவாக கண்களை திறந்தாள் அவந்திகா. தன் இடையின் மீது எதுவோ கனமாக இருப்பது போல் உணர்ந்தவள் எழும்ப முயற்சிக்க அவளால் முடியவில்லை.

ஒரு பக்கமாக சாய்ந்து படுத்திருந்தவள் நேராக திரும்பி படுக்க தன்னை கட்டிக் கொண்டு உறங்கிக் கொண்டிருந்த ராகவின் முகத்தோடு மோதிக் கொண்டாள். ஐயோ அவன் முழிச்சுக்குவானே என்று கண்களை மூடியவள் அவன் விழிக்கவில்லை என்பதை அறிந்து மெதுவாக எழும்ப முயற்சித்தாள்.

அவனது கையை எடுக்காமல் அவளால் எழும்ப இயலாது. அதை எடுத்தால் அவனது உறக்கம் கலைந்துவிடும். என்ன செய்வது என்ற யோசித்து கொண்டே மீண்டும் படுத்து கொண்டவள் தனக்கு மிக அருகில் இருந்த அவனது முகத்தை பார்த்தாள்.

உறக்கத்தால் கலைந்து நெற்றியில் புரண்ட முடியை ஒதுக்கி விட்டவள் அவனையே பார்த்து கொண்டிருந்தாள். நீண்ட கூர்மையான நாசி, அழுத்தமான உதடுகள், அதற்கு கீழே குழி விழும் தாடை என்று பார்த்து முடித்தவள் மனதிற்குள் " நாட் பேட் மைதா மாவு மாதிரி இருந்தாலும் ஏதோ கொஞ்சம் ஹாண்ட்சம்மா தான் இருக்கான். ஆனா தூங்குறப்போ கூட முகத்துல ஒரு அலட்சியம் தெரியுது பாரு. ஓவர் ஆட்டிட்டியூட்" என்று திட்டிக் கொண்டே பாராட்டி முடித்தாள்.

திடீரென்று " ரொம்ப கண்ணு வைக்காத பார்பி டால்., " என்ற மெல்லிய குரல் கேட்கவும் திடுக்கிட்டு அவன் புறம் திரும்பியவள் ராகவ் விழித்து அவளை பார்த்து கொண்டிருப்பதை அறிந்து பதறிக் கொண்டு எழ முயற்சிக்க அவன் அவளின் இடையில் கை வைத்து தன் புறம் திருப்பி அவளை எழும்ப விடவில்லை.

" வாட் ஆர் யூ டூயிங் ராகவ் ?" என்று கேட்டுக் கொண்டே அவன் கையை விலக்க முயற்சித்தாள்.

அவனின் கை இன்னும் இறுக்கமாகவே " ராகவ் நான் எழுந்திருக்-கனும்" என்று மெதுவாக கூறினாள்.

" முடிஞ்சா எழுந்து போ பாப்போம்.," என்றான் கிண்டலாக.

" என்னால எழுந்திரிக்க முடியாதுனு தெரிஞ்சே இப்பிடி செக் வைக்கிறியா நீ? கொஞ்சம் கைய எடுத்தா நானே எழுந்துப்பேன்" என்-றாள் அவள்.

" இவ்ளோ நேரம் நீ என்ன சைட் அடிச்சியே ! நான் ஏதாச்சும் சொன்னேனா? இப்போ என்னோட டர்ன். கம் ஆன். என்னை சைட் அடிக்க விடு ஜான்சி ராணி"

" என்னது? சைட் அடிக்க விடனுமா? உனக்கு பைத்தியம் தான் பிடிச்சிருக்கு., சீரியசா பேசு ராகவ்"

" நான் சீரியசா தான் உன்னை சைட் அடிச்சிட்டிருக்கேன் பார்பி டால்"

" ஐயோ! பெருமாளே! இந்த பார்பி டால்ங்கற வார்த்தைய கேட்டா அப்பிடியே பத்திகிட்டு வருது" என்று தமிழில் பேச ஆரம்பித்தாள்.

ராகவுக்கோ அவள் பேசிய எதுவுமே புரியாததால் அவளின் முகபா-வங்களை மட்டும் பார்த்து கொண்டிருந்தான், இல்லை ரசித்து கொண்-டிருந்தான்.

" லுக்! நீ சொல்லுறது எனக்கு புரியல அவந்திகா" என்று அவன் சொல்ல

அவந்திகாவின் மனசாட்சி " தமிழ் தெரியாதவன கட்டிகிட்டா நீ ஒவ்வொரு விஷயத்தையும் இப்பிடி தான் டிரான்ஸ்லேட் பண்ணிட்டே இருக்கனும். ஒன்னு நீ இவன் முன்னாடி தமிழ்ல பேசாத, இல்லைனா இவனுக்கு தமிழை கத்து குடு" என்று அவளுக்கு அறிவுரை கூறியது. அவள் "எனக்கு தெரியும், நீ போ' என்று அதை அடக்கினாள்.

" கோவம் அதிகமாச்சுனா நான் தமிழ்ல பேச ஆரம்பிச்சிடுவேன்" என்றுஅவள் கூற இதற்கு முன்னும் அவள் இதே போல் கூறிய நிகழ்ச்சியை நினைத்து பார்த்தான் ராகவ்.

அதை தொடர்ந்து அந்த மழை நேர இரவும், அந்த குடும்பத்தினரின் பரிவும் நினைவுக்கு வந்தது. அது மட்டுமா? மறுநாள் காலையில் அவந்திகா மஞ்சள் நிற லெஹங்கா அணிந்து கூந்தலை நீவியது முதற்கொண்டு நினைவில் வர ராகவ் வாய் விட்டு " வாட் எ லவ்லி சீன்" என்று சொல்லி விட்டான்.

அவன் எதை சொல்கிறான் என்று புரியாத அவந்திகா " எது லவ்லி?" என்று கேட்க அவனுக்கு அப்போது தான் வாய் விட்டு தான் சொன்னது உரைத்தது.

" நீ தான் ஜான்சி ராணி" என்று சொல்லி அவளின் மூக்கை செல்லமாக தட்டிவிட்டு எழுந்தவன் அவளை எப்படியோ சமாளித்த திருப்தியில் ஃப்ரெஷ் ஆக சென்றான்.

எழுந்து அமர்ந்த அவந்திகாவோ அவன் கை பட்ட இடம் குறுகுறுக்க தோளை குலுக்கி விட்டு எழுந்தாள்.

வெளியே தோட்டத்திற்கு வந்தவள் அங்கே ஒரு ஓரமாக இருந்த பைப்பில் முகம் கழுவிவிட்டு தோட்டத்தை சுற்றி பார்க்க ஆரம்பித்தாள். இரவில் வெளிச்சம் இல்லாததால் அவளால் தெளிவாக பார்க்க முடியவில்லை. இப்போது காலை நேர இளஞ்சூரிய ஒளி விழுந்து அந்த தோட்டத்தை ரம்மியமாக்கி கொண்டிருந்தது.

காலார நடந்தவள் திடீரென்று ராகவின் கோபமான குரலை கேட்டு வேகமாக உள்ளே சென்றாள்.

அங்கே அவன் புதிதாக வந்த செஃபிடம் கோபமாக பேசிக் கொண்டிருப்பதை பார்த்ததும் வேதாளம் முருங்கைமரம் ஏறிடுச்சு என்று எண்ணியபடியே அவர்கள் அருகில் சென்றாள்.

" வாட் இஸ் திஸ் மேன்?" என்று ராகவ் தன் கையிலிருந்த ஒரு ஃபைலை காண்பித்து கேட்கவும் அவர் குனிந்து கொள்ள அவந்திகா அதை பார்த்த போது அதில் காபி சிந்திய தடம் தெரியவே அவருக்காக பரிதாபப்பட்டாள்.

" டு யூ நோ த வேல்யூ ஆஃப் திஸ் ஃபைல்? இத பிரிப்பேர் பண்ண எத்தனை மணிநேரம் வொர்க் பண்ணனும்னு தெரியுமா? டாமிட்., " என்று ஆழ்ந்த சத்தம் எழுப்பாத குரலில் கேட்கவும் அவர் நிமிர்ந்து

கூட பார்க்கவில்லை.

" சாரி சார்.., கை தவறி காபி கொட்டிடுச்சு" என்று அவர் சொல்லவும் ராகவ் கொதிநிலைக்கு போனான்.

" கை தவறிடுச்சா? எவ்ளோ சாதாரணமா சொல்ற இல்ல? வேர் இஸ் யுவர் ஃபாதர்? உன்னை இங்க அனுப்பிட்டு அவர் என்ன பண்ணுறாரு? சின்ன பையனெலாம் குக்கா போட்டா இப்பிடி தான். கொஞ்சம் கூட பொறுப்பு இல்லாம என்ன காரியம் பண்ணி வச்சிருக்க? யூ நோ ஒன் திங் , யுவர் ஃபாதர் இஸ் ரியலி க்ரேட்., அவரோட வொர்க் டெடிகேசன்ல ஒன் பர்சண்ட் கூட உனக்கு இல்ல. இதுல கேட்டரிங்க்ல கோல்ட் மெடலிஸ்ட் வேற" என்று அவன் சொல்லிக் கொண்டே போக அவந்திகாவுக்கு அதற்கு மேல் அமைதி காக்க முடியவில்லை.

" இங்க பாருங்க ராகவ்., இதோட ஸாஃப்ட் காப்பி உங்க கிட்ட இருந்தா நீங்க அகெய்ன் ஒரு பிரிண்ட் எடுத்துக்கலாமே! அதுக்கு போய் ஏன் இவர தேவை இல்லாம திட்டனும்?" என்று அமைதியாக கேட்டாள்.

" பிரிண்ட் எடுத்துக்கலாம். பட் இதுல ஸைன் பண்ண வேண்டிய ஆதரைஸ்ட் சிக்னேஷரிஸ் யாரும் இப்போ இந்தியால இல்ல. நான் வேணா அவங்களுக்கு கால் பண்ணி என்னோட குக் அக்ரிமெண்ட்ல காபி கொட்டிட்டாரு.. நீங்க இந்தியா வந்து அகெய்ன் சைன் பண்ண முடியுமானு கேக்கவா?" என்று கடுப்புடன் அவளை நோக்கி கேட்டான்.

அவந்திகா அந்த செஃபை பார்த்து " அண்ணா! நீங்க போய் வேலைய பாருங்க" என்று அவரை அனுப்பிவிட்டு பொறுமயாக ராகவை பார்த்தாள்.

" நீ இதுல தலையிடாத அவந்திகா! இது உனக்கு புரியாது., நான் அவன் பண்ண தப்புக்கு தான் அவனை திட்டுனேன். சோ ப்ளீஸ் எனக்கு லெக்சர் குடுக்க ட்ரை பண்ணாத. அதை கேக்குற மூட் எனக்கு இப்போ இல்ல" என்றான் அவன் கடினமான குரலில்.

" இஸிண்ட்? ஹீ மே பி யுவர் சர்வெண்ட்! பட் இந்த மாதிரி அவர்கிட்ட பிஹேவ் பண்ணுற ரைட்ஸ் உனக்கு இல்ல ராகவ். அவங்க உங்க சர்வெண்ட் தான்! அடிமை இல்ல. கை தவறி காபி கொட்டுனதுக்கு இவ்ளோ சீன் கிரியேட் பண்ண வேண்டிய அவசியம் இல்ல" என்று அவந்திகா அவருக்காக பரிந்து பேசினாள் மீண்டும்.

" வாட்? நான் சீன் கிரியேட் பண்றேனா? இது எவ்ளோ இம்பார்டென்ட் டாக்குமெண்ட் தெரியுமா? உன் கிட்ட நான் எதுக்கு இதல்லாம் சொல்லிட்டு இருக்கேன்? இதுல ஸைன் பண்ண வேண்டியவங்க இனிமே ஏ.ஜி.எம் அட்டெண்ட் பண்ண தான் இந்தியா வருவாங்க. திஸ் இஸ் எ பிக் மிஸ்டேக் " என்று சொல்லிவிட்டு கையிலிருக்கும் ஃபைலை தொப்பென்று மேஜையில் போட்டான் அவன்.

" திருத்த முடியாத தவறுனு ஒன்னு இந்த உலகத்திலேயே இல்ல ராகவ்., இதுக்கு ஏதாச்சும் சொல்யூசன் இல்லாமயா போயிடும்?

" அப்பிடியா? அப்போ நீயே ஒரு சொல்யூசன் சொல்லு. பேசாம நின்னா என்ன அர்த்தம்? அட்வைஸ் பண்றது ஈஸி. கேக்குறவங்களுக்கு தான் அதோட கஷ்டம் தெரியும்" என்று விவரித்து விட்டு அதே கோபத்துடன் சோஃபாவில் உட்கார்ந்து தலையில் கைவைத்து கொண்டான்.

அவனை பொறுமையாக பார்த்தவாறே " டாக்குமெண்ட்ட அவங்களுக்கு ஃபார்வேர்ட் பண்ணி அவங்க டிஜிட்டல் சிக்னேஷர் வச்சு உனக்கு அனுப்ப சொல்லு. எப்பிடியும் இன்னும் ஒன் மன்த்ல ஏ.ஜி.எம் நடக்கும் தானே. அப்போ அவங்க இந்தியா வந்ததும் ஹார்ட் காப்பில சைன் வாங்கிக்க வேண்டியது தானே! " என்று அவந்திகா சொன்னதும் நிமிர்ந்தவன் முகத்தில் ஆச்சரியம்

தான் ஏன் இதை யோசிக்க வில்லையென்று நினைத்தவன் அவந்திகாவை மெச்சுதலாக ஒரு பார்வை பார்த்துவிட்டு " நாட் பேட் ஜான்சி ராணி! உனக்கும் சில டிடெய்ல்ஸ் தெரிஞ்சுருக்கு! எனி வே தேங்க்ஸ் பார் திஸ் சொல்யூஸன்! " என்று புன்னகையுடன் கூறினான்.

அவந்திகா அவன் சிரிக்க ஆரம்பித்ததும் சுதாரித்து கொண்டு தோட்டத்தை பார்த்தபடியே " இட்ஸ் ஓகே., யூ ஆர் வெல்கம்" என்று அவனது நன்றியை ஏற்றுக் கொண்டாள்.

திரும்பி நின்றவள் மனதிற்குள் " இவன் சிரிக்க ஆரம்பிச்சாலே எனக்கு எல்லாமே ஏன் மறந்து போயிடுது? பெருமாளே இதுக்கு ஒரு சொல்யுசன் சொல்லுங்க ப்ளீஸ்" என்று எண்ணும் போதே அவள் முன் வந்து நின்றவன் அவளையே குறுகுறுவென்று பார்த்தான்.

" இப்போ எதுக்கு மேன் இப்பிடி பாக்குற?"

" உனக்கு வாய் மட்டும் தான் ஜாஸ்தினு நெனச்சேன்.. மூளையும் நல்லாவே வேலை செய்யுது. முக்கியமா எமர்ஜென்சி டைம்ல ரொம்ப

நல்லா வேலை செய்யுது" என்றான் ராகவ்.

" தாங்க்ஸ் ஃபார் யுவர் காம்ப்ளிமென்ட்ஸ்! அண்ட் ப்ளீஸ் இனிமே சர்வெண்ட்ஸ் கிட்ட இப்பிடி பிஹேவ் பண்ணாத. ஐ மீன் அவங்க சாரி சொன்னதுக்கு அப்புறமும் அவங்கள எதுக்காக திட்டனும்? அவங்களுக்கும் செல்ஃப் ரெஸ்பெக்ட் ஹர்ட் ஆகும் தானே" என்று கண்ணை விரித்து அவனை ஆழ்ந்து பார்க்க ராகவ் தன் சிகையை கோதிக் கொண்டான்.

" என்ன கண்ணுடா? இப்பிடி பாத்தே என்னை ஏதோ பண்ணுறா இந்த பொண்ணு!" என்று மனதினுள் கூறிக் கொண்டவன் அவளிடம் " ஓகே! இனிமே நான் இப்பிடி அவங்க கிட்ட பிஹேவ் பண்ணவேமாட்டேன். இப்போ ஹாப்பியா?" என்று சொல்ல அவந்திகா கன்னம் குழிய சிரித்த படியே தலையாட்டினாள்.

இருவரும் பேசிக் கொண்டே தோட்டத்திற்கு செல்ல அவர்களின் வாழ்வில் அழகான அத்தியாயம் அன்று தான் ஆரம்பித்தது.

14

அத்தியாயம் 14

மெதுவாக நடந்து கடற்கரையோரமாக வந்தனர் ராகவும் , அவந்திகா-வும். கடற்கரை மணலில் கால் புதைய நடக்கும் சுகத்தை அனுபவித்து கொண்டே வேடிக்கை பார்த்தபடி நடந்து வந்தாள்.

ராகவ் போனில் அந்த டாக்குமெண்டை டிஜிட்டல் சிக்னேஷருக்காக அனுப்பிவிட்டதை தனது செகரட்டரியிடம் தெரிவித்து விட்டு அந்த விஷயத்தில் கவனம் செலுத்துமாறு கூறி போனை வைத்துவிட்டான்.

அலைகளுடன் விளையாடிக் கொண்டிருந்த அவந்திகாவிடம் ஒரு கண்ணை வைத்தபடி வருணுக்கு கால் செய்தான். இருவரும் பிஸினஸ் விஷயங்களை பேசி முடித்து விட்டு தங்களுடைய டிரிப் பற்றி பேச ஆரம்பித்தனர்.

வருண் உஷா செய்த ஷாப்பிங் பற்றி புலம்பி தள்ளுவதை கேட்ட ராகவ் அதை கேட்டு சத்தமாக சிரிக்க அவந்திகா அவனை திரும்பி பார்த்து விட்டு மறுபடியும் விளையாட்டை தொடர்ந்தாள்.

" பய்யா ! நான் ஆல்ரெடி சொன்னேன் தானே! உங்க ஃப்ரீடம் எப்-போவோ போயிடுச்சு! மேரேஜ் ஆயிடுச்சுல்ல, இனி இதுக்குலாம் பழகிக்-கோங்க" என்று கிண்டலாக கூறினான்.

" நீ ஏன்டா சொல்ல மாட்ட? அவந்திகா உன்னை எதுக்கும் டிஸ்-டர்ப் பண்ண மாட்டா., அதனால நீ ஜாலியா இருக்க"

" வாட்? நான் ஒன்னு சொல்லவா? எந்த நேரத்துல நான் என்னை கேள்வி கேக்காத பொண்ணை தான் கல்யாணம் பண்ணிப்பேனு சொன்-னேனோ, அந்த காட் என்னை 24 ஹவர்ஸும் கேள்வியே கேட்டு சாக-

டிக்குற ஒருத்தி கிட்ட மாட்டி விட்டுட்டாரு! அது மட்டும் இல்ல பய்யா! இந்த சிராஜ் இடியட்டால மேரேஜ் ஆன நாள்ல இருந்து நான் பாடி-கார்ட் மாதிரி அவ பின்னாடி தான் சுத்திட்டு இருக்கேன். அவளோட தாட்ஸ் எல்லாமே ரொம்ப வியர்டா இருக்கு, அவளை மாதிரியே" என்று அவந்திகாவை கிண்டல் செய்தான்.

இவ்வாறு இரு சகோதரர்களும் தங்கள் வாழ்க்கை துணைகளை பற்றி பேசிமுடித்துவிட்டு தங்கள் பாரத்தை இறக்கி கொண்டனர்.

அவந்திகா கடலில் விளையாடிவிட்டு ரிசார்ட்ஸை நோக்கி திரும்பு-கையில் அவளுக்கு போனில் அழைப்பு வந்தது. அதை பேசி முடித்-தவள் சந்தோசத்தில் துள்ளி குதிக்க, அவளை பார்த்த ராகவ் எதுக்கு இந்த ஜான்சி ராணி இப்பிடி எக்ஸைட் ஆகுறா என்று யோசித்தபடியே அவளை பார்த்தான் ராகவ்.

" பெருமாளே! ரொம்ப தேங்க்ஸ்! இந்த ஈவண்ட் மட்டும் பிரச்சனை இல்லாம நடந்து முடியட்டும். நான் நடந்தே திருப்பதி வர்ரேன்" என்று தமிழில் மொழிய ராகவ் வழக்கம் போல புரியாமல் பார்த்தான்.

அவன் தன்னை வித்தியாசமாக பார்ப்பதை கண்டவள் " எங்களுக்கு ஒரு பெரிய கார்பரேட் ஈவண்ட் நடத்துறதுக்கான கான்ட்ராக்ட் கெடச்-சிருக்கு" என்று ஆனந்தமாக கூற ராகவ் கையை கட்டி கொண்டு அவளை கண் எடுக்காமல் பார்த்தான்.

உடனே சுதாரித்த அவந்திகா " ஓகே! உனக்கு இது ஒரு பெரிய விஷயம் இல்லனு புரியுது! பட் எங்களுக்கு இது ரொம்ப ரொம்ப பெரிய கான்ட்ராக்ட் தெரியுமா? இது சம்மந்தமா நானும் ரித்தியும் இன்னும் 2 டேஸ்ல அவங்க எம்.டிய மீட் பண்ண போகனும். நான் ரொம்ப எக்-ஸைட்டடா இருக்கேன்" என்று சிலாகித்தவாறே சொல்ல ராகவ் மனதிற்-குள் பாவம் அந்த எம்.டி., இவ கிட்ட மாட்டிகிட்டு என்ன பண்ண போறானோ என்று எண்ணி கொண்டே உள்ளே சென்றான்.

அமைதியாக சென்றவனை பார்த்துவிட்டு தோளை குலுக்கியபடியே பின்தொடர்ந்தாள் அவந்திகா. அவன் வேலையை பார்க்க ஆரம்பிக்க அவளோ தோட்டத்துக்கு சென்றாள்.

அவந்திகா தோட்டத்தில் இருந்த ஊஞ்சலில் அமர்ந்தவள் யாருக்கோ வீடியோ கால் செய்து கொண்டிருந்தாள்.

" அஜ்ஜூ! வாட் ஆர் யூ டூயிங்டா? நான் நல்லா இருக்கேன்! அம்பு பாட்டிய கொஞ்சம் காமிங்க பாப்போம்" என்று கூறி போன் ஸ்கி-

ரீனை பார்த்தபடியே பேசிக் கொண்டிருந்தாள் அவந்திகா.

யார் கிட்ட பேசிட்டு இருக்கா என்று ஆர்வக்கோளாறாக அவள் உட்கார்ந்திருந்த ஊஞ்சலுக்கு பின்புறம் இருந்த சேரில் உட்கார்ந்தபடியே கேட்டு கொண்டிருந்தான் ராகவ். அவனும் என்ன தான் செய்வான்? இங்கு அவனுக்கு ரொம்பவே போர் அடிக்கவே தோட்டத்திற்கு செல்லலாம் என்று வந்தவன் அவந்திகா போனில் யாரிடமோ கொஞ்சி பேசியதை கேட்டு அங்கேயே அமர்ந்து விட்டான்.

அவனை கவனிக்காமல் பேச்சை தொடர்ந்தாள் அவந்திகா.

" அம்பு பேபி! ஹவ் ஆர் யூ? ஐ மிஸ் யூ சோ மச்" என்று அவள் கூறவும் ராகவுக்கு உள்ளே புகைய ஆரம்பித்தது.

அதற்கு கிடைத்த பதிலில் திருப்தியடைந்தவள் பதிலுக்கு " மீ டூ பேபி! லவ் யூ சோ மச்! பை " என்று போனை வைத்துவிட்டு திரும்பியவளுக்கு கையைக் கட்டிக் கொண்டு அவளையே முறைத்து பார்த்த ராகவின் தரிசனம் கிடைக்கவே இவன் எப்போ வந்தான் என்று யோசித்தபடியே அவனை சாதாரணமாக பார்த்தாள்.

" ஹேவ் யூ ஃபினிஷ்ட் யுவர் கால்?" என்று அவளை கூர்ந்து பார்த்தபடி கேட்டான்.

" ஓ! பேசிட்டேனே!" என்றாள் அவள் சாதாரணமாக.

ராகவ் அவளின் பதிலை கேட்டவன் நெற்றியை விரலால் தேய்த்து கொண்டே" யூ மிஸ் ஹிம் சோ மஸ்னா?" என்று கேட்டபடி அவளை ஊடுருவி பார்த்தான்.

" யா ராகவ். ஐ மிஸ் ஹிம் சோ மச்" என்று அவள் உருகவே கடுப்பானான் ராகவ்.

" வாட் த ஹெல்? அவனை மிஸ் பண்ணுறேனு நீ என் கிட்டவே சொல்லுற" என்று அவன் பல்லை கடித்தபடி கூற அவந்திகா இவனுக்கு என்னாச்சு என்று அவனை பார்த்தாள்.

" நீ தான கேட்ட ? அப்போ உன் கிட்ட தான சொல்லனும்! இப்போ எதுக்கு நீ இவ்ளோ கோவப்படுற நீ?"

" ஓ! லாஜிக் பேசுற நீ? என் முன்னாடியே யாரோ ஒருத்தன் கிட்ட ஐ லவ் யூ , ஐ மிஸ் யூனு சொல்லுவ! அதை கேட்டுட்டு நான் கோவப்படாம என்ன பண்ணனும் அவந்திகா?" என்று அவன் வெடிக்க ஆரம்பிக்க

அவனது இந்த அவதாரத்தை கண்டவள் திகைப்புடன் " யாரோ ஒருத்தனா? என்னடா சொல்லுற நீ ? நான் அஜ்ஜூ கிட்ட பேசிட்டு இருந்தேன் " என்று சொல்லிவிட்டு அவனை பார்க்க

அவன் விடாப்பிடியாக " அந்த அஜ்ஜூ தான் யாரு?" என்று கேட்டுவிட்டு அவளது பதிலை எதிர்பார்த்து கையை கட்டி கொண்டு நின்றான்.

" ஹி இஸ் மை லிட்டில் ப்ரதர், லிவ்விங் இன் சென்னை வித் மை கிரானி., எக்ஸ்ப்ளனேசன் போதுமா?" என்று அவள் கண்ணை விரித்து சொல்லிவிட்டு அவனை மாதிரியே கையை கட்டிக் கொண்டு நின்றாள்.

அவள் தம்பியிடம் பேசியதாக கூறவும் ராகவிற்கு ஏனோ மனம் லேசான உணர்வு. முகத்திலிருந்த கடுகடுப்பு மாயமாக அவளை பார்த்து புன்னகைத்தவன் " ஓகே! நவ் ஐயாம் ஆல்ரைட் " என்று சொன்னவன் "உன்னோட லிட்டில் ப்ரதர் மீன்ஸ்?" என்று மறுபடியும் ஐயமாக கேட்டான்.

" என் சித்தியோட பையன்., நேம் அர்ஜுன். நான் அவனை அஜ்ஜூனு செல்லமா கூப்டுவேன். ரொம்ப சுட்டி. நான் ராஜஸ்தான் போறதுக்கு முன்னாடி அவனை பாத்தது. அவன் ஃபர்ஸ்ட் ஸ்டேண்டர்ட் போக ஆரம்பிச்சிட்டானா சோ லீவ் கெடைக்கல. ரொம்ப மிஸ் பண்றேன் அவனை" என்று பாசத்துடன் கூறினாள்.

ராகவுக்கோ "வாட்? ஃபர்ஸ்ட் ஸ்டேண்டர்டா? கௌசிமாக்கு அவ்ளோ குட்டி பையனா?" என்று மனதில் தோன்றவே அதை வாயால் கேட்டு விட்டான்.

" கௌசிமா பாக்க உன்னோட எல்டர் சிஸ்டர் மாதிரி தான் இருக்காங்க. பட் நீ அவங்களை சித்தினு கூப்டுற. இந்த டவுட் ரொம்ப நாளா இருந்துச்சு. இன்னைக்கு தான் கேக்க டைம் கெடச்சிருக்கு" என்று கூறியவனை ஊஞ்சலில் அமர சொல்லிவிட்டு தானும் அமர்ந்தவள் தங்கள் குடும்பத்தை பற்றி கூற ஆரம்பித்தாள்.

" என்னோட அம்மாவுக்கும் சித்திக்கும் 10 இயர்ஸ் டிஃபரென்ஸ். நான் பொறந்தப்போ சித்திக்கு 10 வயசு தான். சித்திக்கு நான்னா அவ்ளோ பிடிக்கும் தெரியுமா?" என்று அவள் சொல்ல ராகவ் அதை மனதிற்குள்ளேயே ஆமோதித்தான்.

" அப்பா அம்மா என்னை விட்டுட்டு போனப்போ எனக்கு சித்திய தவிர வேற யாருமே கெடயாது. ஒரு 22 வயசு பொண்ணா என்னோட

சித்திக்கும் லைஃப் பத்தி நெறைய கனவு இருந்திருக்கு. பட் அதை-யெல்லாம் எனக்காக அவங்க ஒதுக்கி வச்சிட்டு இந்த பெங்களூருக்கு வந்தாங்க. சித்தப்பா எங்க பக்கத்து வீடு தான். சித்தியை அவரு உருகி உருகி லவ் பண்ணதுலாம் எனக்கு ரொம்ப நல்லாவே தெரியும். பட் சித்தி தனக்கு லைஃப்ல மேரேஜே வேண்டாம்னு அவர் கிட்ட டேரக்டா சொல்லிட்டாங்க" என்று சொல்லிவிட்டு நிறுத்தினாள்.

பின் " நானும் அம்புவும் ப்ளான் பண்ணோம். அது மாதிரி நான் டென்த் போர்ட் எக்சாம் ரிசல்ட் வந்ததுக்கு அப்புறம் சித்தி ரகு அண்-ணாவ மேரேஜ் பண்ணா தான் நான் ஸ்கூலுக்கு போவேனு பிடிவாதமா சொல்லிட்டேன்" என்று சொல்லவும் ராகவ் அவளது அண்ணா என்ற சொல்லில் குழம்பினான்.

" அப்போ நான் சித்தப்பாவ அண்ணானு தான் கூப்டுவேன். அவர் என்னோட குளோஸ் ஃப்ரெண்ட்" என்று அவனுக்கு விளக்கி விட்டு

தொடர்ந்து " சித்தி ரித்திமா, உஷா மூலமா என்னோட மனசை மாத்த எவ்ளோவோ டிரை பண்ணாங்க. பட் அவங்களும் என்னோட க்ரைம் பார்ட்னர்ஸுனு அவங்களுக்கு தெரியாது. இப்பிடி நெறைய கலாட்டாக்கு அப்றமா சித்தி சித்தப்பாவோட கல்யாணம் நடந்துச்சு. அதுக்கு அப்றமா நானும் அம்புவும் சேந்து ப்ளான் பண்ணி அவங்க ரெண்டு பேரையும் சேத்து வைக்கிறதுக்காக நெறைய யோசிச்சோம். சோ அம்பு சென்னைக்கு அவங்க பூர்வீக வீட்டுக்கு போய்ட்டாங்க. நானும் உஷா ரித்திமா கூட சேந்து போர்டிங் ஸ்கூல் போய்ட்டேன்" என்று சொன்னதை கதை கேட்பது போல் கேட்டு கொண்டிருந்தான் ராகவ்.

பள்ளி வாழ்க்கை முடிந்து வீட்டுக்கு வந்த அவந்திகா கண்டறிந்த உண்மை இன்னும் கௌசல்யாவும் ரகுவும் முறையாக வாழ ஆரம்பிக்-கவில்லை என அம்புஜாவின் மூலம் (ரகுவரனின் அம்மா) அறிந்து கொண்டவள் இதை பற்றி சித்தியிடம் பேச முடிவு செய்தாள்.

கௌசல்யாவோ தனக்கு அவந்திகாவை தவிர வேறு குழந்தை பிறந்-தால் தன் கவனம் தன் குழந்தையின்பால் போய்விடுமென்ற பயத்தில் அவள் கூறிய எதையும் காது கொடுத்து கேட்கவில்லை.

ஆனால் அவந்திகா தான் சொல்வதை கேட்காவிட்டால் தான் வீட்டை விட்டு ஒரே அடியாக சென்று விடுவதாக மிரட்ட பதறிய ரகு-வரன் அவளை சமாதானப்படுத்தி கல்லூரிக்கு அனுப்பி வைத்தார். அப்-போதும் அவள் விடுதியிலேயே தங்கிக் கொள்வதாக சொல்லி சென்று-

விட்டாள்.

ஒரு வருடம் கழித்து விடுதி வார்டன் அவளை பார்க்க சித்தப்பா வந்திருப்பதாக கூற மூவரும் அவரை பார்க்க சென்ற போது தான் தெரிந்தது அவர்களுக்கு ஒரு அழகான தம்பி பிறந்திருப்பது.

சந்தோசத்தில் திக்குமுக்காடிய மூவரையும் வார்டன் அனுமதியுடன் மருத்துவமனைக்கு அழைத்து சென்ற ரகு தொட்டிலில் அன்று பூத்த மலர் போல் உறங்கிக் கொண்டிருந்த மகனை அவந்திகாவின் கையில் கொடுத்த போது அவள் உணர்ச்சிவசப்பட்டு அழுதேவிட்டாள்.

லட்டுகுட்டி என்று செல்லப்பெயர் வைத்தனர் மூவரும் அவனுக்கு. அவனை வீட்டுக்கு அழைத்து வந்து பெரிய அளவில் பெயர்சூட்டுவிழா நடத்திய பிறகுதான் அவந்திகாவுக்கு நிம்மதியாக இருந்தது.

பின் கௌசல்யாவுக்கும் ரகுவிற்கும் ஒரே நேரத்தில் சென்னைக்கு டிரான்ஸ்ஃபர் கிடைத்ததும் அர்ஜூனுடன் அவர்கள் அம்புஜாவின் வீட்டிற்கு சென்றுவிட்டனர்.

அதன் பின் அவந்திகா, ரித்திமா, உஷா மூவரும் கல்லூரி முடித்த கையோடு ஆரம்பித்த சன் டியூ நிறுமம் தான் அவர்களின் உலகமாக மாறியது. இதற்கிடையில்தான் மறுபடி கௌசல்யா பெங்களூருக்கு வந்ததும், உஷா வருண் காதலும் நடந்தேற அனைத்தையும் ராகவிடம் ஒப்பித்து முடித்தாள் அவந்திகா.

எல்லாவற்றையும் பொறுமையாக கேட்டு முடித்தவனுக்கு கௌசல்யா மீது மரியாதை கூடியது. அவன் " தென் அந்த அம்பு யாரு?" என்று கேட்க அவந்திகா பெருமையுடன் " அம்புவோட ஃபுல் நேம் அம்புஜா. எனக்கும் அர்ஜூனுக்கும் பாட்டி அவங்க. ஆக்சுவலி அவங்க எனக்கு ஃப்ரெண்ட் ஆனதால நான் அவங்கள எப்போவும் அம்புனு தான் கூப்டுவேன்" என்று சொல்லி கொண்டிருக்கையிலேயே அவந்திகாவுக்கு கால் வரவே " ஹலோ ! அவந்திகா ரவி ஸ்பீக்கிங்! " என்று சொல்ல ராகவ் அவளை புருவம் உயர்த்தி கூர்மையாக பார்த்தான்.

அவனது பார்வையில் நாக்கை கடித்தவள் " சொல்லுங்க" என்று பேசிக் கொண்டே தோட்டத்தின் மறுமுனைக்கு சென்று பேசிமுடித்து விட்டு வந்தாள்.

" சோ நீங்க இன்னும் அவந்திகா ரவி தான்! " என்று அவன் கேலி போல கேட்க அவந்திகா என்ன சொல்லவென்று தெரியாமல் விழித்தாள்.

பின்னர் " அது திடீர்னு எப்பிடி சேஞ்ச் பண்ணிக்க முடியும்? கொஞ்ச நாள் ஆகட்டும். அப்போவும் நான் இப்பிடியே சொன்னா நீ என்னை என்ன வேனாலும் சொல்லி திட்டிக்கோ" என்று கெத்தாக சொல்லிவிட்டு உள்ளே ஓடிவிட்டாள்...

அவள் சென்றபிறகும் அங்கேயே அமர்ந்திருந்த ராகவ் அன்று அவந்திகாவின் அழகான இன்னொரு பக்கத்தை அறிந்து கொண்டான்..

அதே நேரம் பெங்களூருவில் கிஷோர் பிரியாவிடமும், ராதிகாவிடமும் ஏதோ வாக்குவாதம் செய்து கொண்டிருந்தான்.

" இப்போ அவங்க இங்க வரலைனு யாரும் வருத்தப்படல பெரியம்மா! " என்று கோபத்துடன் கூறினான் கிஷோர்.

"கிஷோர் என்ன இருந்தாலும் அவங்க உன்னோட அம்மா., இப்பிடிலாம் பேசக் கூடாது" என்று கண்டித்தார் பிரியா.

" யாரு என்னோட அம்மா? அவங்களா? ஓகே! நீங்க எங்க மூனு பேருக்கும் யாரு? பெரியம்மா தானே. பட் இன்னைக்கு வரைக்கும் நீங்களோ ராதிம்மாவோ எங்களை பிரிச்சு பாத்திருக்கிங்களா? ஆனா அவங்க எல்லாரும் எவ்ளோவோ எடுத்து சொல்லியும் வருண் பய்யா மேரேஜுக்கு கூட வரல. இப்போ கூட ஏன் வர்ராங்க தெரியுமா? ராகவ் பய்யா இன்னைக்கு டாக்குமெண்ட் ஃபார்வேர்ட் பண்ணதை பாத்துட்டு ஏ.ஜி.எம்ல ஏதாச்சும் கலாட்டா பண்ணலாம்னு தான் வர்ராங்க" என்று கசப்புடன் கூறி முடித்தான்.

கிஷோர் இவ்வளவு மனக்கசப்புடன் பேசியது அவனது சொந்த அன்னையை பற்றியே! அவன் தந்தை நிரஞ்சன் கபூரின் அகால மரணத்துக்கு பிறகு மூன்று குழந்தைகளுக்கும் தாயாகவும், தந்தையாகவும் இருக்க வேண்டிய கடமையை செய்யாமல் அவரது சோகத்தை மறைப்பதற்காக வெளிநாட்டுக்கு பறந்து சென்றவர் அவனது தாய் வீணா.

இளம்வயதில் தந்தையை இழந்து தாயின் அரவணைப்பின்றி தவித்த கிஷோரையும் அவனது இரு சகோதரிகளையும் பிரியாவும், ராதிகாவும் சொந்த பிள்ளைகளாக கருதி அன்பு செலுத்தி இன்று அவர்கள் வளர்ந்தும் விட்டனர். ஆனால் இன்னும் வீணா மட்டும் அதே விட்டேற்றியான போக்கோடு இருக்கவே அவரது சொந்த பிள்ளைகள் கூட அவரிடம் ஒட்டவில்லை.

ஆனால் அவனது கோபத்தை கட்டுப்படுத்துவதற்காக" அவங்க எப்பிடி வேணாலும் இருக்கட்டும்டா. நீ என்னோட பையன்! நான் உன்னை இப்பிடி வளக்கலையே! "என்று வருத்தமாக கூறினார் ராதிகா.

" அவங்க வந்தா நல்ல மாதிரி பேசு. ஏ.ஜி.எம் பத்தி ஆல்ரெடி ராகவும், வருணும் பேசி முடிச்சிட்டாங்க. சோ நீ வொர்ரி பண்ணிக்காத. போய் ரெஸ்ட் எடு. தேவையில்லாம டென்சன் ஆக கூடாது" என்று அவனை சமாதானப்படுத்தி அவனது அறைக்கு அனுப்பி வைத்த பிரியா அடுத்து செய்த காரியம் ராகவுக்கு போன் செய்ததே!

" ஹலோ ! படிமா! (பெரியம்மா) " என்றான் ராகவ் போனை காதில் வைத்தபடியே. அவர் போனில் விவரத்தை கூறியதும் பேசி முடித்துவிட்டு தன் அறைக்கு சென்றவன் அவந்திகாவிடம் இன்று இரவு பெங்களூரு செல்ல வேண்டும் என்று சொல்லிவிட்டு அவனுடைய உடைமைகளை எடுத்து வைத்தான்.

அவந்திகாவும் அவனது முகம் இருந்த போக்கை பார்த்ததும் அமைதியாக பொருட்களை எடுத்து கொண்டு அவன் பின்னே வந்து காரில் ஏறிக் கொண்டாள்.

வீடு வந்து சேரும் வரை எதுவும் பேசாதவள் இறங்கும் போது " எதும் பிரச்சனையா ராகவ்? நீ டென்சனா இருக்கற மாதிரி தெரியுது" என்று அக்கறையுடன் கேட்க

அவள் கேட்டதும் திரும்பி ஆச்சரியத்துடன் அவளை பார்த்தவன் " வாவ்! அவந்திகாவா இது? ஐயாம் இம்ப்ரெஸ்ட்! கடைசில இப்போவாச்சும் உனக்கு நீ என்னோட வைஃப்னு நியாபகம் வந்துச்சே" என்று கேலி செய்தான்.

அவனை பார்த்து முறைத்த அவந்திகா " உன் கிட்ட போய் கேட்டேன் பாரு" என்று சொல்லிவிட்டு வீட்டினுள் நுழைந்தாள்.

நுழையும் போதே ஏதோ வித்தியாசமாக உணர்ந்தவள் அங்கே சோஃபாவில் தாதியின் முன் கால் மேல் கால் போட்டு அமர்ந்திருந்த அந்த நடுத்தர வயது பெண்மணியை பார்த்ததும் அப்படியே நின்றாள்.

" சாஸுமா! இது உங்களுக்கு" என்று சொல்லி தாதிக்கு ஒரு சால்வையை கொடுத்தவர் வாசல் அருகில் நின்ற அவந்திகாவை பார்த்ததும் கேள்விகுறியுடன் அவளை பார்த்தார்.

அவளை பின் தொடர்ந்து வந்த ராகவ் அவரின் பார்வையை உணர்ந்து அவந்திகாவை அணைத்தபடியே " ஹலோ சாச்சி! (சித்தி)

ஹவ் ஆர் யூ? லண்டன் டிரிப் எப்பிடி போச்சு?" என்று கேட்க அவந்திகா அவர் யார் என்பதை புரிந்து கொண்டாள்.

இருவரும் உள்ளே வர ராகவ் அவந்திகாவுக்கு அவரை அறிமுகப்படுத்தினான்.

" இவங்க வீணா சாச்சி. கிஷோர், நேகா , பிந்துவோட அம்மா" என்று அவன் கூறியதும் அவருக்கு வணக்கம் சொன்னவள் அவரின் காலில் விழப் போக அவளை தடுத்தவர் " அந்த காலத்து பழக்க வழக்கம்லாம் எனக்கு சுத்தமா பிடிக்காது" என்று சொல்ல அவந்திகா அவரின் காலில் விழாமல் எழுந்தாள்.

அவரை பார்த்தபடியே சென்று சோபாவில் அமர்ந்தவள் " ஓகே சோட்டிமா! (சின்னம்மா) உங்களுக்கே பிடிக்கலைங்கிறப்போ நான் ஏன் அதை ஃபாலோ பண்ண போறேன்" என்று சொல்லியபடியே அவர் முன்னே கால் மேல் கால் போட்டு அமர்ந்தாள்.

இதை பார்த்த கிஷோருக்கு தன் தாயின் முகம் போன போக்கை பார்த்ததும் சிரிப்பு பொங்கியது. ராதிகா, பிரியாவின் கண்டிப்பான பார்வையை எதிர்கொண்டதும் சிரிப்பை கன்ட்ரோல் செய்து அமைதியாக நின்றான்.

" ஏன் நிக்கிறிங்க ? ப்ளீஸ் ஸிட் டவுன் சோட்டிமா. நான் ஒன்னும் தப்பா நெனச்சுக்க மாட்டேன்" என்று கெத்தாக சொல்லிவிட்டு தாதியிடம் தாங்கள் ரிசார்ட்ஸ் சென்று வந்ததை பற்றி கதையளக்க ஆரம்பித்தாள் அவந்திகா.

ராகவ் “இவ என்னையே இவ்ளோ டார்ச்சர் பண்றா. இன்னைக்கு சாச்சி வேற இவ கிட்ட வாயை குடுத்துட்டாங்க! பாவம் அவங்க” என்று எண்ணியபடியே கிஷோரை அழைத்து கொண்டு தன் அறைக்கு சென்றான்.

அவந்திகா தன்னை கண்டுகொள்ளாததை புரிந்து கொண்ட வீணா அவளிடம் "சின்ன மருமகளே! உன்னோட கிராண்ட் வெட்டிங் பத்தி நியூஸ் சேனல்ஸ்ல பாத்தேன்! நாட் பேட்!! எங்க ராகவ் மாதிரி ஒரு புருஷன் கெடைப்பானு நீ கனவுல கூட நெனச்சிருக்க மாட்ட" என்று அவளை மட்டம் தட்ட அவந்திகா அதை பொருட்டாக கூட மதிக்கவில்லை.

" சோட்டிமா! யூ ஆர் ரைட்! உங்க ராகவ் மாதிரி ஒருத்தன் எனக்கு புருஷனா வரணும்னு நான் என்னைக்குமே நெனச்சது இல்ல" என்று அழுத்தி சொல்ல தாதி அதை கேட்டு சிரித்தார்.

" வாயாடி! என் பேரனை பாத்தா உனக்கு எப்பிடி தெரியுது?"

" உங்க பேரனை பாத்தா மைதா மாவு தான் நியாபகத்துக்கு வருது" என்றாள் கிண்டலாக.

அதை கேட்ட ராதிகா " இந்த பொண்ணுக்கு வாயை பாருங்க அக்கா! என் செல்ல பையனை எப்பிடி கிண்டல் பண்ணுறா" என்று பொய்க்கோபத்துடன் பிரியாவிடம் முறையிட அவர் சிரித்தார்.

" மாமியாரே! நான் கிண்டல் பண்ணாம உங்க பையனை வேற யாரு கிண்டல் பண்ண போறாங்க? அவனே அதை கண்டுக்கல" என்று சாதாரணமாக கூறவும் அங்கிருந்த வீணாவுக்கு ராகவ் இந்த பெண்ணை திருமணம் செய்து இந்த வீட்டில் தன்னுடைய ஆதிக்கத்துக்கு முடிவு கட்டி விட்டானோ என்று தோன்றியது.

ராகவுடன் அவன் அறைக்கு சென்ற கிஷோர் ராகவிடம் வாக்குவாதம் செய்து கொண்டிருந்தான்.

கிஷோர் " பய்யா அவங்க புரியாம பேசுறாங்கனா நீங்களுமா? என்னால எப்பிடி டெலிகாம் பிஸினஸை தனியா மேனேஜ் பண்ண முடியும்? இவ்ளோ நாள் நீங்க என் கூட இருந்திங்க. இப்போ என்னை பாத்துக்க சொன்னா எப்பிடி?" என்று ஆதங்கத்துடன் கூற

" லிசன்! நீ ஒன்னும் தனியா இல்ல கிஷோர். வருண் பய்யா உனக்கு கைட் பண்ணுவாரு. அண்ட் என்னோட ட்ரீம் பத்தி உனக்கே நல்லா தெரியும். சோ ப்ளிஸ் என்னை கம்பெல் பண்ணாத! யூ கேன் டூ இட் மேன்" என்று ராகவ் அவனை ஒருவழியாக தன் முடிவுக்கு சம்மதிக்க வைத்தான்.

அதே நேரம் அவனது அறைக்குள் நுழைந்தாள் அவந்திகா. கூடவே பிந்துவையும் , நேஹாவையும் அழைத்து கொண்டு..

அவளை கண்ட ராகவ் " அவந்திகா! சாச்சி கிட்ட சண்டைலாம் போட்டு முடிச்சாச்சா" என்று கிண்டல் செய்ய கிஷோர் அதை கேட்டு சிரித்தான்.

அவனை முறைத்தவாறே தன்னுடைய உடைமைகளை அடுக்க தொடங்கிய அவந்திகா " உன்னோட சாச்சி கிட்ட சண்டை போடுறத விட்டா எனக்கு வேற வேலை இல்லை பாரு!" என்று சொல்லிவிட்டு

ரெஃப்ரெஷ் ஆக சென்றுவிட்டாள்.

அவள் திரும்பி வரும்போது ராகவ் மட்டும் ஆபிஸ் ரூமில் உட்கார்ந்திருப்பது தெரிந்தது. அவனை தொல்லை செய்யவேண்டாமென்று நினைத்தவள் தன்னுடைய லேப்டாப்பை எடுத்து நாளை நடக்க போகிற மீட்டிங்கிற்கான கான்ட்ராக்டை ஓப்பன் செய்து லீகல் டேர்ம்ஸை சரி பார்த்தாள்.

அவளுக்கு திருப்திகரமாக இருக்கவே ரித்திமாவை அழைத்து விஷயத்தை கூறினாள். இருவரும் பேசிமுடிக்கும் போது இரவு வெகு நேரமாகிவிட்டது. டின்னருக்காக கீழே இறங்கி வந்தவள் அமைதியாக ராகவிற்கு அடுத்த நாற்காலியில் சென்று அமர்ந்து சாப்பிட ஆரம்பித்தாள்.

தட்டில் இருந்த சப்பாத்தியை பார்த்ததும் அவள் முகம் விளக்கெண்ணை குடித்தது போல மாறியது. அவள் முகமாற்றத்தை கண்ட வீணா " புது மருமகளுக்கு சப்பாத்தி பிடிக்கல போல இருக்கு. அவளுக்கு ஏத்த மாதிரி எதாச்சும் பண்ணி குடுக்க வேண்டியது தானே பிரியா" என்று சொல்ல அவந்திகாவுக்கு முதல்முறையாக வீணா மீது மரியாதை பிறந்தது.

ஆனால் அந்நேரம் பார்த்து ராகவ் " பட் அவ எப்போவுமே பிடிக்காத விஷயத்தை கூட ஈஸியா அக்செப்ட் பண்ணிப்பா சாச்சி. சோ டோண்ட் வொர்ரி அபவுட் ஹெர் " என்று சொல்லி வைக்க அவந்திகா வேறு வழியின்றி அதையே சாப்பிட வேண்டியதாயிற்று.

சாப்பிட்டு கொண்டிருக்கும் போதே வீணா ஏ.ஜி.எம் பற்றி பேச ஆரம்பிக்க கிஷோர் " நீங்க அத பத்தி கவலைப்பட வேண்டாம். ஆல்ரெடி பய்யா எல்லா விஷயத்தையும் என் கிட்ட சொல்லிட்டாரு" என்று அவரை பேசவிடாமல் தடுத்துவிட்டான்.

சாப்பிட்டு எழும்பியவர்கள் குட் நைட் சொல்லிவிட்டு தங்கள் அறைக்கு வர அவந்திகா முகத்தை உர்ரென்று வைத்திருப்பதை பார்த்த ராகவ் இன்னைக்கு என்ன வினோதமா பண்ணி வைக்க போறாளோ என்று யோசித்து கொண்டே பெட்டில் சென்று அமர்ந்தான்.

கொஞ்சம் நேரம் கழித்து அவந்திகா " ராகவ் ! உன்னோட சித்தியே பெரிய மனசு பண்ணி என்னை அந்த சப்பாத்தி கிட்ட இருந்து காப்பாத்தினாலும் நீ விட மாட்ட போல" என்று கடுப்பாக கூறினாள்.

" அது நல்லா தான இருந்துச்சு! உனக்கு என்ன ப்ராப்ளம்?" என்ற ராகவை வினோதமாக பார்த்தவள் " எனக்கு பிடிக்கல" என்றாள்

முகத்தை சுளித்தபடி.

ஆனால் அவள் அருகில் அமர்ந்து " என் கூட சண்டை போடனுமா?" என்று ராகவ் தலையை சரித்து குறும்பாக கேட்க அவந்-திகா அவனது அந்த பாவனையில் சிரித்து விட்டாள்.

" இல்லையே" என்று சொல்லிவிட்டு அமைதியாக தூங்க செல்ல ராகவ் அவளை அமைதியாக இருக்க விடவில்லை. பின்னே அவள் அமைதியாகிவிட்டால் அவனுக்கு பொழுது எப்படி போகும்?

" சோ இனிமே இந்த பில்லோ ப்ரிட்ஜ் மெத்தட்டை ஃபாலோ பண்ற ஐடியா உனக்கு இல்ல ? அப்பிடி தானே?" என்று அவளை சீண்ட

" ம்ம்" என்று ஒரு வார்த்தையில் பதிலளித்தாள் அவள்.

ராகவ் விடாமல் " ஸோ தூக்க கலக்கத்துல என்னோட கையோ காலோ உன் மேல பட்டா கூட நீ என்னை மன்னிச்சுடுவ? அப்பிடி தானே?" என்றபடி அவளை பார்க்க

" ம்ம்.. யாராச்சும் வேணும்னு அப்பிடி பண்ணுவாங்களா?" என்றாள் அவந்திகா.

அதை கேட்ட ராகவ் " ஓகே! எப்பிடி பாத்தாலும் நீ குட் கேர்ளா ஆனதால நானும் ஒரு முடிவு பண்ணிருக்கேன்" என்று அமைதியாக சொல்ல

" என்ன முடிவு?"என்று திரும்பி படுத்து அவனை ஆழ்ந்து அதே நேரத்தில் கூர்மையாக பார்த்தபடி கேட்டாள் அவந்திகா.

" 2 டேய்ஸா நாம மார்னிங் எழுந்திருக்கும் போது ஹக் பண்ணிட்டு தான் இருக்கோம்., சோ நைட்டே ஹக் பண்ணிட்டு தூங்குனா என்ன?" என்று கேட்டு விட்டு அவளையே குறுகுறுவென்று பார்த்தான் ராகவ்.

"என்னது ?" என்று துள்ளி எழுந்தாள் அவந்திகா.

அவனை கொலைவெறியுடன் பார்த்தவள் " இங்க பாரு மைதா மாவு! உன்னோட விரல் நுனி என் மேல பட்டா கூட நீ காலி! என்ன நெனச்சிட்டிருக்க நீ?" என்று படபடவென்று பொறிய ஆரம்பிக்க அவனோ அவளை சாவகாசமாக பார்த்தப்படியே புன்னகைத்தான்.

" ஃபைனலி ஜான்சி ராணி இன்னைக்கு டென்சன் ஆயிட்டா! ஐயாம் ஹாப்பி! இனிமே நான் நிம்மதியா தூங்குவேன். குட் நைட் மை டியர் வைஃப்" என்று சொல்லிவிட்டு கண்ணை மூடி தூங்க ஆரம்பித்-தான் ராகவ்.

அவனை பார்த்து பல்லை கடித்த அவந்திகா " இவனை " என்று தலையணையை எடுத்து அவனை அடிக்க முயல அவளது கண்கள் அவனது முகத்தை பார்த்ததும் தலையணையை தானே அவளது கைகள் கீழே போட்டது.

அப்படியே அமைதியாக தலையணையை வைத்துவிட்டு அவளும் தூங்க ஆரம்பித்தாள்.

மறுநாள் காலை அவந்திகா எழுந்த போது வழக்கம் போல ராகவ் அங்கே இல்லை. அவள் குளித்து முடித்து ரெடியாகி கீழே வந்தவள் அதிசயமாக காபி போடலாம் என்று ஆர்வத்தில் கிச்சனுக்குள் சென்றாள்.

அங்கே மதிய சமையலுக்கு எடுத்து வைக்க பட்டிருந்த சிக்கனை கண்டதும் அதிர்ந்து பின்னே சென்றாள்.

" சே! பெருமாளே! காலங்காத்தால இதையா என் கண்ணுல காட்டுவ" என்று சொல்லிவிட்டு வெளியே வரும் போது செஃபை பார்த்தவள் " செஃப் எதுக்கு இன்னைக்கு சிக்கன் எடுத்து வச்சிருக்கிங்க?" என்று கேட்டாள்.

" பட்டர் சிக்கன் சமைக்கிறதுக்கு மேம்"

" வாட்? யாரு சமைக்க சொன்னாங்க?"

" இது இந்த வீட்டோட ரொட்டின் குக்கிங் ஷெட்யூல்., அது படி பாத்தா இன்னைக்கு லஞ்ச்கு பட்டர் சிக்கன் அண்ட்.." என்று அவர் அடுக்க துவங்க அவந்திகா தன் காதுகளை கைகளால் மூடி கொண்டாள்.

" பெருமாளே! வெள்ளிக்கிழமையும் அதுவுமா சிக்கனா? நல்ல குடும்பம்" என்று தமிழில் புலம்ப கீழே இறங்கி வந்த ராகவை அவள் கவனிக்கவில்லை.

நேரே செஃபிடம் திரும்பியவள் " இங்க பாருங்க செஃப்! டு டே இஸ் ஃப்ரை டே., வெரி ஆஸ்பீசியஸ் டே. ஹவ் கேன் யூ குக் நான் வெஜ் ஆன் திஸ் டே? ஐ நெவர் அலோ யூ டு குக் திஸ் டுடே. அண்டர்ஸ்டாண்ட்?" என்று சொல்ல அவர் என்ன சொல்லவென்று ராகவை பார்க்க அவன் வாயில் விரலை வைத்து சைகை காட்ட அவர் சரியென்று தலையாட்டிவிட்டு கிச்சனுக்குள் சென்றார்.

" ஃபர்ஸ்ட் இந்த வீட்டுல குக்கிங் ஷெட்யூல சேஞ்ச் பண்ணனும் அவந்திகா., முக்கியமா இனிமே இந்த வீட்டுல நோ மோர் சப்பாத்தி"

என்று அவளுக்கு அவளே சொல்லிக் கொண்டிருந்தாள்.

பின்னே நின்ற ராகவ் " இம்பாஸிபிள்" என்று அவள் காதருகில் சொல்ல திடுக்கிட்டவள் தடுமாறி விழப் போனாள். அவளை விழாது தாங்கியவன் நேரே நிறுத்திவிட்டு சோஃபாவில் அமர்ந்தான்.

" என்ன இம்பாசிபிள்? எனக்கு நான் வெஜ் சாப்பிட்டு பழக்கம் இல்ல ." என்றாள் அவந்திகா அவனை முறைத்தவாறே.

அவனோ சாதாரணமாக் " சோ வாட்? யாரும் உன்னை சாப்பிட சொல்லி கம்பெல் பண்ணலையே!" என்று சொல்லி தோளை குலுக்கி-விட்டு சோஃபாவில் வசதியாக சாய்ந்து கொண்டான்.

அவந்திகா " பட் ஸ்மெல் வருமே?" என்று பரிதாபமாக கூற அவளை பார்த்த ராகவ் சிரித்தான்.

" உன்னால முடியலனா நீ பட்டினியா கூட போ ஜான்சி ராணி! அதுக்காக குக்கிங் ஷெட்யூல சேன்ஜ் பண்ண முடியாது" என்று உறுதி-யாக கூறிவிட்டு தனக்கு வந்த காபியை மிடறு மிடறாக ரசித்து குடித்-தான்.

அவந்திகா அவனை முறைத்துவிட்டு வெளியே கிளம்ப ராகவ் " ஜான்சி ராணி நான் வேணா டிராப் பண்ணவா?" என்று கேட்டான்.

" அவசியம் இல்லடா! நானே போய்ப்பேன்" என்று சொல்லிவிட்டு அவள் செல்ல ராகவ் மீதமுள்ள காபியை அருந்த ஆரம்பித்தான்.

அவளது இந்த சிறுபிள்ளை தனமான கோபத்தால் இன்று நாள் மிக-வும் அழகாக செல்வது போல அவனுக்கு தோன்றியது. காலையிலேயே அவந்திகாவை கடுப்பாக்கி பார்த்த சந்தோசத்துடன் அலுவலகம் சென்-றான்.

அந்த சந்தோசம் இன்னும் சில கணங்களில் மறைய போகிறது என்-பதை அறியாமல் இருவரும் அவரவர் உலகத்துக்குள் நுழைந்தனர்.

15

அத்தியாயம் 15

ரிசப்சனில் போடப்பட்டிருந்த சோஃபாவில் அமர்ந்திருந்தாள் அவந்திகா. அவளுக்கு கொஞ்சம் பதற்றமாகவே இருந்தது. ரித்துவ கூட்டிட்டு வந்திருக்கலாம் போல என்று நூறாவது முறையாக நினைத்தவளை "மிஸ் அவந்திகா ரவி., ப்ளீஸ் வாங்க" என்று அழைத்தாள் ஒரு இளம்பெண். எம்.டியின் செகரெட்டரி என்று அறிமுகப்படுத்தி கொண்டவள் அவந்திகாவை இரண்டாவது தளத்திலிருந்த எம்.டியின் கேபினுக்கு அழைத்து சென்றாள்.

கேபினுக்குள் நுழைந்தவளை " ப்ளிஸ் டேக் யுவர் சீட் " என்று சொல்லி அமரவைத்து விட்டு சென்றாள். எம்.டியின் நாற்காலிக்கு பின் மெஹ்ரா குரூப் என்ற வார்த்தை வெள்ளி எழுத்துகளில் எழுதப்பட்டிருந்தது.

" வெல்கம் மிஸ் அவந்திகா ரவி" என்ற குரலில் திரும்பியவள் அங்கே நின்று கொண்டிருந்தவனை பார்த்ததும் சிரித்த முகத்துடன் " ஹலோ சார்" என்று சொல்லி கை குலுக்கினாள்.

" ப்ளீஸ் சிட் டவுன்., " என்று சொல்லி தானும் தன்னுடைய நாற்காலியில் அமர்ந்தான் அவன்.

" ஐயாம் சிராஜ் மெஹ்ரா. மேனேஜிங் டைரக்டர் ஆஃப் திஸ் கன்ஸர்ன்" என்று சொல்ல அவந்திகா " கிளாட் டு மீட் யூ சார்" என்று சொல்ல அவர்கள் கான்ட்ராக்ட் விதிமுறைகளை பற்றி பேச ஆரம்பித்தனர்.

அவந்திகாவின் கவனம் முழுவதும் வரப் போகிற நிகழ்வை பற்றி இருக்க சிராஜோ தான் போட்ட திட்டத்தின் முதல் படியில் ஏறி விட்டதாக கர்வப்பட்டு கொண்டான். விவேக் மூலமாக அவந்திகாவின் போட்-

டோவை ராகவிற்கு அனுப்பியவன் இதை பார்த்ததும் அவன் ரியாக்ஸன் எப்படி இருக்கும் என்று மனதிற்குள்ளேயே கற்பனை செய்து பார்த்தபடியே அவந்திகாவின் கேள்விகள் அனைத்திற்கும் பதிலளித்தான்.

எல்லா விஷயங்களும் இருவருக்கும் திருப்திகரமாக இருந்ததால் அவந்திகா கான்ட்ராக்டில் கையெழுத்திட்டாள். அவனிடம் அந்த கோப்புகளை ஒப்படைக்கும் போது கதவு வேகமாக திறக்கும் சத்தம் கேட்க திரும்பி பார்த்தவள் அங்கே நின்ற ராகவை பார்த்ததும் திகைத்தாள்.

" ராகவ்" என்று சிராஜூம் அவளும் ஒரே குரலில் சொல்லி கொண்டு எழும்பவும் அவர்கள் அருகில் வந்தவன் அவந்திகாவின் கையிலிருந்த கோப்புகளை பிடுங்கி பார்வையிட அவந்திகா அழுத்தமான குரலில் " ராகவ் ! வாட் ஆர் யூ டூயிங் ஹியர் மேன்? எதுவா இருந்தாலும் வெளியே போய் பேசிக்கலாம்., ப்ளீஸ்" என்று கூறினாள்.

அவளை கூர்மையாக பார்த்தபடியே " நீ சொன்ன கார்பரேட் கான்ட்ராக்ட் இது தானா?" என்று கேட்க அவள் ஆமாம் என்று தலையாட்டினாள்.

" அப்போ இந்த கான்ட்ராக்ட் உனக்கு கெடைக்கலனு நெனச்சுக்கோ. பிகாஸ் நீ இந்த கன்ஸர்னோட சேந்து வொர்க் பண்ண போறது இல்ல" என்று சொல்லவும் அவந்திகா அதிர்ச்சியுடன் அவனை பார்க்க சிராஜோ தெனாவட்டாக பார்த்தான்.

" லிசன் மிஸ்டர் ராகவ் கபூர்! உங்க வைஃப் அந்த அக்ரிமென்ட்ல சைன் பண்ணிருக்காங்க! அதை மறந்துட்டு பேசாதிங்க" என்று கேலி செய்யவும் சிரித்த ராகவ் " இதுல தான" என்று சொல்லிவிட்டு அந்த கோப்பிலிருந்த தாள்களை உறுவி கிழித்தான்.

அவந்திகா பதறி போய் " ராகவ் என்ன பண்ணுற நீ? அது எவ்ளோ இம்ப்பார்டெண்ட் தெரியுமா?" என்று சொல்ல அவளை பார்த்து "ஐ டோன்ட் நோ மை டியர் வைஃப்., பட் எனக்கு அதை விட நீ முக்கியம்" என்று கண் சிமிட்ட அவள் இவன் ஏன் இவ்வாறு நடந்து கொள்கிறான் என்று விழித்தாள்.

அவளை தோளோடு அணைத்தவன் " நீ ஒரு ரெண்டு நிமிஷம் வெளியே குட் கேர்ளா வெயிட் பண்ணு. நான் சார் கிட்ட கொஞ்சம் பேசிட்டு வந்திடுறேன்., ஜஸ்ட் டூ மினிட்ஸ்" என்று கதவை திறந்து அவளை வெளியே அனுப்பியவன் கோபத்தோடு சிராஜிடம் திரும்பி " திஸ் மஸ்ட் பி த லாஸ்ட் டைம். நெக்ஸ்ட் உனக்கு நான் வார்னிங்லாம்

குடுக்க மாட்டேன். பீ கேர்ஃபுல்" என்று எச்சரித்து விட்டு வெளியே செல்ல ஆரம்பித்தான்.

வெளியே வந்தவன் " லெட்ஸ் கோ" என்று அவந்திகாவின் கையை பிடிக்க கேபினில் இருந்து வந்த சிராஜ் " ராகவ் இதுக்காக நான் இந்த அவந்திகா ரவி மேல ப்ரீஷ் ஆஃப் கான்ட்ராக்ட்னு கேஸ் ஃபைல் பண்ண வேண்டியிருக்கும்" என்று கோபத்துடன் கத்தினான்.

அவனை பார்த்து " உஸ்ஸ்! ஏன் கத்துற? எனக்கு காது நல்லாவே கேட்கும் மேன்! எந்த பாயிண்ட்ல இத நீ ப்ரீஷ் ஆஃப் கான்ட்ராக்ட்னு சொல்லுவ? அப்பிடியே கேஸ் ஃபைல் பண்ணாலும் மிஞ்சி மிஞ்சி போனா பெனால்ட்டி பே பண்ண சொல்லுவாங்களா? வீ கேன் பே தட் ஃபார் ஹெர். உன்னால என்ன பண்ண முடியுமோ பண்ணிக்கோ" என்று சொல்லிவிட்டு அவந்திகாவை தோளோடு அணைத்தவன் " ஷீ இஸ் அவந்திகா கபூர். ஃபர்ஸ்ட் அவ நேம ஒழுங்கா சொல்லு! அப்புறமா கேஸ் ஃபைல் பண்ணிக்கலாம்" என்று சொல்லிவிட்டு அவளோடு சென்றுவிட்டான்.

சிராஜ் கத்திய சத்தம் அந்த கட்டிடத்தை விட்டு வெளியே வந்த பிறகும் அவந்திகாவின் காதில் தெளிவாக கேட்டது.

ராகவும் அவந்திகாவும் அமைதியாக வீட்டுக்கு வந்தவர்கள் அதே அமைதியுடன் அவர்கள் அறைக்கு செல்ல உள்ளே நுழைந்ததும் அவந்திகா " யாரை கேட்டு நீ இப்பிடிலாம் பண்ணிட்டு இருக்க ராகவ்? இது எங்க ஃபர்ம் சம்மந்தப்பட்டது. இதுல தலையிட உனக்கு எந்த ரைட்ஸும் இல்ல " என்று கடுப்புடன் கூறிவிட்டு அவனது பதிலுக்காக காத்திருந்தாள்.

" ஐ நோ தட். பட் உன்னை அவன் கிட்ட இருந்து சேஃப்கார்ட் பண்ண எனக்கு வேற வழி தெரியல" என்று அவன் அவனுடைய பக்கத்து நியாயத்தை தெளிவாக கூறினான்.

ஆனால் அவந்திகாவுக்கு இன்னும் விஷயம் முழுவதுமாக புரியாததால் " நீங்க ரெண்டு பேரும் பிஸினஸ் ரைவல்னா அது உங்க ரெண்டு பேர் சம்மந்த பட்டது . அதுக்கு ஏன்டா எங்க டீலை உள்ளே புகுந்து கொழப்பி வச்ச?" என்று விடாமல் சண்டை போட ஆரம்பித்தாள்.

" இந்த டீலே ஒரு சீட்டிங்னு சொல்றேன்., புரியலையா உனக்கு?" பதிலுக்கு அவனும் கடுகடுக்க அவந்திகா தலையில் கை வைத்தபடி அமர்ந்து விடவும் அவனுக்கு பார்க்க கஷ்டமாக இருந்தது.

இந்த கான்ட்ராக்ட் கிடைத்ததற்கு அவள் குதூகலித்தது அவன் கண் முன் வந்து செல்ல, அவளின் ஏமாற்றம் நிறைந்த முகத்தை பார்க்க பார்க்க ராகவுக்கு சிராஜ் மீது கொலைவெறியே வந்தது.

அவளை இப்படி பார்க்க முடியாமல் அவனது அலுவலகத்துக்கு சென்றவன் அங்கே ஏ.ஜி.எம் வேலைகளில் மூழ்கியதால் அவந்திகாவை மறந்தான்....

இரவு ராகவ் வீடு திரும்பும் போது அங்கே வீணா மட்டும் இருக்க மற்றவர்கள் எல்லாரும் மதியமே கௌசல்யாவை பார்க்க அவரது வீட்-டுக்கு சென்றதாகவும் வீணா கூறவே அதை கேட்ட ராகவ் தன் அறைக்கு சென்றான்.

அறை இருளில் மூழ்கி கிடக்க விளக்கை போட்டான்.

உள்ளே சென்றவன் சோஃபாவில் படுத்திருந்த அவந்திகாவை இவள் ஏன் இங்கே உறங்கிக் கொண்டிருக்கிறாள் என்று நினைத்து கொண்டே ஃப்ரெஷ் ஆக சென்றான்.

அவன் திரும்பி வரும் போதும் அவள் அங்கேயே படுத்திருக்க அமைதியாக அவளை பார்த்தபடியே கீழே டின்னர் சாப்பிட சென்றவன் அப்போது அனைவரும் வந்திருக்கவே பேசிக் கொண்டே சாப்பிட்டு முடித்தனர்.

கிஷோரையும் வீணாவையும் அழைத்து "விஹான் டெலிகாம் " கம்-பெனிக்கான ஏ.ஜி.எம் பேப்பர்ஸை காண்பித்தவன் தான் மேனேஜிங் டைரக்டர் பதவியிலிருந்து விலகுவதாகவும் அதற்கு பதிலாக கிஷோரை வழிமொழிவதாகவும் கூறினான்.

கிஷோர் எதோ சொல்லவர அவனை தடுத்த வீணா " நீ நல்ல காரியம் தான் செஞ்சிருக்க ராகவ். நான் உனக்கு சப்போர்ட் பண்ணு-வேன் " என்று கூறவும் ராகவ் அவரை அணைத்து கொண்டான்.

கிஷோர் " பய்யா அப்போ நீங்க என்ன பண்ண போறிங்க?" என்று கவலையுடன் கேட்க ராகவின் முகம் பிரகாசமானது.

" விஹான் அட்வர்டைசிங் என்னோட கன்ட்ரோல்ல வரப் போகுது கிஷோர்" என்று சொல்ல கிஷோர் " பட் பய்யா அது நாம நெனைக்குற லெவலுக்கு ப்ராஃபிட் குடுக்கற கம்பெனி இல்ல" என்று கூறினான்.

" சோ வாட்? எதையும் ஜீரோல இருந்து ஆரம்பிச்சா தான் அதுல ஜெயிக்கிறப்போ மனசுக்கு சந்தோசம் வரும் கிஷோர்" என்று சொல்லி-விட்டு இருவரையும் தூங்க போக சொல்லிவிட்டு அவனும் அறைக்கு

திரும்பினான்.

அவந்திகா இன்னும் எழும்பாமல் அங்கேயே படுத்திருக்க முதல் முறையாக அவனுக்கு சந்தேகம் வந்தது.

அருகில் சென்றவன் அவளை எப்படி எழுப்புவது என்று ஒரு நிமிடம் தயங்கி நின்றான். பின் அவளது தோளில் தட்டி " அவந்திகா! பெட்ல வந்து படுத்துக்கோ" என்று எழுப்ப சத்தமே வரவில்லை அவளிடமிருந்து.

பதறியவன் இன்னும் இரண்டு மூன்று முறை உலுக்கவே மெதுவாக கண்ணை திறந்தவள் ராகவை பார்த்தபடியே எழும்பவும் ராகவ் தன் இடத்திற்கு படுக்க சென்றான்.

அவந்திகா மெதுவாக எழுந்து நடந்தவள் திடீரென்று மயங்கி கீழே விழப் போக ராகவ் தன் கையில் தாங்கிக் கொண்டான்.

அவளை படுக்கையில் கிடத்திவிட்டு அவள் மயக்கத்தில் இருப்பதை பார்த்து தண்ணீரை எடுத்து முகத்தில் தெளிக்க மயக்கம் தெளிந்தது.

அவள் மெதுவாக எழும்பி உட்காரவும் " என்னாச்சு அவந்திகா ? ஏன் உனக்கு மயக்கம் வந்துச்சு?" என்று டென்சனுடன் கேட்க அவளோ தலையை பிடித்தபடி " காலைல இருந்து சாப்டலை, சோ கொஞ்சம் மயக்கமா இருந்துச்சு" என்று சொல்லிவிட்டு உடையை மாற்ற எழுந்திருக்க மீண்டும் தடுமாறி விழப் போனாள்.

அவளை தாங்கி பிடித்தவன் " நீ ஒன்னும் பண்ணாம இங்கேயே இரு., நான் இப்போ வர்றேன்" என்று சொல்லிவிட்டு கீழே சென்றான்.

சில நிமிடங்களில் திரும்பியவன் கைகளில் ஒரு கண்ணாடி டம்ளரில் பால் இருக்க அதை பார்த்ததும் அவந்திகா முகம் சுளித்தாள்.

" முதல்ல இதை குடி. அதுக்கு அப்புறமா மத்த விஷயங்களை பேசிக்கலாம்" என்று அவன் சொல்ல

" எனக்கு பால் சுத்தமா பிடிக்காது., நான் குடிக்க மாட்டேன்பா" என்று அவள் முகம் சுளிக்கவும் ராகவிற்கு கடுப்பானது.

" இப்போ இது தான் இருக்கு. சோ இதை குடி" என்று குழந்தைக்கு சொல்வது போல் சொல்ல அவந்திகா அதை கையில் கூட எடுக்கவில்லை.

பொறுத்து பார்த்தவன் டம்ளரை கையில் எடுத்து அவள் முகம் அருகில் கொண்டு செல்ல அவளோ முகத்தை பின்னே கொண்டு சென்று குடிக்க மறுத்தாள்.

இது வேலைக்கு ஆகாது என்று ஒரு கையால் டம்ளரை பிடித்தவன் மற்றொரு கையால் அவளது கன்னத்தை பிடித்து வலுக்கட்டாயமாக பாலை குடிக்க வைத்தான்.

குடித்துமுடித்துவிட்டு அவள் முகத்தை சுளிக்க அவளை பார்த்து நக்கலாக சிரித்தவன் " இம்பாஸிபிள் ஜான்சி ராணி" என்று அவளை கிண்டலடித்தான்.

" கோ டு ஹெல்! எனக்கு மில்க் ஸ்மெல்லே ஆகாது. என்னை போய் அதை குடிக்க வச்சிட்டியே " என்று அவள் அழத் துவங்க ராகவ் அவளை பார்த்து அடக்க முடியாமல் சிரித்தான்.

பின்னர் டம்ளரை கீழே வைத்துவிட்டு வந்தவன் " நாளைக்கு மார்னிங் எழுந்து பொறுமையா அழுதுக்கோ! எனக்கு தூக்கம் வருது" என்று சொல்லி விளக்கை அணைத்துவிட வேறு வழியின்றி அவளும் உறங்கினாள்.

மறுநாள் காலை....

எல்லாரும் சாப்பிட உட்காருகையில் ராகவ் அவந்திகாவை " ஸ்டாண்ட் அப்" என்று சொல்ல அவள் திகைப்புடன் எழுந்தாள்.

மற்றவர்கள் அவனை ஆச்சரியமாக பார்க்க அவனோ " நீங்க ஏன் என்னையே பாத்துட்டு இருக்கிங்க? கம் ஆன். சாப்டுங்க" என்று சொல்லிவிட்டு அவனும் சாப்பிட ஆரம்பிக்க எல்லாரும் சாப்பிடாமல் அவனை பார்த்தனர்.

ராதிகா " ஏன் ராகவ் அவந்திகாவை சாப்டாம நிக்க வச்சிருக்க ? நீ வாமா , வந்து சாப்டு" என்று சொல்ல அவரை தடுத்தான் ராகவ்.

" நோ மா. அவ சாப்டலனா யாருக்கு என்ன கவலை? உங்க எல்லாரோட ப்ளேட்ல ஃபுட் இருக்கு தானே. அத சாப்பிடுங்க" என்று சொல்லிவிட்டு அவன் நாணை விழுங்க அவந்திகாவோ எச்சிலை விழுங்கினாள்.

மனதிற்குள்ளேயே " மைதாமாவு! என்னையா சாப்ட விடாம பண்ற? உன் சாப்பாட்டுல உப்பு அள்ளி போடுறேன் பாரு" என்று மனதிற்குள் கறுவிக் கொண்டே அவனை பரிதாபமாக பார்த்தாள்.

சுமித்ரா " என்ன இது வெளையாட்டு ராகவ்? அவளை சாப்ட விடு. பாவம் , எவ்ளோ நேரம் சாப்டாம இருப்பா?" என்று அக்கறையுடன் சொல்ல மற்றவர்களும் அதையே திருப்பி கூறினர்.

அவர்கள் அனைவரையும் பார்த்து " எல்லாருக்கும் உன் மேல எவ்ளோ அக்கறை பாத்தியா? இந்த அக்கறை நேத்து ஃபுல்லா அவ சாப்டாம இருக்கிறப்போ எங்க போச்சு?"என்று சொல்லிவிட்டு அனைவரையும் கூர்மையுடன் பார்த்தான்.

ராதிகா " என்ன? நேத்து ஃபுல்லா நீ சாப்டலயா?" என்று அதிர மற்றவர்களோ அந்த விவரமே தெரியாது என்பது போல பார்த்தனர்.

அவந்திகா என்ன சொல்வது என்று புரியாமல் விழிக்க தாதி அவளிடம் கண்ணால் கேட்க அவள் ஆமாம் என்றாள்.

" என்னோட வைஃப் நேத்து ஃபுல்லா சாப்டாம பட்டினியா இருந்துருக்கா . அது உங்க யாருக்குமே தெரியல? வாவ்! வாட் அ ஃபேமிலி?" என்று கூற அனைவருக்கும் அவமானமாகவே இருந்தது.

அவந்திகா "ராகவ் இட்ஸ் நாட் அ பிக் டீல்" என்று சொல்ல அவன் அவளை பார்த்த பார்வையில் அடங்கினாள்.

" சோ உங்க யாரையும் நம்பி என்னோட வைஃபை இந்த வீட்டுல விட்டுட்டு போக முடியாது. அப்பிடி தானே! அவளுக்கு உடம்பு சரியில்லாம போனா கூட நீங்க எல்லாரும் இப்பிடி இர்ரெஸ்பான்சிபிளா தானே நடந்துக்க போறிங்க?" என்று குற்றம் சாட்டும் குரலில் கூறிவிட்டு பாதி சாப்பாட்டிலேயே கை கழுவினான்.

ராதிகா " ராகவ் சாப்டாம போறியே?" என்று கேட்க அவரை அமைதியாக பார்த்தவன் " சின்ன வயசுல இருந்து நான் நோட் பண்ணிருக்கேன்மா. நீங்க சாப்டாம அப்பா என்னைக்குமே சாப்டது இல்ல. என்னோட வைஃப் பட்டினியா இருந்திருக்கா. அது கூட தெரியாம நான் இருந்திருக்கேன். இது அதுக்கான பனிஷ்மெண்ட்" என்று சொல்லிவிட்டு சென்றவனையே விழி அகலாமல் பார்த்தாள் அவந்திகா.

ஏனோ அன்று ராகவ் அவளுக்கு முற்றிலும் வேறு ஒருவனாக தெரிந்தான்...

அவன் சாப்பிடாமல் சென்றுவிட்டது பிரியாவுக்கும் , ராதிகாவுக்கும் மிகுந்த வருத்தத்தை தரவே அவனுக்கு போன் செய்ய, அவனோ அவர்களின் அழைப்பை துண்டித்துவிட்டான். அவந்திகா இதை எல்லாம் கவனித்தவள் அவர்களிடம் அவனுக்கு பிடித்ததை மதிய உணவுக்கு செய்து தருமாறு கூறியவள் தானே அவனது அலுவலகத்துக்கு சென்று கொடுத்துவிட்டு வருவதாக கூறவும் இருவரும் கவலை நீங்கியவர்களாய் அவனுக்கு பிடித்தவற்றை சமைக்க ஆரம்பித்தனர்.

அவர்கள் சமைத்ததை எடுத்து கொண்டு அவந்திகா விஹான் டெலிகாம் அலுவலகத்தை நோக்கி ஆட்டோவில் பயணிக்க தொடங்கி-னாள். அரைமணி நேரத்தில் வந்து இறங்கினாள் அதன் முன்.

விஹான் டெலிகாம் ப்ரைவேட் லிமிடெட் வானுயர்ந்த ஏழு மாடி கட்டிடம். அதன் பளபளப்பு ஆட்டோவில் வந்து இறங்கிய அவந்தி-காவை கண் கூச வைத்தது. ஆட்டோகாரருக்கு பணம் கொடுத்துவிட்டு கையில் பிடித்திருந்த பேக்குடன் உள்ளே சென்றவள் ரிசப்ஷனிஸ்டிடம் எம்.டியை பார்க்க வேண்டும் என்று சொல்ல அவள் பெயரைக் கேட்க " அவந்திகா ரவி" என்று பழக்க தோஷத்தில் சொல்லி அனுப்பினாள்.

சிசி டிவியில் அவந்திகா வந்ததை பார்த்த ராகவ் அவள் ரிசப்-ஷனிஸ்டம் பேச அவளது நடவடிக்கையையே வேடிக்கை பார்த்து கொண்டிருந்தான்.

கதவு தட்டப்படும் சத்ததை தொடர்ந்து " மே ஐ கம் இன் சார்?" என்ற குரல் கேட்கவே ராகவ் " யெஸ் கம் இன்" என்று உள்ளே வர அனுமதித்தான்.

உள்ளே வந்த ரிசப்ஷனிஸ்ட் " சார் உங்கள பாக்க ஒரு கேர்ள் வந்திருக்காங்க" என்று சொன்னதும் அவளது 'கேர்ள்" என்ற வார்த்-தையில் சிரித்தவன் முகத்தை சீராக்கி கொண்டு " அவங்க நேம் என்ன சொன்னாங்க?" என்று கேட்க " அவந்திகா ரவி" என்று பதிலளித்தாள் ரிசப்ஷனிஸ்ட்.

அவள் கூறியதும் ஆட்காட்டி விரலால் நெற்றியை கீறியவன் மனதிற்குள் "அவந்திகா ரவி! வெயிட் ஜான்சி ராணி. இன்னைக்கு உன் வாயால உன்னை என்னோட வைஃப்னு சொல்ல வைக்கல, ஐயாம் நாட் ராகவ் கபூர்" என்று சபதமிட்டான்.

ரிசப்ஷனிஸ்டிடம் திரும்பியவன் " அவந்திகா ரவிங்கிற நேம்ல எனக்கு யாரையும் தெரியாது., நீங்க அவங்கள திரும்பி போக சொல்-லிருங்க ரீட்டா" என்று சொல்லிவிட்டு புயலுக்காக காத்திருக்க ஆரம்-பித்தான்.

தன் முன் நின்ற ரிசப்ஷனிஸ்டின் பதிலால் கடுப்பானாள் அவந்திகா. கோபத்தில் " என்னையே யாருனு தெரியாதுனு சொன்னானா அந்த மைதா மாவு! இன்னைக்கு அவனுக்கு நான் யாருனு காட்டுறேன்" என்று மனதிற்குள் சொல்லி கொண்டாள்.

" எக்ஸ்யூஸ் மீ ! ப்ளிஸ் மூவ் அ லிட்டில்! ஐ ஹேவ் டு ஸீ தட் ராகவ்! " என்று சொல்லி வேகமாக உள்ளே செல்ல அவள் பின்னே ஓடினாள் அந்த ரீட்டா.

தன் எதிரில் வந்த இன்னொரு பெண்ணிடம் ராகவின் அறையை கேட்க மூன்றாவது தளம் என்று பதிலளித்தாள்.

அவந்திகா லிஃப்டை நோக்கி செல்ல ரிசப்ஷனிஸ்ட் அவளை தொடர்ந்து வந்து " மேடம் இப்பிடி பெர்மிஷன் இல்லாம எங்க ஆபிஸ்-குள்ள நீங்க வர்ரது தப்பு. ப்ளீஸ் பிரச்சனை பண்ணாம போயிடுங்க" என்று சொல்ல

அவள் சாவகாசமாக " இங்க பாருங்க ! பிராப்ளம் எனக்கும் உங்-களுக்கும் இல்ல. எனக்கும் உங்க எம்.டிக்கும் தான்! ஸோ மைண்ட் யுவர் ஓன் பிஸினஸ்" என்று சொல்லி லிஃப்டில் மூன்றாம் தளத்துக்கான சுவிட்சை அழுத்த அடுத்த சில நொடிகளில் அங்கே நின்றாள் அவந்-திகா.

அந்த தளத்தில் மிகப் பெரிய கண்ணாடி சுவருள்ள கேபினில் அமர்ந்து எதிரிலிருந்த டிவியில் அவந்திகாவை பார்த்து கொண்டிருந்த ராகவை பார்த்தவள் " உக்கார்ந்திருக்கிற போஸை பாரு! " என்று எண்-ணிக் கொண்டு அந்த அறையின் கதவை திறந்து கொண்டு உள்ளே சென்று நின்றாள்.

அவள் பின்னே வந்த ரிசப்ஷனிஸ்ட் " சார் நான் அவங்க கிட்ட சொன்னேன். பட் ஷீ ரெஃப்யூஸ்ட் டு லீவ்" என்று சொல்லி விழிக்க

ராகவ் இருக்கையிலிருந்து எழுந்தவன் நேரே அவந்திகாவிடம் சென்றவன் " கூ ஆர் யூ?' என்று நிதானமாக கேட்டு அவந்திகாவின் மூன்றாவது கண்ணை திறந்து வைத்தான்.

பார்வையால் அவனை சுட்டு பொசுக்கியபடி " சோ உங்களுக்கு என்னை யாருனு தெரியாது?" என்று அவந்திகா கேட்க

தோளை குலுக்கிய ராகவ் " பாத்த உடனே தெரியுறதுக்கு நீ என்ன இந்த ஸ்டேட் சி.எம்மா இல்ல இந்த கன்ட்ரியோட பி.எம்மா?" என்று நக்கலாக சொல்லிவிட்டு அவனது சுழல் நாற்காலியில் அமர்ந்து அவந்-திகாவின் பதிலுக்காக அவளை பார்த்து கொண்டிருந்தான்.

ரிசப்ஷனிஸ்ட் நடப்பதை சினிமா போல வேடிக்கை பார்த்து கொண்-டிருந்தாள்.

அவனது பதிலில் கடுப்பான அவந்திகா புருவத்தை உயர்த்தி பார்த்து விட்டு "நான் சி.எம்மும் இல்ல பி.எம்மும் இல்ல. ஐயாம் யுவர் வைஃப். அண்டர்ஸ்டாண்ட்?" என்று கோபத்தில் கூறிவிட்டு அவன் முகத்தை பார்க்க

அவனது கண்ணில் பிரகாசம் தெரிய அவளது மனசாட்சி " அவன் போட்டு வாங்குறது கூட தெரியாத மக்கு நீ" என்று தலையில் அடித்து கொள்ள அவந்திகா முகத்தை உம்மென்று வைத்து கொண்டாள்.

அவள் ராகவின் மனைவி என்று தெரிந்ததும் ரிசப்ஷனிஸ்ட் " மேம்! அப்போ நீங்க ஏன் அவந்திகா ரவினு சொன்னிங்க ?" என்று கேட்க ராகவ் " வாவ் ரீட்டா. இன்னைக்கு தான் நீ ஒரு உருப்படியான வேலையை பாத்திருக்க. பதில் சொல்லுங்க அவந்திகா ரவி!" என்று அவந்திகாவை சீண்டினான்.

இந்த முறை சுதாரித்த அவந்திகா " மிஸ் ரீட்டா! ரவி இஸ் மை ஃபாதர். மத்த பொண்ணுங்க மாதிரி என்னால கல்யாணம் ஆனதும் என்னோட அப்பாவை மறந்துட முடியல. அது மட்டும் இல்ல. நான் மேரேஜ் தான் பண்ணிகிட்டேன். இது என்ன டிரான்ஸ்ஃபர் ஆஃப் ஓனர்ஷிப்பா? உடனே நேம சேஞ்ச் பண்ணுரதுக்கு? (பெங்களூர் டேய்ஸ் மூவி எஃபெக்ட்) " என்று கேட்கவும் ரீட்டா ராகவிடம் சொல்லிவிட்டு கிளம்பிவிட்டாள்.

அவந்திகா பதில் சொல்லிவிட்டு ராகவை பார்க்க அவனோ " என்ன ஜான்சி ராணி ! என்ன பாக்காம இருக்க முடியலயா? ஆபிசுக்கே வந்துட்ட? " என்று கண் சிமிட்டி கேட்டான்.

" ஆமா, உன்னோட அழகுல மயங்குரத விட எனக்கு வேற வேலையே இல்ல பாரு! " என்று சொல்லவும் ராகவ் சிரித்தபடியே " சரி சொல்லு! கையில பேக்கோட என்னோட ஆபிஸ்ல உனக்கு என்ன வேலை?" என்று கேட்டான்.

" இன்னைக்கு மார்னிங் நீ சரியா சாப்டலனு உன்னோட மம்மி தான் இதை குடுத்து அனுப்புனாங்க" என்று நல்ல பெண்ணாக பதிலளித்தாள்.

" ஓகே! சாப்டுட்டா போச்சு!" என்று கை கழுவி விட்டு அமர்ந்தவன் முன் பாத்திரங்களை பரப்பினாள் அவந்திகா. பிளேட்டில் வைத்த சாப்பாட்டை சாப்பிடாமல் தன்னையே குறுகுறுவென்று பார்த்த ராகவை " என்ன? வேற எதாச்சும் வேணுமா? " என்று கேட்டாள்.

ஆமாம் என்று தலையாட்டவே " இன்னைக்கு இது தான் பண்ணி-ருக்காங்க ! டுமாரோ உனக்கு வேணுங்கிற டிஷ்ஷை சொல்லிட்டு வா!" என்று அவள் சொல்ல அவன் கிண்டலாக அவளை பார்த்தான்.

" வாவ்! வாட் அ லவபிள் வைஃப் யூ ஆர் ? ஹஸ்பெண்ட் மேல எவ்ளோ பாசம் இருந்தா வீட்டுல அவ்ளோ சர்வெண்ட்ஸ் இருந்தும் நீயே கொண்டு வந்திருப்ப? அப்பிடியே நீயே உன் கையால ஊட்டி விட்டா இன்னும் நல்லா இருக்கும்" என்று கூற அவந்திகா அவனை முறைத்-தாள்.

" உனக்கு போய் கொண்டு வந்தேன் பாரு! என்னை சொல்லனும்" என்று தலையில் அடித்து கொண்டவளை பார்த்து சிரித்து கொண்டே சாப்பிட்டான் ராகவ்.

அவன் சாப்பிட்டதும் பாத்திரங்களை எடுத்து வைத்து கிளம்பிய-வளை " அவந்திகா" என்ற ராகவின் குரல் தடுத்து நிறுத்தியது.

என்னவென்று திரும்பி பார்த்தவளின் அருகில் வந்தவன் " தேங்க்யூ சோ மச் ஃபார் திஸ் வொண்டர்ஃபுல் லன்ச்" என்று சொல்ல அவந்திகா " பட் நான் சமைக்கவே இல்லையே" என்று பதிலளித்தாள்.

" இது எனக்கு கம்பெனி குடுத்ததுக்கு சொன்ன தேங்க்ஸ்" என்று சொல்ல அவந்திகா " யூ ஆர் வெல்கம்" என்று அவனை ஆழ்ந்து பார்த்து கொண்டே கூறினாள்.

" அன்ட் ஒன் மோர் திங்! நீ இப்பிடி பாக்கிறப்போ என்னோட கான்சென்ட்ரேஷன் மிஸ் ஆகுது " என்று சொல்லவும் பதில் சொல்ல தெரியாமல் " நான் கெளம்புறேன் ராகவ்! பை" என்று சொல்லிவிட்டு அவள் செல்லவும் ராகவ் அவள் லிஃப்டுக்குள் செல்லும் வரை பார்த்து கொண்டே இருந்தான்.

அவந்திகா விறுவிறுவென்று அவன் கேபினை விட்டு வெளியேறி-வள் அவன் சொன்ன வார்த்தைகளை அசை போட்டபடியே வீடு வந்து சேர்ந்தாள். வீட்டினுள் நுழைந்தவளை பிரியா பிடித்து கொண்டார்.

" அப்போ ராகவ் கோபம் குறைஞ்சிடுச்சு தானே? " என்று சந்தே-கமாக கேட்டார் பிரியா.

" ப்ராமிஸ் சாஸுமா! நீங்க என்னை நம்ப மாட்டிங்களா?" என்று கண்ணை விரித்து கேட்டாள் அவந்திகா.

" அவந்திகா ! உன்னை நம்பாம எப்பிடி? பட் அவன் அவ்ளோ ஈஸியா கோவத்த விட மாட்டானே !" என்று ராதிகா இழுத்தார்.

" கம் ஆன் மதர் இன் லா! உங்க பையனை பத்தி இவ்ளோ கவலை படுறீங்க! இந்த வேகாத வெயில்ல அவனுக்கு சாப்பாடு குடுத்துட்டு வந்த என்னையும் கொஞ்சம் நெனச்சு பாருங்க! " என்று சொல்லவும் அவளின் கன்னத்தை பிடித்து கொஞ்சியபடி அவளை உள்ளே அழைத்து சென்றார் பிரியா.

அன்று மாலை.....

ராகவ் தன் அறைக்குள் நுழையும் போதே அவந்திகா யாருடனோ போனில் பேசி கொண்டிருப்பதை கண்டவன் அவளை தொல்லை செய்யாமல் தன் அறைக்குள் சென்றான்.

ஃப்ரெஸ் ஆகி விட்டு திரும்பி வந்த போது அங்கு அவள் இல்லாததை கண்டவன் கீழே இருப்பாள் என்று நினைத்து இறங்கிவர அங்கும் அவள் இல்லை.

வீட்டை விட்டு வெளியே வந்தவன் தோட்டத்தில் போடப்பட்டிருந்த நாற்காலியில் அமர்ந்து போனில் யாருடனோ பேசிக் கொண்டிருந்ததை கண்டு அவள் அருகில் சென்றான்.

" ரித்தி! அவ்ளோ அமவுண்டுக்கு நாம என்னடி பண்ணுறது? நாம வொர்க்கை ஸ்டார்ட் பண்ண கூட இல்லையே! அப்புறம் ஏன் இவ்ளோ ஹெவி பெனால்டி?" என்றவள் எதிர்முனையில் ரித்திமா எதோ சொல்ல " இதுல ப்ரீஷ் ஆஃப் காண்ட்ராக்ட்னு எப்பிடி சொல்ல முடியும்? காண்ட்ராக்ட் சைன் ஆகி, நம்ம வொர்க் பண்றப்போ சொன்னா கூட ஓகேனு சொல்லலாம்." என்றாள்.

" நோ ரித்தி! அப்பிடி பண்ணுனா நமக்கு இருக்கிற குட்வில் என்னாகும்? நான் என்னோட சேவிங்ஸ்ல இருந்து எடுக்கலாம்னு யோசிக்கிறேன். யா, குட்., அப்போ டுமாரோ மார்னிங் பேங்குக்கு போறொம். ஓகேவா? பை" என்று சொல்லிவிட்டு போனை தன் நைட் டிரஸ்ஸின் பாக்கெட்டில் போட்டவள் திரும்பிய போது அவள் பின்னே நின்ற ராகவின் மீது வேகமாக மோதி நின்றாள்.

" ஆவ்! என்னோட மூக்கு!" என்று முணகிய படியே மூக்கை தடவிவிட்டவள் கையை கட்டி நின்று கொண்டிருந்த ராகவை பார்த்து " ஏய்! மைதா மாவு! இப்பிடியா சத்தம் இல்லாம பின்னாடி வந்து நிப்ப ? இன்னும் கொஞ்சம் வேகமா இடிச்சிருந்தா என்னோட மூக்கு ஒடஞ்சிருக்கும். ஆமா, நீ நார்மல் ஃபுட் தான சாப்பிடுற. இல்ல கல்லு மண்ணு இதை சாப்பிடுவியா? ஏதோ பாறைல மோதுன மாதிரி இருக்கு" என்று

கூறவே ராகவ் அவளையே ஊடுருவி பார்த்தான்.

" சிராஜ் நோட்டிஸ் அனுப்புனானா?"

அவனது கேள்வியை கண்டு கொஞ்சம் பதற்றமானவள் " ஆமா! ஒன்னு அந்த கான்ட்ராக்ட அக்செப்ட் பண்ணிக்கனும். இல்லனா பெனால்டி பே பண்ணுங்கனு சொல்லி லீகல் நோட்டிஸ் அனுப்பிருக்-காரு" என்றாள் அமைதியாக.

அவள் சொன்னதை கேட்டபடியே இருக்கையில் அமர்ந்தவன் " சோ வாட் ஆர் யூ கோயிங் டு டூ?" என்றான் கையை கட்டிக் கொண்டு.

அவந்திகா " நானும் ரித்தியும் எங்க சேவிங்க்ஸ வச்சு பே பண்ண-லாம்னு.." என்று சொல்லும் போது ராகவ் சிரித்ததை பார்த்தவள் கடுப்-பானாள்.

" இதுல நீ சிரிக்கிறதுக்கு எதுவும் இல்ல " என்று சொல்லி திரும்பி நின்று கொண்டாள்.

" லுக் அவந்திகா! டெல் மீ த அமவுண்ட். ஐ வில் பே தட்" என்று சொல்லவும் அவனை விசித்திரமாக அவள் பார்க்க

ராகவ் " பிகாச் என்னால வந்த லாஸ் இது. சோ " என்று கூறி அவளை பார்த்தான்.

அவந்திகா தடுமாறியபடியே " இல்ல . நான் எப்பிடி உன் கிட்ட வாங்க முடியும்?" என்று சொல்ல

ராகவ் " என்னோட பாதி நீனு சொல்லி நான் உன்னை மேரேஜ் பண்ணிருக்கேன் அவந்திகா! சோ உன்னோட ரெஸ்பான்ஸிபிளிட்டிலயும் நான் ஷேர் பண்ணிக்கனும்" என்று சொன்னாலும் அவந்திகாவால் ஒத்து கொள்ள இயலவில்லை.

" சும்மா இந்த பணத்தை என்னால வாங்கிக்க முடியாது " என்றாள் அவள் பிடிவாதமாக.

" ஓகே! லெட்ஸ் வொர்க் ஃபார் மீ" என்று அவன் சாதாரணமாக சொல்லவும் அவள் திகைத்தாள்.

" நான் என்னோட அட்வர்டைசிங் கம்பெனிய ரினோவேட் பண்ண போறேன். அதோட ஃபர்ஸ்ட் கேம்பெய்னே விஹான் டெலிகாமோட நியு ப்ராடக்ட் லான்சிங் தான். அந்த லான்சிங் ஈவண்ட்டை நீங்க பண்ணி குடுத்துடுங்க" என்று சொல்ல அவந்திகாவுக்கு அது சரியென்று தோன்-றியது.

"ஓகே" என்று சொன்னவள் சிறிது தயங்கியபடியே " ரித்தி உஷா இத பத்தி என்ன சொல்லுவாங்கனு கேக்காம" என்று இழுக்கவும் " அவங்க எதுவும் சொல்ல மாட்டாங்க. உனக்கு தேவையான கார்பரேட் ஈவன்ட்டுக்கான சான்ஸ் இது . மிஸ் பண்ண மாட்டனு நம்புறேன்" என்று அவன் அவளை பார்த்து மென்மையாக புன்னகைக்கவும் சம்மதித்தாள் அவந்திகா.

" டீல்?" என்று சொல்லி ராகவ் தன் கையை நீட்ட அவந்திகா விழித்தாள்.

அவளுடையை கையை தன் கண்ணால் காண்பித்து கை குலுக்குமாறு கூறவும் தன் கையை நீட்டினாள்.

அவள் கையை பற்றிக் கொண்டவன் "ஸீ யூ டுமாரோ அட் நைன் ஓ க்ளாக் இன் மை ஆபிஸ் அவந்திகா ரவி " என்று ரவியை அழுத்தமாக உச்சரிக்கவும் அவந்திகா சிரித்து கொண்டே அவனது தோளில் அடித்து விட்டு உள்ளே சென்றாள்.

ராகவ் அவள் செல்வதை பார்த்துவிட்டு திரும்பி நின்று " ஓ மை காட்! திஸ் கேர்ள் இஸ் ஹாண்ட்டிங் மீ" என்று சொல்லி தன் நெஞ்சை தடவி விட்டு கொண்டே புன்னகைத்தான்..

16

அத்தியாயம் 16

மறுநாள் காலை அலுவலகத்திற்கு ராகவ் சீக்கிரமாகவே கிஷோரை அழைத்து கொண்டு சென்றுவிட்டான். குணாலும் , மோகனும் மகனுடனே சென்றுவிட்டனர்.

அவந்திகாவும் தன்னுடைய அலுவலகத்துக்கு செல்ல தயாரானாள். கிளம்புகையில் தாதி " அவந்திகா! டிரைவரை கார் எடுக்க சொல்லி கார்லயே ஆபிஸ் போ. இது என்னோட ஆர்டர்" என்று கட்டளையிட அவந்திகா "பட் தாதி நான் பஸ்லயே போய்ப்பேன். அது தான் ஜாலியா இருக்கும்" என்று கண்ணை மூடி ரசனையுடன் கூறினாள்.

அவளை பார்த்து சிரித்த தாதி சிரிப்பை அடக்கியபடியே முறைத்துவிட்டு "வீட்டு பெரிய மனுஷி சொன்னா கூட நீ கேக்க மாட்டியா? மருமகளா லட்சணமா ஒழுங்கா நா சொல்லுறத கேப்பியா? மாட்டியா?" என்று சொல்ல அவந்திகா " ஓகே! ஓகே! நான் கார்லயே போறேன். தயவு பண்ணி நீங்க சீரியல்ல வர்ர மாமியார் மாதிரி ஆக்ட் பண்ண டிரை பண்ணாதிங்க. உங்களுக்கு அது கொஞ்சம் கூட செட் ஆகாது தாதி" என்று சொல்லி அவரின் கன்னத்தை கிள்ளிவிட்டு சென்றாள்.

" சரியான வாயாடி" என்று அவளது பேச்சை நினைத்து சிரித்துவிட்டு ரெஸ்ட் எடுக்க சென்றார் சுமித்ரா.

அவர் சொன்னபடியே அன்று காரிலேயே அலுவலகத்துக்கு வந்து சேர்ந்தாள் அவந்திகா. அலுவலகத்தில் நுழையும் போதே ரித்திமா அங்கிருப்பது தெரிந்தது அவந்திகாவுக்கு.

பின்னாலேயே வந்து அவள் கண்களை மூடியவள் அமைதியாக நிற்க ரித்திமா "ஹனிபி ஐ நோ இட்ஸ் யூ! கையை எடுங்க மிஸ் அவந்திகா ரவி" என்று சொல்ல அவந்திகா கையை எடுத்துவிட்டு " உனக்கு ஒரு குட் நியூஸ்" என்று பிரகாசமான முகத்துடன் கூறினாள்.

" விஹான் அட்வர்டைசிங்கோட நெக்ஸ்ட் லான்சிங் கேம்பைன் ஈவன்ட்ட நாம தான் நடத்த போறோம்., " என்று சொல்ல அவள் அவந்திகாவை பொருள் விளங்காமல் பார்த்தாள்.

அவளிடம் நேற்று இரவு நடந்ததை கூற அவள் அவந்திகாவை ஒரு மார்க்கமாக பார்த்து கொண்டே சிரிக்க அவந்திகா " ஏன்டி இப்போ பல்ல காட்டுற?" என்று குழப்பத்துடன் கேட்டாள்.

சிரிப்பை நிறுத்திவிட்டு அவளையே குறுகுறுவென்று பார்த்த ரித்திமா " ஒன்னும் இல்ல. இப்போலாம் ராகவ் சொல்லுறத நீ கேக்குறதும், உனக்காக ராகவ் ஒவ்வொண்ணா செய்யுறதும் பாத்தா சம்திங்க் சம்திங்க்! " என்று கண் சிமிட்ட அவந்திகா அவளை கேலியாக பார்த்தாள்.

" ஏய்! அந்த மைதாமாவு அவனால தான் என் கான்ட்ராக்ட் கேன்சல் ஆயிடுச்சுனு புரிஞ்சுகிட்டு இந்த டீல எனக்கு குடுத்திருக்கான். அவ்ளோ தான்! இதுல வேற எதுவும் இல்ல தாயே! பை த வே என்னோட மனசுல சூர்யா தான் இருக்காரு" என்று கண்ணில் கனவுடன் கூற இப்போது விழிப்பது ரித்திமாவின் முறையாயிற்று.

இதுவரை அவந்திகாவின் வாயிலிருந்து எந்த ஆண்மகனின் பெயரும் வந்து அவள் கேட்டது இல்லை. திடீரென்று அவள் சூரியா என்று யாரையோ குறிப்பிட திகைத்தாள் ரித்திமா.

" ஏய்! யாருடி அவன்? எங்க கிட்ட சொல்லவேயில்ல?" என்று ரித்திமா டென்சன் ஆகவும் அவந்திகா " கூல் ரித்தி! ஃபர்ஸ்ட் என்னோட சூர்யாவ அவன் இவன்னு சொல்லாத! எனக்கு அவரை மரியாதை இல்லாம பேசுனா பிடிக்காது" என்று சாதாரணமாக கூறினாள்.

ரித்திமா அதிர்ச்சியில் வாயை பிளக்க " போதும்! க்ளோஸ் பண்ணு! சூரியாவை எனக்கு 2005ல இருந்து ரொம்ப பிடிக்கும்" என்று சொல்ல ரித்திமா " அது என்ன 2005ல இருந்து?" என்று குழப்பத்துடன் கேட்டாள்.

" அப்போதானே கஜினி மூவி ரிலீஸ் ஆச்சு. வாவ்! வாட் அ மேன்!" என்று சிலாகிக்க ரித்திமா " ஆக்டர் சூர்யாவயா சொன்ன நீ?" என்று கடுப்புடன் கேட்க ஆமாம் என்று தலையாட்டினாள்.

" அப்புறம் அயன் மூவி பாத்ததும் விழுந்துட்டேன்" என்று ரசனையுடன் கூற ரித்திமா " அஹான்" என்று பல்லை கடித்துவிட்டு சுற்றும் முற்றும் பார்த்தாள்.

" என்ன தேடுற ரித்தி?" என்ற அவந்திகாவை பார்த்து " இல்லடி இங்க டேபிள் வெயிட், கட்டை ஏதாச்சும் இருக்கானு தேடுறேன்" என பதில் கூறினாள்.

" ஏன்டி?" என்றாள் அவந்திகா கலவரத்துடன்...

" உன் தலைல போட தான்" என்று ரித்திமா அவளை துரத்த அவந்திகா ஓடி கொண்டே " ரித்தி! நீ கோவத்துல என்னை கொன்னுட்டா அப்புறம் அந்த மைதா மாவு உன்னை சும்மா விட மாட்டான்" என்று கூறினாள்.

அவர்கள் இவ்வாறு ஓடிக் கொண்டிருக்கும் போது அவந்திகாவின் போன் அடித்தது.

ஓடுவதை நிறுத்திவிட்டு யாரென்று பார்த்தவள் ராகவின் பெயர் வந்ததும் இவன் எதுக்கு கால் பண்ணுறான் என்று எண்ணியபடியே " ஹலோ" என்றாள்.

" மை டியர் ஜான்சி ராணி! நீ இப்போ என்ன பண்ணிட்டு இருக்கனு எனக்கு தெரியாது, பட் அத அப்பிடியே விட்டுட்டு இப்போ என்னோட ஆபிஸுக்கு வா " என்று கட்டளையிட்டான் ராகவ்.

" வாட்? நீ கூப்பிட்ட உடனேலாம் வர முடியாது ராகவ். எங்களுக்கு நெறைய வேலை இருக்கு " என்றாள் அவந்திகா அமர்த்தலாக.

" இஸிண்ட்? ஆக்சுவலி நான் கான்ட்ராக்ட்ல லீகல் பாயிண்ட்ஸ் ஆட் பண்ணுறப்போ நீ இருந்தா நல்லா இருக்கும்னு நெனச்சேன், இப்போ நீ வரமுடியாதுனு சொல்லுறதால நான் எனக்கு ஃபேவரா சில டேர்ம்ஸ் ஆட் பண்ணிக்கிறேன் " என்று அவன் சொல்லவும் அவள் இன்னும் அலட்சியமாக பேச ஆரம்பித்தாள்

" ஆமா அப்பிடி என்ன ஆட் பண்ணுவ ? நீ என்ன வேணா பண்ணிக்கோ., என்னால வர முடியாது" என்று தெனாவட்டாக சொல்ல

ராகவ் அதை கேட்டு மனதில் சிரித்து கொண்டவன் " ஓகே. அப்போ ஃபர்ஸ்ட் டேர்ம் என்னன்னா இந்த கான்ட்ராக்ட் முடியுற வரைக்கும் நீ என் கூட என்னோட ஆபிஸ்ல தான் இருக்கணும், சப்போஸ் இது சம்மந்தமா அவுட் ஸ்டேஷன் போனாலும் நீ என் கூட வரணும்" என்று கூலாக கூறினான்.

அதை கேட்டு ஷாக்கான அவந்திகா " வாட்? உன் கூட நான் 24 ஹவர்ஸ் இருக்கனுமா? நோ வே? அப்புறமா அவுட் ஸ்டேஷன் வேற வரனுமா? ஆல்ரெடி உன் கூட வந்து பட்டது பத்தாதா?" என்று அவசரமாக மறுத்தாள்.

" தென் கம் டு மை ஆபிஸ் அஸ் சூன் அஸ் பாஸிபிள்" என்று சொல்லி காலை கட் செய்தான்.

போனை முறைத்த படியே வைத்த அவந்திகா ரித்திமாவிடம் விவரத்தை கூறி அவளையும் அழைத்து கொண்டு ராகவின் அலுவலகத்துக்கு சென்றாள்.

உள்ளே நுழைந்ததும் ரீட்டாவின் சிரித்த முகத்தை பார்த்தபடியே அவளுக்கு குட் மார்னிங் சொன்ன அவந்திகா ரித்திமாவை அழைத்து கொண்டு இரண்டாவது தளத்துக்கு சென்றாள்.

அங்கே ராகவின் கேபினுக்குள் நுழைந்தவர்களை கிஷோர் வரவேற்க அவந்திகா " ஹேய்! கிஷோர்! நீங்க இங்க என்ன பண்ணுறிங்க?" என்று சொல்லிவிட்டு அவனுக்கு ஹைஃபை கொடுத்தாள்.

அவளுக்கு பதிலளித்தபடியே ரித்திமாவுக்கு கை கொடுத்தவன் அவள் கை கொடுக்காமல் வணக்கம் சொல்வதை கண்டு அவந்திகாவிடம் "பாபி! உங்க ஃப்ரெண்ட் எப்போவுமே இப்பிடி தானா?" என்று கேட்டு விட்டு ரித்திமாவை பார்த்து குறும்பாக புன்னகைத்தான்.

" அவ எப்போவுமே இப்பிடி தான் அப்நார்மலா பிஹேவ் பண்ணுவா. டோண்ட் டேக் இட் சீரியஸ்" என்று சொல்லிக் கொண்டிருக்கும் போதே உள்ளே வந்த ராகவ் " உன்னை விடவா?" என்று கேட்டுக் கொண்டே தன் நாற்காலியில் சென்று அமர்ந்தான் .

அவந்திகா " என்னை கிண்டல் பண்ண சின்ன சான்ஸ் கெடச்சா கூட இவன் மிஸ் பண்ணவே மாட்டான்" என்று எண்ணியபடியே அவன் எதிர்புற நாற்காலியில் அமர, ரித்திமாவும் கிஷோரும் அவள் கூடவே அமர்ந்தனர்.

அவந்திகாவின் முன் கான்ட்ராக்ட் பேப்பர்ஸ் அடங்கிய ஃபைலை வைக்கவும் அவந்திகா அதை எடுத்து வாசிக்க ஆரம்பித்தாள்.

அதை வாசிக்கும் போதே அது முழுவதும் முடிக்கப்பட்டு கையெழுத்திடப்பட்டிருப்பதை பார்த்தவள் " இது எப்போ ரைட் அப் பண்ணுனிங்க?" என்று அதிர்ச்சியுடன் கேட்க ராகவ் " ஜஸ்ட் டூ ஹவர்ஸ் பிஃபோர்" என்று நிதானமாக கூறினான்.

"அப்போ எதுக்கு மேன் லீகல் பாயிண்ட்ஸ் ஆட் பண்ணனும்னு சொல்லி என்னை இங்க வர வச்ச?"

" வேற ரீசன் சொன்னா நீ தான் வர மாட்டியே மா" என்று கிண்டலாக கூறினான் ராகவ்.

அவனது பதிலால் கடுப்பான அவந்திகா " உன்னை அப்பிடியே" என்று சொல்லி அவன் கழுத்தை நெறிக்க வர ரித்திமா அவசரமாக " ஹனிபி என்ன பண்ணுற நீ?" என்று அவள் கையை பிடித்து அமர வைத்தாள்.

அவளிடமிருந்து ஃபைலை வாங்கிய கிஷோர் அதை வாசித்து காட்டினான்.

ஒரு பாயிண்ட் வரும் போது ஷாக் ஆன அவந்திகா " வாட்? ஹவ் இஸ் இட் பாஸிபிள்? என்னால முடியாது " என்று மறுத்தாள்.

" ஏன் பாஸிபிள் இல்ல? இந்த கான்ட்ராக்ட் முடியுற வரைக்கும் நீ என்னோட ஆபிஸ்ல என் கூட சேந்து தான் வொர்க் பண்ணனும். அப்போ தான் என்னோட வியூஸ நான் ஷேர் பண்ணிக்க முடியும்" என்றான் ராகவ் பிடிவாதமாக.

" அதுக்கு நான் எதுக்கு? கிரியேட்டிவ் வொர்க் எல்லாமே ரித்தி தான் பாத்துப்பா" என்று சொல்லிவிட்டு ரித்திமாவை பார்த்து கண் காட்டினாள்.

அதை கவனித்த ராகவ் " சோ வாட்? எக்ஸிகியூட் பண்ண போறது நீ தான? சோ நீ என் கூட தான் இருக்கனும். அண்ட் திஸ் இஸ் ஃபைனல்" என்று உறுதியாக கூறினான்.

அவந்திகா யோசிக்கவே அவளை கேலி செய்வதற்காக " நீ ஏன் இவ்ளோ யோசிக்கிற ஜான்சி ராணி? எங்க என் கூடவே இருந்தா என் மேல அட்ராக்ஸன் வந்திரும்னு பயமா இருக்கா உனக்கு?" என்று கேட்க

அவந்திகா அவள் தோளின் மேல் இல்லாத தூசியை தட்டி விட்டு " இந்த கொசு தொல்லை தாங்கலப்பா" என்று அவனை பார்த்து முகம் சுளித்தாள்.

" ஆமா நீ பெரிய சூர்யா , நான் உன்னை பாத்து அப்பிடியே ஃப்ளாட் ஆகுறதுக்கு! ஏதோ கொஞ்சம் மைதாமாவு கலர்ல இருக்க , அதுக்கு இவ்ளோ பில்டப்பா? மூனு வேளையும் காம்ப்ளான் குடிச்சே உயிர் வாழுவ போல , லேம்ப் போஸ்ட் மாதிரி இவ்ளோ ஹைட்டு வேற

. இதுல இவர பாத்து நான் அட்ராக்ட் ஆயிடுவேனாம் " என்று கடுப்புடன் அதே நேரம் கிண்டலாக சொல்ல அந்த அறையிலிருந்த அனைவரும் சிரித்தனர்.

ராகவ் சிரிப்பை நிறுத்திவிட்டு " கூ இஸ் தட் சூர்யா?" என்று கூரிய பார்வையுடன் கேட்க ரித்திமா " அவ ஆக்டர் சூர்யா பத்தி பேசுறா ராகவ் சார். அவ அவரோட தீவிர ஃபேன்" என்று சொல்ல ராகவ் முகம் சாதாரணமானது.

சில மணிநேரங்களுக்கு பிறகு அவந்திகா ஒரு வழியாக சம்மதித்தாள். அனைவருக்கும் அதுவே பெரிய விஷயம் என்று தோன்றியது.

ரித்திமா ராகவிடம் அவர்கள் எப்போது வேலையை ஆரம்பிப்பது என்பது பற்றி ஆலோசிக்க கிஷோர் அவந்திகாவிடம் தன்னுடைய ஸ்டாக் லிஸ்டில் உள்ள அனைத்து ஜோக்குகளையும் கூறி சிரிக்க வைத்து கொண்டிருந்தான்.

ரித்திமாவிடம் உரையாடும் போதே ராகவின் கண்கள் அவந்திகாவைத் தொட்டு தொட்டு மீள ரித்திமா சிரித்து கொண்டாள். அவளிடம் எல்லாவற்றையும் விளக்கியவன் அவளுக்கு கை கொடுக்கவே ரித்திமாவும் கை குலுக்கினாள்.

நேரே அவந்திகாவிடம் வந்தவன் " நீ வொர்க் டைம்லயும் இப்பிடி ஜோக் பண்ணிட்டு இருந்தா அதை நான் உன் பேமண்ட்ல தான் டிடக்ட் பண்ணுவேன் ஜான்சி ராணி" என்று சொல்ல அவனை பார்த்த அவந்திகா " அப்பிடி ஒரு நாளும் நடக்காது" என்று சொல்லிவிட்டு திரும்பி கொண்டாள்.

" எதுக்கும் நீ எல்லா விஷயத்துக்கும் ஆல்டர்நேடிவ் ரெடி பண்ணி வச்சுக்கோ அவந்திகா" என்றான் அவன் கேலி நிறைந்த குரலில்.

" எதுக்கு? “ என்றவாறு திரும்பினாள் அவள்.

" சப்போஸ் சங்கீத் ஃபங்க்ஸன் அரேஞ்ச்மெண்ட்ல வந்த மாதிரி சடன்னா இதுலயும் சேன்ஜஸ் வரலாம்" என்று ராகவ் இழுக்கவும் கடுப்பானாள்.

" இங்க பாரு" என்று அவன் முன் ஆட்காட்டி விரலை நீட்ட அதை பிடித்தவன் "நான் உன் கிட்ட ஆல்ரெடி சொல்லிருக்கேன் என் முன்னாடி விரல நீட்டி பேசாதனு, மறந்துட்டியா பேபி?" என்று கிண்டல் செய்யவும் அவனிடமிருந்து கஷ்டப்பட்டு தன் விரலை பிடுங்கி கொண்டாள் அவந்திகா.

பின் புன்னகைத்து கொண்டே "வெல்கம் டு விஹான்" என்று இரு கையையும் விரிக்க அவந்திகா குழம்பினாள்.

அவளது செயலைக் கண்டு அழகாக சிரிக்க தொடங்கியவனை பார்த்து தானும் முறுவலிக்க தொடங்கினாள் அவந்திகா. சிரித்து கொண்டே அவனது கையை குலுக்கியவள் " தேங்க்யூ" என்று சொல்ல ராகவ் காதில் கை வைத்து கேட்கவில்லை என்று சைகை காண்பித்-தான்.

சத்தமாக " தேங்க்யூ ஃபார் எவ்ரிதிங்" என்று சொல்ல ராகவ் அவளின் கண்களை ஆழ்ந்து பார்த்தவாறு " இட்ஸ் மை ப்ளஸர்" என்று கூறி கொண்டே சிரித்தான்.

அந்த சிரிப்பில் எப்போதும் போல தொலைய தொடங்கியவளை பார்த்த கிஷோர் இருவரையும் ரித்திமாவிடம் காண்பித்தவாறே வெளியே செல்ல அவனை தொடர்ந்து ரித்திமாவும் வெளியேறினாள்.

" அவந்திகா வந்த வேலையை விட்டுட்டு என்ன பண்ணிட்டு இருக்க " என்று அவளது மனசாட்சி கூப்பிடவும் சுய நினைவுக்கு வந்த-வள் கிஷோரையும் ரித்திமாவையும் எங்கே என்று கேட்க ராகவ் " நம்ம ரொமான்ஸ் பண்றோம்னு நெனச்சிட்டு எப்போவோ வெளியே போய்ட்-டாங்க" என்று கிண்டலாக கூறினான்.

" வாட் த ஹெல்? ரொமான்ஸ்? நான் அதுவும் உன் கூட? ",என்று அவள் கிண்டலாக பதிலளிக்க

ராகவ் " ஏன்? எனக்கு என்ன கொரச்சல் ஜான்சி ராணி?" என்று கேட்டபடியே அவள் அருகில் வர அவனது நெஞ்சில் கை வைத்து தள்ளியவள் " நல்லா கேட்டுக்கோ. நீ எப்போவுமே என்னை விட்டு கொஞ்சம் தள்ளியே இரு" என்று எச்சரித்தாள்.

அவளது கையை பிடித்து கொண்டவன் இன்னும் நெருங்கவே அவள் ஒன்றும் செய்ய தோணாமல் சிலையாக நின்றாள்.

சில மில்லிமீட்டர் இடைவெளியில் இருந்த அவளது கண்கள் அவனை ஏதோ செய்ய அவனது பார்வை அதை விட்டுவிட்டு அவளது சிறிய ஸ்ட்ராபெர்ரி இதழ்களை நோக்க அவனது மூளை அந்நேரத்தில் விழித்து கொண்டு " ராகவ் டோண்ட் கிராச் யுவர் லிமிட். அப்புறம் அதுக்கும் இன்னொரு யுத்தம் நடக்கும் இந்த ஜான்சி ராணி கூட. பீ கேர்ஃபுல்" என்று அறிவுறுத்த அவளின் கன்னத்தை தட்டிவிட்டு வில-கினான்.

அவந்திகா அவனை விழிவிரித்து பார்க்க அவனது அக்மார்க் புன்னகை அவனது இதழில் விரிந்தது. அதை ரசித்த அவந்திகா " இப்பிடி சிரிச்சே என்னை யோசிக்க விடாம பண்ணுறியேடா " என்று மனதிற்குள் நினைத்தவள் " ஓகே! நான் கௌம்புறேன் " என்று சொல்லி புன்னகைத்து கொண்டே வெளியேறினாள்.

அந்த புன்னகை அவளது அலுவலகத்துக்கு திரும்பி வரும் வரை அவளது இதழில் நிலைத்திருந்தது. இந்த நினைவுகளோடு அவர்களின் வாழ்வின் அடுத்த அத்தியாயத்திற்கு வந்தனர் இருவரும்

அடுத்து வந்த நாட்களில் ரித்திமா அடிக்கடி வேலை விஷயமாக விஹான் டெலிகாம் அலுவலகத்துக்கு செல்ல வேண்டியிருந்ததால் கிஷோரும் அவளும் நன்கு பேசி பழக ஆரம்பித்திருந்தனர்.

அவந்திகா சன் டியூவில் உஷாவின் திருமணத்திற்கான செலவுகளை கம்ப்யூட்டரில் ஏற்றும் வேலையை செய்ததால் அவளால் அங்கிருந்து நகர இயலவில்லை.

ராகவ் ரித்திமாவுடனும், அவந்திகாவுடனும் கான்ட்ராக்ட் பற்றி பேசிவிட்டு அன்று மாலை மும்பை சென்றவன் இன்னும் பெங்களூரு திரும்பவில்லை. விஹான் அட்வர்டைசிங் சம்மந்தமான வேலைகளில் பிஸியானவன் பொறுப்பை கிஷோரிடம் ஒப்படைத்துவிட்டு முழுமையாக புது வேலைகளில் மூழ்கினான்.

அவந்திகா ஒருவாறு அந்த வீட்டில் செட்டாக ஆரம்பித்தாள். காலையில் எழுந்ததும் யோகா செய்வதாக கூறி குணாலுடனும் , மோகனுடனும் அரட்டையடிப்பாள். பின்னர் சுமித்ராவுடன் சேர்ந்து பூஜையறையில் ஏதாவது ஒன்றை செய்து கொண்டிருப்பாள்.

பின்னர் அலுவலகம் சென்றுவிட்டு திரும்புபவள் மாமியார்களிடம் அலுவலகத்தில் நடந்ததை எல்லாம் சொல்லிவிட்டு தூங்க செல்வாள்.

ஞாயிற்று கிழமை என்றால் ஏதாவது சொல்லி கிச்சனில் செஃபை வேலை வாங்கிக் கொண்டு பாத்திரங்களை உருட்டுவாள். அது போக போர் அடித்தால் இருக்கவே இருக்கிறார் வீணா, அவருடன் ஏதாவது வாக்குவாதம் செய்வாள். இவ்வாறு ராகவ் என்ற ஒருவன் இருந்தாலும் இல்லையென்றாலும் அவனுடைய நினைவு இன்றி அவள் மகிழ்ச்சியாகவே அந்த வீட்டில் சுற்றி வந்தாள்.

ராகவுக்குமே வேலையில் கவனம் இருந்ததால் அவளை பற்றி பெரிதாக நினைக்கவில்லை. இந்த நிலையில் ஹனிமூன் சென்றிருந்த பிரதி-

யூஷாவும் வருணும் இந்தியா திரும்பினர்.

உஷா வீடு திரும்பியதும் முதலில் அவந்திகாவை தான் தேடினாள். அவளை காணாமல் ராதிகாவிடம் கேட்க அவர் அவள் காலையிலேயே சன் டியூவுக்கு சென்றதாக கூற வருணிடம் சொல்லி கொண்டு அவளும் கிளம்பினாள்.

அலுவலக அறையில் அவந்திகா சின்சியராக வேலை பார்த்து கொண்டிருப்பதை பார்த்துவிட்டு அமைதியாக உள்ளே வந்தவள் பின்னால் இருந்து அவந்திகாவின் கன்னத்தை கிள்ள பதறிய அவந்திகா "ஏய்! மைதாமாவு உனக்கு இதே வேலையா போச்சு! " என்று சொல்லிவிட்டு திரும்ப அங்கே நின்ற உஷாவை கண்டதும் " உஷா நீயா?" என்று கேட்டாள் அசட்டு புன்னகையுடன்.

" நான் தான். நீ யாருனு நெனைச்ச?" என்று கேட்டுவிட்டு கை கட்டி அவளையே குறுகுறுவென்று பார்க்க

உஷாவை பார்த்து அசடு வழிந்தவள் "யாரையும் நெனைக்கலையே" என்று சமாளிக்க உஷா அவளை பார்த்த பார்வையே அவளை நம்பவில்லை என்பது தெரிந்தது.

" அது யாரு மைதாமாவு? அவங்க இந்த வேலைய ரொட்டீனா பண்ணுறாங்க போல, கன்னத்தை கிள்ளினாலே அவங்க நியாபகம் வருது உனக்கு?" என்று உஷா கேட்க

" உஷா அது அந்த ராகவ்கு நான் வச்ச நிக்நேம் " என்று சொல்ல

உஷா "அப்போ ராகவ் தான் உன்னோட கன்னத்தை கிள்ளிருக்காரு போல" என்றாள் கிண்டலுடன்.

" வாட்? அவனுக்கு அவ்ளோ தைரியம் கெடயாது. பட் இன்னைக்கு மார்னிங் என்னோட ட்ரீம்ல சேம் சீன் வந்துச்சா அதான் அவன் திரும்ப வந்துட்டானோனு நெனச்சேன்" என்றாள் அவந்திகா சாதாரணமாக.

" அஹான்! சோ நீ பிரதர் இன் லாவ ரொம்ப மிஸ் பண்ணுற" என்று கேலி செய்தாள் உஷா.

" ஐயோ! அப்பிடிலாம் இல்ல, உண்மைய சொல்லனும்னா அவன் தொந்தரவு இல்லாம நான் நிம்மதியா தூங்குறேன்" என்று அவந்திகா பதறியபடி சொல்லவும்

உஷா கண் சிமிட்டி " ஓ உன்னை தொல்லை வேற பண்ணுறாரா? சொல்லவே இல்ல" என்று கேலி பண்ண அவந்திகா " நீ வேற என்னை ரொம்ப டார்ச்சர் பண்றியேம்மா" என்று எண்ணி கொண்டே அமர்ந்தாள்.

" ஏய் எதுக்கெடுத்தாலும் டபிள் மீனிங்கா? போடி, எனக்கு வேலை இருக்கு" என்று சொல்லி கீபோர்டை தட்ட ஆரம்பித்தாள்.

அவள் அருகில் அமர்ந்து அவளது முகத்தை பார்த்த உஷா " ஹனிபி, நீ ஹாப்பியா தான இருக்க? ஐ மீன் உனக்கும் ராகவ்கும் எதும் பிரச்சனை இல்லையே" என்று கவலையுடன் கேட்க அவந்திகா தலை-யாட்டி மறுத்தாள்.

" ச்சே ச்சே! எனக்கு அவனுக்கும் இடையில ஒரு பிரச்சனையும் இல்ல. பட் என்னோட பிராப்ளமே அவன் தான்" என்றாள் யோசனை-யாக.

" வாட்? ஏன்டி ராகவ் உன்னை ஏதும் சொன்னாரா?" என்றாள் உஷா பதற்றத்துடன்.

அதை மறுத்து தலையாட்டிய அவந்திகா " நோ நோ ! சொன்னா தான் பரவாயில்லயே ! அவன் சிரிச்சே என்னை சாகடிக்கிறான் உஷா" என்று சொல்ல

" நீ சொல்றது புரியலடி" என்று புரியாமல் விழித்தாள் உஷா.

" இது கூட புரியாம நீயெல்லாம் என்ன லவ் மேரேஜ் பண்ணு-னியோ?" என்று தலையில் அடித்தவள் " அவனோட சிரிப்ப பாத்தாலே எல்லாமே மறந்து போயிடுது உஷா" என்று சொல்லவும் உஷாவுக்கு சிரிப்பு வந்தது.

" ஹனிபி, ரொம்ப யோசிக்காத! இனிமே ராகவ் சிரிக்கிறப்போ நீ முகத்த திருப்பிக்கோ. பிராப்ளம் சால்வ்ட்" என்று சொல்லவும் அவந்-திகா சரியென்று தலையாட்டினாள்.

அதே நேரம் மும்பையில் சுக்லா குரூப் ஆஃப் கம்பெனிஸ் அலுவ-லகத்தில் இருந்தான் ராகவ்.

" சார் இந்த டாக்குமென்ட்ல உங்க சைன் வேனும்" என்று கேட்ட-படியே நின்ற நேனா சுக்லாவின் செகரட்டரியிடம் கையெழுத்து போட்டு அனுப்பியவன் அவள் வெளியே போக திரும்பியதும் " எக்ஸ்யூஸ் மீ" என்று சொல்ல

அவளோ தன் வாய்க்குள்ளேயே " பெருமாளே இப்போ எதுக்கு இவர் கூப்பிடுறாரு" என்று தமிழில் முணுமுணுக்க ராகவ் " நீங்க தமிழா?" என்று கேட்டான்.

" யெஸ் சார்" என்று சொல்லவும் அவளை அனுப்பி வைத்தவனின் மனம் அவந்திகாவை பற்றி யோசிக்க ஆரம்பித்தது.

நேனா வந்து அவனை அழைத்ததும் கவனம் கலைந்தவன் அவளிடம் கான்ட்ராக்ட் பற்றி பேசிக் கொண்டிருக்கும் போதே தடுமாற நேனா " என்னாச்சு டியூட்? வைஃப் நியாபகமா?" என்று கேலி செய்தாள்.

தொடர்ந்து " காலேஜ் டேஸ்ல உனக்கு ப்ரபோஸ் பண்ணுன எத்தனை கேர்ள்ஸ நீ அவாய்ட் பண்ண ? இப்போ அதுக்குலாம் சேத்து வச்சு உன்னோட வைஃப் உன்னை படுத்துறாங்க போல?" என்று கிண்டலடித்தாள்.

" நேனா! ப்ளீஸ்யார், அவ ரொம்ப வியர்ட் டைப். ஏதாச்சும் வினோதமா பண்ணீட்டே இருப்பா. அவளை சமாளிக்கவே நான் ஏதாச்சும் ஸ்பெஷல் கோர்ஸ் பண்ணனும் போல" என்று சலித்து கொண்டான் ராகவ்.

" உனக்கு அவங்களை பிடிச்சிருக்கா?" என்று நேனா குறும்பாக பார்த்தபடி கேட்க

ராகவ் " ம்ம்ம், யோசிக்க வேண்டிய விஷயம் தான். பட் ஐ டோன்ட் நோ! எனக்கு அவளை பிடிக்கும்னு நான் நெனைக்கிறப்போ அவ ஏதாச்சும் பண்ணி என்னை டென்சன் ஆக்கிடுறா. பிடிக்காதுனு கோவமா இருந்தா ஏதாச்சும் கியூட்டா பண்ணி என்னோட ப்ரைன ஆஃப் பண்ணி வச்சிடுவா." என்றான் ரசனையுடன்.

" இன்ட்ரஸ்டிங்" என்று நேனா வாய் விட்டு பாராட்ட

ராகவ் " இன்ட்ரஸ்டிங் மட்டும் இல்ல. ஷீ இஸ் சோ அடோரபிள் யூ னோ. ரொம்ப இண்டலிஜெண்ட். எந்த மாதிரி சிச்சுவேஷனையும் சமாளிச்சிடுவா. ஆனா என்னை போலவே ரொம்ப கோவப்படுறதால ரெண்டு பேரும் கோவமா இருக்கிறப்போ யாரும் விட்டுகுடுத்து போக மாட்டோம் " என்று இருவரின் பொதுவான பிரச்சனையை கூறினான் ராகவ்.

நேனா அதை ஒதுக்கியவள் " கம் ஆன் ராகவ் ! டூ யூ லைக் ஹெர்?" என்று கேட்க

" கொஞ்சம் பிடிக்கும். நான் ஏதாசும் சொன்னா புரியாம முழிக்கிறப்போ, தென் ஏதாச்சும் வினோதமா பண்ணீ என் கிட்ட மாட்டுறப்போ , கன்னத்துல டிம்பிள் விழுற மாதிரி ஸ்மைல் பண்றப்போ, இந்த மாதிரி சில நேரம் அவள ரொம்ப பிடிக்கும்" என்று அவன் தெளிவாக சொல்ல

" ஃபைனலி உன்னையும் பொலம்ப வைக்க ஒரு ஆள் இருக்காங்கனு நெனைக்கிறப்போ ஐயாம் ஹாப்பி" என்று அவள் சொல்லி சிரிக்-

கவும் ராகவ் அழகாக முறுவலித்தான்.

இருவரும் ஒருவரை ஒருவர் திட்டி கொண்டாலும் அவன் பெங்களூரு திரும்பும் நாளுக்காக இருவருமே காத்திருந்தனர்...

17

அத்தியாயம் 17

டிராக் சூட்டுடன் கீழே வந்த அவந்திகா அந்த பரந்த தோட்டத்தின் ஒரு புறம் நின்று கொண்டிருந்த தன் இரு மாமனார்களையும் கூடவே அவர்களிடமிருந்து எவ்வாறு தப்பிக்கலாம் என்று யோசித்து கொண்டிருந்த நேஹா, பிந்துவையும் பார்த்தவள் மெதுவாக அங்கே சென்றாள்.

" வாமா மருமகளே! உனக்காக தான் நாங்க வெயிட் பண்ணிட்டு இருக்கோம். இன்னைக்கு உங்க மூனு பேருக்கும் சூரியநமஸ்காரம் பண்ண சொல்லித் தர போறோம். எங்க நாங்க நிக்கிற மாதிரி நின்னுங்க பாப்போம்" என்று சொல்லி சூரிய நமஸ்காரம் செய்ய ஆரம்பித்தார் குணால். அவரை தொடர்ந்து மோகனும் அதே பாணியில் நிற்க பெண்கள் மூவரும் அவர்களை பரிதாபமாக பார்த்தனர்.

" பாபி! நீங்க டாடிஸ் கிட்ட இருந்து எங்கள காப்பாத்துவிங்கனு பாத்தா நீங்களும் அதே மாதிரி நிக்கிறிங்க? " என்று அவந்திகாவின் காதில் முணுமுணுத்தாள் பிந்து.

" வெயிட் பிந்து. இப்போ என்னோட பெர்ஃபார்மன்ஸ மட்டும் பாரு" என்று சொல்லி விட்டு காலை தரையில் ஊன்றியவள் ஒருகாலை பிடித்து கொண்டு " ஆவ்! என் காலுக்கு என்னாச்சு? வலிக்குதே" என்று அங்கேயே அமர குணால் "அட என்னம்மா இது ? நல்லா காலை இப்பிடி நேரா வச்சா கால் ஏன் வலிக்க போகுது? கம் ஆன். எழுந்திரு. ஐ செட் ஸ்டாண்ட் அப்" என்று கட்டளையிட அவந்திகா வேகமாக எழுந்தாள்.

" என்னை மாதிரி நின்னு இப்போ நமஸ்காரம் பண்ணு" என்று கட்டளையிட்டு விட்டு அவள் நின்ற பாணியை கவனித்து விட்டு அவரும் செய்ய ஆரம்பித்தார்.

அவந்திகா தடுமாறிய படியே அவரிடம் " இந்த வீட்டுல யாரும் அன்பாவே எதையும் சொல்ல மாட்டிங்களா?உங்க பையன் என்னடான்னா ஒரு சைட் எனக்கு ஆர்டர் போடுறான், அப்புறம் உங்க மாதாஜி அன்னைக்கு நீ கார்ல தான் போகனும் மருமகளேனு என்னை கம்பெல் பண்றாங்க .

இன்னைக்கு நீங்க இப்பிடி காலைலயே ஒத்தகால்ல நிக்க சொல்லி ஆர்டர் போடுறிங்க., இங்க யாருக்குமே அன்பா எதுவுமே சொல்ல தெரியல" என்று ஆடிக் கொண்டே சொன்னவளின் காதில் " அன்பா சொன்னா மட்டும் நீ கேட்டுடுவியா ஜான்சி ராணி?" என்ற ராகவின் குரல் விழ திடுக்கிட்டவள் மொத்தமாக விழப் போனாள்.

அதற்குள் அவளை தாங்கியவன் " ஃபர்ஸ்ட் ரெண்டு கால்ல நிக்க பழகு! அப்புறமா ஒரு கால்ல நின்னு சூரியநமஸ்காரம் பண்ணலாம்" என்று சொல்லி கண் சிமிட்டிவிட்டு அவளை நேராக நிறுத்தினான்.

" ஹாய் டாட்! மார்னிங்கே ஹெவி பனிஷ்மென்ட் குடுத்திருக்கிங்க. என்ன பண்ணுனாங்க மூனு பேரும்?" என்று அவரை கேட்க

மோகனோ " நத்திங் மை சன்! ஆக்சுவலி இவங்க மூனு பேருக்கும் ஹெல்த் கான்சியஸே இல்ல . அதான் வொர்க் அவுட் யோகா பண்ணா நல்லதுனு சொல்லி டெய்லி மார்னிங் நானும் பய்யாவும் அவங்கள ட்ரெய்ன் பண்றோம்" என்று பெருமையாக கூறினார்.

" நம்ம மூனு பேரையும் சர்க்கஸ்கு ட்ரெய்ன் பண்ணுற மாதிரி சொல்லுராங்க பாபி" என்று நேஹா அவந்திகாவின் காதில் கூறினாள். அவளை பார்த்து கண்ணை விரித்து அப்படியா என்று கண்ணாலேயே கேட்க அவள் ஆமாம் என்று கண்ணாலேயே பதிலளித்தாள்.

" இன்னைக்கு ஒரு நாள் விட்டுருங்க டாட். யூ கேன் ஸ்டார்ட் ஃப்ரம் டுமாரோ. இந்த ரெண்டு பேர நீங்க ட்ரெய்ன் பண்ணுங்க. அண்ட் அவந்திகா உனக்கு நான் சொல்லி குடுக்கிறேன்" என்று ராகவ் சொல்லவும் அவந்திகாவின் முகம் பிரகாசமானது. அவனிடம் ஏதாவது சொல்லி தப்பித்துவிடலாம் என்று ஐடியா உதயமானது அவளுடைய குட்டி தலையில்!

" ஓகே, டபிள் ஓகே! நீ சொல்லி குடுத்தா நான் சீக்கிரமா கத்துப்பேன் ராகவ். ஸால் வீ கோ?"என்று கேட்க அவன் சிரித்து கொண்டே அவளுடன் சென்றான்.

செல்லும் போது அவந்திகா ராகவிடம் " தேங்க்யூ ராகவ்! நீ என்னை காப்பாத்திட்ட தெரியுமா? இந்த 5 டேய்ஸ் நான் எப்பிடியோ அவங்களை ஏமாத்திட்டேன். இன்னைக்கு மாட்டிக்குவேனோனு நெனச்சேன். பட் நீ காப்பாத்திட்ட. தேங்க்யூ" என்று சொல்லி அவன் தாடையின் இருபுறமும் பிடித்து கிள்ளிவிட்டு சொல்ல

ராகவ் " ரொம்ப சந்தோசப்படாத ஜான்சி ராணி, அவங்கள விட வொர்க் அவுட் விஷயத்துல நான் ரொம்ப ஸ்ட்ரிக்ட்" என்று சொல்லிவிட்டு முன்னே நடந்தான்.

" ஹேய்! நில்லு மேன்" என்று அவன் பின்னே ஓடிவந்தவள் ஹாலுக்குள் சென்றவன் தன் அம்மாவுடனும் பெரியம்மாவுடனும் பேசியவன் டயர்டாக இருப்பதாக கூறிவிட்டு தன் அறைக்கு சென்றான். அவந்திகா அவர்களின் அறைக்கு சென்ற போது அங்கே ராகவ் அமைதியாக படுத்து உறங்கிக் கொண்டிருந்தான்.

அவன் முகத்தில் வெளிச்சம் படாமல் திரைச்சீலையை இழுத்துவிட்டவள் குளிக்க சென்றுவிட்டாள். குளித்து முடித்து சத்தமில்லாமல் தயாரானவள் பூனை போன்று அடி வைத்து மெதுவாக அறையை விட்டு வெளீயேறினாள்.

கீழே சென்றவள் அங்கே அமர்ந்து உஷாவுடன் பேசிக் கொண்டிருந்த ரித்திமாவை பார்த்தவள் அவர்களுடன் சேர்ந்து அரட்டையடிக்க ஆரம்பித்தாள்.

அனைவரும் வந்ததும் எல்லாரும் ஒன்றாக உட்கார்ந்து சாப்பிட ஆரம்பித்தனர். ராதிகா பரிமாறினார் .

" அவந்திகா ! ராகவ் எங்கே மா? சாப்பிடாம என்ன செய்றான்?"

" தாதி! அவரு டயர்டா இருக்குனு குளிச்சிட்டு தூங்கிட்டு இருக்காரு. இப்போ டிஸ்டர்ப் பண்ண வேண்டாம்" என்று சொல்லிவிட்டு சாப்பிட ஆரம்பித்தவளை அனைவரும் ஆச்சரியத்துடன் பார்த்தனர். திருமணநாளன்று ஆர்ப்பாட்டம் செய்தவளா இவள் என்று அவளது தோழிகள் கூட ஒரு நிமிடம் வியந்து விட்டனர்.

சாப்பிட்டு முடித்த மூவரும் விஹான் அட்வர்டைசிங்கான லான்ச் பற்றி திட்டமிட ஆரம்பித்தனர். நேரம் போவதே தெரியாமல் மூவரும்

அமர்ந்திருக்க வருண் அலுவலகத்திலிருந்து 12 மணிக்கு வீட்டுக்கு வந்-துவிட்டான்.

வந்தவனிடம் ரித்திமாவும் அவந்திகாவும் பேசி கலாய்க்க உஷா தான் அவர்களை அடக்குவதற்குள் பெரும்பாடு பட்டு போனாள்.

அங்கே அவர்களின் அறையில் மொபைலின் ரிங் டோன் ஒலியில் விழித்த ராகவ் அந்த காலுக்கு பதிலளித்துவிட்டு படுக்கையை விட்டு எழுந்தான். திரைச்சீலை இழுத்துவிடப்பட்டிருப்பதை பார்த்து கொண்டே முகம் கழுவி ஃப்ரெஷானவன் கீழே வந்தான்.

அங்கே அவந்திகா ரித்திமா, வருண், உஷாவிடம் ஏதோ சொல்லி சிரித்து கொண்டிருக்க அவர்களிடம் வந்தவன் சோஃபாவில் அமர்ந்து கொண்டு அவந்திகாவை பார்த்து " நீ பொறக்குறப்போவே மைக் ஏதாச்-சும் முழுங்கிட்டு பொறந்தியா?" என்று கேட்க அவள் புரியாமல் விழித்-தாள்.

" ஏன் கேக்கிற? எனக்கு புரியலயே!"

" பின்ன என்ன! உன் சத்தத்துல மனுஷனுக்கு தூக்கமே வரலேனா பாத்துக்கோ! சரியான லவுட் ஸ்பீக்கர்"என்று அவன் கலாய்க்கவும் அவந்திகா அவனை பார்த்து சிரித்தாள்.

பின்னர் " நான் சொல்லல, இவனுக்கு என்னை வம்பு இழுக்கலனா பொழுதே போகாதுனு., வந்த உடன் ஆரம்பிச்சிட்டான்" என்று மற்ற மூவரையும் பார்த்து கூறினாள்.

" பெருமாளே! இந்த மைதாமாவுக்கு நல்ல புத்திய குடுக்க மாட்-டியா?"என்று தமிழில் பேச ரித்திமா " ஏய்! ராகவ் காதுல விழப் போகு-துடி" என்று பதறினாள்.

" அவனுக்கு தமிழ் சுத்தமா புரியாது டார்லிங்" என்று அவந்திகா கண் சிமிட்டவும் ராகவிற்கு இன்று எப்படியாவது அவள் தமிழில் என்ன தான் பேசுகிறாள் என்று தெரிந்து கொள்ளும் ஆர்வம் வந்தது.

நேரே வருண் உஷாவிடம் அமர்ந்தவன் " பாபி உங்களுக்கு தமிழ் புரியும் தானே! அந்த ஜான்சி ராணி இப்போ சொன்னதை எனக்கு டிரான்ஸ்லேட் பண்ணுங்க ப்ளீஸ் " என்று கேட்க உஷா மொழி பெயர்க்க ஆரம்பித்தாள்.

" ஷீ இஸ் டாக்கிங் வித் காட் டு கிவ் யூ சம் சென்ஸ்" என்று அவன் காதில் மெதுவாக சொன்னாள் உஷா.

" இஸிண்ட்? நெக்ஸ்ட்" என்று பல்லை கடித்தான் ராகவ்.

" ஷீ இஸ் காலிங் யூ பை அ நிக் நேம்" என்று சொல்லி இடையில் நிறுத்தினாள் உஷா

" வாட்ஸ் தட்?" என்று அவன் விடாப்பிடியாக கேட்க

" மைதா மாவு தட் மீன்ஸ் மைதா ஃப்ளார்" என்று சொல்லிவிட்டு வந்த சிரிப்பை அடக்கி கொண்டாள்.

" வாட்? இஸ் ஷீ காலிங் மீ பை திஸ் நேம்? யே லட்க்கி பாஹல் ஹோஹயா. கித்னி ஹிம்மத் (இந்த பொண்ணு பைத்தியமா-யிட்டா, எவ்ளோ தைரியம்?)" என்று அவன் கடுப்புடன் கூற உஷா அவனை அமைதி படுத்தினாள்.

" டோண்ட் டேக் இட் ராங் . ஷீ ஹேஸ் ஸஜெசன் தட் நேம் ட்யூ டு யுவர் காம்ப்ளெக்ஸன். தட்ஸ் ஆல்" என்று அவள் அவனை சமா-தானப்படுத்தினாள்.

வருண் வாய்க்குள் சிரிப்பை விழுங்கியவன் சீரியசாக " பட் ராகவ்! அந்த நேம் உனக்கு 100 பர்செண்ட் ஷூட் ஆகும்டா" என்று சொல்லி சிரிக்க ஆரம்பிக்க அவனது சிரிப்பை கேட்டு திரும்பி பார்த்தாள் அவந்-திகா.

" வாட் ஹேப்பண்ட் வருண்?"

" நத்திங் சீரியஸ் ஹனிபி" என்றவன் ராகவை பார்த்து சிரித்துவிட்டு போன் காலை அட்டெண்ட் செய்ய சென்று விட்டான்.

ராகவ் எழுந்து அவந்திகாவின் அருகில் அமர்ந்தவன் அவளையே வைத்த கண் வாங்காமல் பார்த்துகொண்டிருந்தான்.

அவந்திகா முதலில் கவனிக்காதது போல இருந்தாலும் ஒரு கட்டத்-திற்கு மேல் பொறுமையை இழந்தாள்.

" ஹலோ ! இப்போ எதுக்கு என்னையே பாத்துட்டிருக்க?"

" தீஸ் ஆர் மை அய்ஸ். ஐ கேன் ஸீ எனிதிங் வித் மை அய்ஸ். ஐ டோண்ட் நீட் யுவர் பெர்மிஷன்" என்றான் அவன் அமர்த்தலாக.

" வாட் ? ஆர் யூ க்ரேசி? எனக்கு அன்கம்ஃபர்டபிளா இருக்கு மேன் " என்று அவள் முகத்தை திருப்பி கொண்டாள்.

" இஸிண்ட்., பட் எனக்கு பிடிச்சிருக்கே" என்று சொல்லி சிரிக்க அவந்திகா அவனது வார்த்தைகளில் குழம்பினாள். இவன் என்ன சொல்ல வர்ரானு புரிஞ்சிக்கவே நான் இன்னொரு டிகிரி படிக்கனும் போல யோசித்து கொண்டே முகத்தை திருப்பி கொண்டாள்.

இவர்கள் பேச ஆரம்பிக்கும் போதே உஷாவும் ரித்திமாவும் நகர்ந்து விட அவர்கள் தனித்துவிடப்பட்டனர்.

அப்போது டிவியில் தமிழ் மொழி சேனல் ஓடிக் கொண்டிருக்க அதில் அயன் படத்திலிருந்து ' நெஞ்சே நெஞ்சே ; பாடல் ஓட அவந்திகா சூர்யாவை பார்த்த உற்சாகத்தில் " வாவ்! சூர்யா, மை டார்லிங் " என்று பாடலை ரசிக்க ஆரம்பித்தாள்.

அவள் பாடலிலேயே மூழ்கி விட அவளையே பார்த்து கொண்டிருந்த ராகவை கவனிக்கவில்லை. பாடல் முடிந்து திரும்பியவள் ராகவ் தன்னையே பார்த்து கொண்டிருப்பதை அறிந்தவள் தன் தலையில் தட்டி கொண்டே" அது சூரியானா எனக்கு ரொம்ப பிடிக்கும்" என்று சொல்லி நாக்கை கடித்து கொள்ள ராகவ் அவளுடைய குழந்தைதனமான செய்கையில் தன்னை மறந்தான்.

அவனுடைய முகத்தை பார்த்த அவந்திகாவும் தன் கண்ணை அவனிலிருந்து எடுக்கவில்லை..........

மனதிற்கு பிடித்தவர்களை ரசிக்கும் போது நாம் நம்மை மட்டுமன்றி இவ்வுலகையே மறந்து விடுகிறோம் என்பது எவ்வளவு நிதர்சணமான உண்மை என்பதை அவர்கள் அன்று புரிந்து கொண்டனர்.

மறுநாள் காலையில் போன் அலாரம் ஒலிக்க கண் விழித்தான் ராகவ். அலாரத்தை ஆஃப் செய்தவன் தன் பக்கத்தில் பொம்மை போன்று உறங்கி கொண்டிருந்த அவந்திகாவை பார்த்தான்.

நேற்று உஷா கூறியது நினைவில் வந்தது.

" ஷீ இஸ் காலிங் யூ பை அ நிக் நேம்"

" வாட்ஸ் தட்?"

" மைதா மாவு தட் மீன்ஸ் மைதா ஃப்ளார்"

தூங்கி கொண்டிருந்தவளை பார்த்து " டூ ஐ லுக் லைக் மைதா ஃப்ளார்? வெயிட் ஜான்சி ராணி" என்று சொன்னவன் " அவந்திகா கெட் அப்" என அவளை எழுப்ப அவள் அசைய கூட இல்லை.

என்ன செய்யலாம் என்று யோசித்தவனின் கண்ணில் தண்ணீர் வைத்திருந்த ஜக் விழவே நல்லா மாட்டினியா ஜான்சி ராணி என்று மனதில் நினைத்து கொண்டே தண்ணீரை அவந்திகாவின் மீது ஊற்றினான்.

அலறி அடித்து கொண்டு எழுந்தவள் தன் அருகில் கையில் ஜக்குடன் புன்னகை தவழும் முகத்துடன் நின்று கொண்டிருக்கும் தன் பார்-

வையாலே பொசுக்கியபடி படுக்கையை விட்டு இறங்கினாள்.

தண்ணீரோடு சேர்ந்த ஏ.ஸி குளிரில் வெடவெடத்த உடலை சமாளித்து கொண்டு " இப்போ எதுக்கு என் மேல தண்ணி ஊத்தி என்னோட தூக்கத்த கெடுத்த?" என்று பல்லை கடித்து கொண்டு கேட்டவளை புன்னகையுடன் எதிர் கொண்டான் ராகவ்.

" நேத்து மார்னிங் நடந்தது மறந்துடிச்சா? நான் உனக்கு வொர்க் அவுட் பண்ண சொல்லி தரேனு சொன்னது நியாபகம் இருக்கு தானே! நான் உன்னை எழுப்ப ட்ரை பண்ணேன்! பட் நீ ரெஸ்பான்ட் பண்ணல., சோ தேவை இல்லாம வாட்டர் ஜக்கை காலி பண்ண வேண்டியதா போச்சு" என்றவனை பல்லை கடித்து கொண்டு முறைத்தாள் அவள்.

பின்னர் "நான் எழுந்துக்கலைனா நீ இன்னும் த்ரீ டு ஃபோர் டைம்ஸ் கூப்டுருக்கனும் மேன்! அதை விட்டுட்டு தண்ணியையா ஊத்துவ! எனக்கு எவ்ளோ குளிருது தெரியுமா?" என்றாள் நடுங்கும் குரலில்.

" எனக்கு எப்பிடி தெரியும்?" என்று தோளை குலுக்கியவனை கொலைவெறியுடன் பார்த்தவள் " ரைட் , உனக்கு எப்பிடி தெரியும்? உன்னோட டிரஸ்ஸூம் ஈரமான தான உனக்கு தெரியும்?" என்று சொல்லி அவனுடைய டிசர்ட்டை பிடித்து இழுத்தவள் அவனை கட்டி கொண்டு அவளுடைய முகத்தை அதில் துடைத்தாள்.

பின்னர் அவனை விட்டவள் ஏதோ பெரிதாக அவனை பழிவாங்கி விட்டதாக நினைத்து கொண்டு கேலியுடன் " இப்போ குளிருதா உனக்கு?" என்று நக்கலாக கேட்டாள்.

திடிரென்று அவள் அணைத்ததை எதிர்பார்க்காதவன் அவளுடைய செய்கையில் சிரித்துவிட்டான். பின்னர் அருகில் வந்து " ஓ! ரெவன்ஜா?" என்று கேட்க அவள் ஆமாம் என்று தலையாட்டினாள்.

" உங்க ஊருல இதுக்கு பேரு தான் ரெவென்ஜா? ஐயோ நீ என்ன ரொம்ப சூப்பரா பழி வாங்கிட்ட போ!" என்று ராகவ் சிரிக்க

" தெரியுதுல்ல ! இனிமே என் கிட்ட நீ கொஞ்சம் கவனமாவே இரு, இல்லைனா.." என்று சொல்லவந்தவளை இடை மறித்தவன் " இல்லைனா நீ இப்பிடிதான் நடந்துப்ப" என்று சொல்ல அவள் அதற்கும் ஆமாம் என்று தலையாட்டினாள்.

" அப்போ இனிமே நீ அடிக்கடி ரெவென்ஜ் எடுக்கிற மாதிரியே நான் நடந்துக்கிறேன்" என்று சொல்லி அவன் அவந்திகாவின் தலைமுடியை கலைத்து விட்டு வேறு டிசர்ட் மாற்ற செல்ல அவளோ இவனுக்கு

என்ன பைத்தியமா என்று தன் மனசாட்சியிடம் கேட்க அதுவோ தெரி-யலயே என்று பதிலளித்தது.

டிசர்ட் மாற்றிவிட்டு வந்தவன் " லுக்! இதே டிரஸ்ஸோட எவ்ளோ நேரம் நிப்ப? போய் டிராக் சூட் மாத்திட்டு வா" என்று சொல்ல அவந்-திகா " முடியாது " என்று சொல்லிவிட்டு அதே இடத்தில் நின்றாள்.

அவளது பதிலில் கடுப்பானாலும் அதை காட்டி கொள்ளாமல் வலுக்கட்டாயமாக சிரித்தவன் " இப்போ நீயா போய் சேன்ஜ் பண்-ணலனு வை, நானே என் கையால சேஞ்ச் பண்ணிவிட வேண்டியதா இருக்கும் " என்று சொல்லி அவளின் அருகில் வர அவன் நெஞ்சில் கை வைத்து தள்ளியவள் " நோ நோ! நானே பண்ணிட்டு வர்ரேன்" என்று வேகமாக உடையை மாற்றிவிட்டு வந்தாள்.

" குட் கேர்ள்! போலாமா?" என்று கேட்டபடியே அவளது கையை விடாமல் பிடித்து கொண்டு அழைத்து செல்லவே அவந்திகா “ போயும் போயும் இவனை போய் ட்ரெய்னியா ஏத்துப்பியா நீ? இன்னைக்கு என்ன ப்ளானோட இருக்கானோ?” என்று மனதிற்குள்ளேயே புலம்பிய-படி செல்ல ராகவோ அவளது முகபாவத்திலிருந்தே மனதை அறிந்த-வன் நிக் நேமா வைக்கிற நீ? என்று எண்ணிக் கொண்டே உடற்பயிற்சி கூடத்திற்கு அழைத்து சென்றான்.

உள்ளே நுழைந்தவன் செல்ஃபிலிருந்த டம்பிள்ஸை எடுத்து அவள் கையில் கொடுக்க அவளோ தடுமாறினாள்.

" இது தான் இருக்கிறதிலேயெ வெயிட் கம்மி. இதுக்கே டான்ஸ் ஆடுனா எப்பிடி ஜான்சி ராணி?" என்று கிண்டலடித்துவிட்டு அவனு-டைய வழக்கமான பயிற்சியை செய்ய ஆரம்பித்தான்.

அவன் திரும்பியதும் டம்பிள்ஸை கீழே வைத்தவள் சர்ட்டின் காலரை பின்னோக்கி தள்ளிவிட்டு கைகளால் காற்று வீச ஆரம்-பித்தாள். சிறிது நேரத்திலேயே அவளை கண்டுபிடித்துவிட்ட ராகவ் அவளை அழைத்து டம்பிள்சை வாங்கி மறுபடியும் செல்ஃபிற்குள் வைக்க அவந்திகா தப்பிச்சிட்டோம் என்று சந்தோசப்பட்டு கொண்டாள்.

ஆனால் அவளது சந்தோசத்திற்கு ஆயுள் குறைவு. ராகவ் அடுத்து பைசெப்ஸ் பயிற்சிக்கான கேபிளை கையில் கொடுத்து செய்வதற்கான முறையையும் விளக்கி விட்டு அவள் பக்கத்திலே நின்று " கம் ஆன் ! டூ இட் நவ்" என்று சொல்லவும் அவந்திகா வேறு வழியின்றி அதை

தொடர ஆரம்பித்தாள்.

ஆனால் சில நிமிடங்களிலேயே கை வலிக்க "என்னால முடியாது" என்று சொல்ல அவன் டிரேட்மில்லிற்கு அழைத்து சென்றான்.

குறைவான ஸ்பீடை செட் செய்தவன் " வாக்!" என்று சொல்ல அவந்திகா அதில் பயத்துடனே நடக்க ஆரம்பித்தாள்.

சிறிது நேரம் கழித்து ராகவ் " ஆர் யூ ஓகே வித் திஸ்?" என்று கேட்க அவந்திகாவோ அது சுலபமாக இருந்ததால் " டபிள் ஓகே" என்று மகிழ்ச்சியுடன் சொல்லிவிட்டு நடக்க அவளிடம் சொல்லிவிட்டு அதை நிறுத்தியவன் அவளை சில நிமிடம் அமைதியாக நிற்க வைத்தவன் ஸ்பீடை சற்று அதிகரித்துவிட்டு " நவ் யூ ஹேவ் டு ரன், டு யூ அண்டர்ஸ்டாண்ட்?" என்று சொல்ல அவந்திகா தலையாட்டினாள்.

ஆனால் அதில் ஓட தொடங்கிய பிறகு தான் அவளுக்கு அந்த வேகத்துக்கு தன்னால் ஓட முடியாது என்பதே புரிந்தது. இருந்தாலும் ஓடியவள் ராகவ் அதை நிறுத்தி அவள் நிதானிப்பதற்காக தன்னுடைய கையை கொடுத்த போது அதை பிடித்தபடியே இறங்கியவள் வியர்வையை துடைத்துவிட்டு அவனையே கடுப்புடன் பார்த்தாள்.

" ஜான்சி ராணி, வொய் ஆர் யூ ஸ்டேரிங் மீ லைக் திஸ்? நான் அவ்ளோ ஹேண்ட்சம்மா இருக்கேனா?" என்று கண் சிமிட்ட அவள் படபடவென்று அவனை அடிக்க ஆரம்பித்தாள்.

" ஏய்! ஸ்டாப் இட் கேர்ள்! ஆர் யூ க்ரேசி? இனாஃப்" என்று சொல்ல சொல்ல அவனை அடித்தவள் அவன் அவளது கைகளை பிடித்து கொண்டதால் நிறுத்தினாள்.

" நீ வொர்க் அவுட் சொல்லி தரியோ இல்லையோ என்னை உயிரோட வச்சு சாகடிக்கிற" என்று சொல்லிவிட்டு முறைக்க ராகவ் கூலாக அவள் கையை பிடித்து கொண்டான்,

" இதெல்லாமே ரொம்ப ஈஸியானது தான். பட் உனக்கு தான் கஷ்டமா தெரியுது" என்று அவன் அலட்சியமாக சொல்ல

" அஹான்! இனிமே நான் இந்த ரூம்கு வரவே மாட்டேன்பா" என்று சொல்லி கையை உறுவ முயற்சிக்க அவனோ இன்னும் இறுக்கமாக பிடித்து கொண்டான்,.

"ஏய் மைதா மாவு! கைய விடுடா" என்று சொல்லவும் ராகவுக்கு அந்த மைதாமாவு என்ற வார்த்தை மட்டும் புரிபட அவளிடம் " உனக்கு எவ்ளோ தைரியம் இருந்தா எனக்கு இப்பிடி ஒரு நிக்நேம் வச்சிருப்ப?"

என்று கேட்டான்.

அவந்திகா இவனுக்கு எப்படி தமிழ் வார்த்தை புரியும் என்று குழம்பியவள் அதை அவனிடம் கேட்டே விட்டாள். உஷா தனக்கு கூறிய விஷயங்களை சொல்லவும் அவந்திகா சிரித்தே சமாளிக்க முயன்றாள்.

" சோ இதுக்கு உனக்கு பனிஷ்மென்ட் குடுத்தே ஆகணும் " என்று தீவிரமான குரலில் சொல்ல அவந்திகா மலங்க மலங்க விழித்தாள்.

" இனிமே எப்போல்லாம் நீ தமிழ் வேர்ட்ஸ் யூஸ் பண்ணுரியோ அப்போ எல்லாம் எனக்கு அதோட மீனிங்க டிரான்ஸ்லேட் பண்ணனும். அதுல எதாச்சும் சீட்டிங் பண்ண டிரை பண்ணா அதுக்கு வேற பனிஷ்மெண்ட் இருக்கு. நான் பாபி கிட்ட கேட்டு ஒவ்வொரு வேர்டையும் கன்ஃபர்ம் பண்ணிப்பேன் " என்று சொல்ல அவள் பரிதாபமாக தலையாட்டினாள்.

" இன்னைக்கு வொர்க் அவுட் போதும்! பட் டுமாரோ இப்பிடி உன் மேல பரிதாபம் காட்டவே மாட்டேன். யூ மே கோ நவ் " என்று சொல்லிவிட்டு அவனுடைய பயிற்சிகளை தொடர்ந்தான் ராகவ்.

தன் அறைக்கு வந்த அவந்திகா ராகவ் வருவதற்குள் குளித்து தயாரானவள் கீழே சென்று தாதிக்கு பூஜையில் உதவி செய்வதாக கூறிக் கொண்டு அவருடன் அரட்டை அடிக்க ஆரம்பித்தாள்.

ரித்திமாவின் கால் வர அதை அட்டெண்ட் செய்தவள் பேசிமுடித்துவிட்டு ராகவிற்காக காத்திருக்க ஆரம்பித்தாள். ஏனென்றால் இது அவர்களின் வேலை சம்மந்தப்பட்ட விஷயம்.

ராகவ் கீழே இறங்கிவரவும் விஷயத்தை கூறியவளிடம் " ஹால் நல்லா கிராண்டா இருக்கிறது மஸ்ட். ஸோ நீ பெங்களூர் சரவுண்டிங்ல நல்ல ஹால் எதுனு செக் பண்ணிட்டு எனக்கு சஜெஸ்ட் பண்ணு. மத்த விஷயங்களை அதுக்கு அப்புறமா நானே உனக்கு எக்ஸ்ப்ளைன் பண்ணுறேன்" என்று சொல்லிவிட்டு சாப்பிட அமர்ந்தான். சாப்பிடும் போதே ஹால் பற்றிய அவனது எதிர்பார்ப்புகளை கேட்டு தெரிந்து கொண்டாள் அவந்திகா.

பின்னர் இருவரும் ஒன்றாகவே அலுவலகம் சென்றனர். அங்கே கிஷோர், வருண், ராகவ் மூவரும் ஏ.ஜி.எம்முக்கான வேலைகளை கவனிக்க ரித்திமாவும் அவந்திகாவும் கான்ஃபெரன்ஸ் ஹாலுக்கான பட்டியலை தயாரித்து கொண்டிருந்தனர்.

விஹான் அட்வர்டைசிங்கான வேலைகள் பரபரப்பாக நடக்க ஆரம்பித்தது..

ராகவிற்கு அது அவனது கனவு பயணத்துக்கான முதல் அடி என்றால் அவந்திகாவுக்கு அது அவர்களின் நிறுவன செல்லப் போகும் நீண்ட கால பயணத்திற்கான ஒரு முக்கியமான மைல் கல்.. அதனால் இருவரும் அந்த லான்ஸிற்கான பணியில் தீவிரமாக மூழ்கினர்.

18

அத்தியாயம் 18 (முதல் பாகத்தின் இறுதி)

சன் டியூ அலுவலகத்தில் அவந்திகாவை விட்டவன் " ஐயாம் வெயிட்டிங் ஃபார் யுவர் ரிப்போர்ட் " என்று சொல்லி விட்டு காரை எடுத்து கொண்டு சென்றான்.

அவன் செல்லும் வரை பார்த்திருந்துவிட்டு உள்ளே நுழைந்தவள் ரித்திமாவிடம் சொல்லிக் கொண்டு கான்ஃபெரென்ஸ் ஹாலை தேர்வு செய்ய கிளம்பினாள்.

பெரிய கார்பரேட் நிறுவனங்களின் நிகழ்வுகள் நடக்கும் ஒரு 10 ஹால்களின் டிடெய்ல்ஸை சேகரித்தவள் அவைலபிளிட்டி பற்றி விசா-ரிக்க நேரில் சென்றாள்.

லான்ஸிங்கிற்கு இன்னும் 2 மாதங்கள் இருப்பதால் அனைத்திலும் அந்த சமயத்தில் எந்த நிகழ்வும் புக் ஆகாமல் இருந்ததை நினைத்து திருப்திபட்டு கொண்டவள் அங்கிருந்த மேலாளர்களின் அனுமதியுடன் அவற்றை குறிப்பிட்ட சில கோணங்களில் புகைப்படம் எடுத்து கொண்-டாள்.

பின்னர் தங்கள் அலுவலகத்திற்கு சென்றவள் அதை ரிப்போர்ட்டாக தயார் செய்ய ஆரம்பித்தாள். ரித்திமா ஏதோ கேட்க வந்தவள் அவள்

தீவிரமாக வேலை செய்து கொண்டிருக்க அவளை தொல்லை செய்ய விரும்பாமல் ராகவிற்கு போன் செய்து அவன் அலுவலகத்துக்கு கிளம்பினாள்.

மதியம் 3 மணி...

விஹான் டெலிகாம் அலுவலகத்தில் ஏ.ஜி.எம்முக்கான முன்னேற்பாடுகள் நடந்து கொண்டிருந்ததால் ஊழியர்கள் அனைவரும் பரபரப்பாக இருக்க ஒரு புறம் மேலதிகாரிகளான கம்பெனியின் ஆடிட்டர், சி.இ.ஓ, கம்பெனி செகரட்டரி என அனைவரும் குழுமியிருக்க கம்பெனியின் சேர்மேன் குணால் கபூர் தலைமையில் கான்ஃப்ரென்ஸ் ஹாலில் ஒரு மீட்டிங் நடந்து கொண்டிருந்தது.

கம்பெனி டைரக்டர்களான வருண், மோகன், கிஷோர் என அனைவரும் கூடியிருந்த அந்த மீட்டிங்கில் விஹானின் எதிர்கால திட்டங்கள் குறித்து விவாதித்தவர்கள் ஏ.ஜி.எம் மூலமாக நிறுவனத்தின் மேலாண்மையில் சில மாற்றங்கள் கொண்டு வர போவதாக அறிவிக்க பட்டது.

மீட்டிங் முடிந்து வெளியே வந்த கிஷோர் வருணிடமும் ராகவிடமும் "பய்யா! இவ்ளோ பெரிய ரெஸ்பான்ஸிபிளிட்டியை எனக்கு குடுக்கிறிங்க! என்னால இதை சரியா கொண்டு போக முடியுமானு தெரியல. பட் எப்போவுமே இவனுக்கு போய் கம்பெனி மேனேஜ்மெண்ட்ட குடுத்தோமேனு நெனைக்கிற மாதிரி நடந்துக்க மாட்டேன்" என்று சொல்ல அவர்கள் அவன் தோளில் தட்டியபடி அவரவர் கேபினுக்கு சென்றனர்.

உள்ளே சென்ற சில நிமிடங்களில் அவனது பி.ஏ வந்து ரித்திமா வந்திருப்பதை கூற அவளை அனுப்புமாறு கூறியவன் அவள் வந்ததும் நாற்காலியில் அமர சொல்லிவிட்டு விஷயத்தை கேட்க ஆரம்பித்தான்.

ரித்திமா லான்ச் புரோகிராமிற்கான வரைவு அட்டவணைகளையும் சில அடிப்படை வேலைகளுக்கான டிசைன்களையும் அவனிடம் காட்டி அவனுடைய கருத்தை தெரிந்து குறித்துவைத்து கொண்டாள்.

" சார்! பட் ஒன் சஜஷன்! இந்த வொர்க் அரேஞ்ச்மெண்ட்ஸ் எல்லாமே நாங்க பாத்துப்போம். பட் எங்களுக்கு விஹான் அட்வர்டைசிங் ஸ்டாஃப்ஸோட ஒத்துழைப்பும் கொஞ்சம் தேவைப்படும். பிகாஸ் சில பேஸிக் வொர்க்ஸ் அந்தந்த இண்டஸ்ட்ரில இருக்கிறவங்களுக்கு தான் தெரியும்"

" இட்ஸ் ஓகே! இந்த போர்ட் மீட்டிங் முடிஞ்சதும் என்னோட ஆபிஸ அங்க தான் ஷிஃப்ட் பண்ண போறேன். அதுக்கு அப்புறமா

விஹான் அட்வர்டைசிங்கோட ஸ்டாஃப்ச நானே உங்களுக்கு இண்ட்ர-டியூஸ் பண்ணி வைக்கிறேன். தென் டெய்லி நீங்க அவங்க கூட வொர்க் பண்ணா உங்களுக்கே அவங்க எந்த மாதிரி வொர்க்குக்கு கரெக்டா இருப்பாங்கனு புரியும்" என்று ராகவ் அவளது அந்த கருத்தை ஏற்று கொண்டதோடு அதை செயல்படுத்தும் வழியையும் சொல்ல ரித்திமா அவனிடம் மற்ற விவரங்களையும் கேட்டு விட்டு கிளம்பினாள்.

கிளம்பும் முன் ராகவ் ரித்திமாவிடம் " ரித்திமா! நீங்க உங்க வொர்க்கை 25 பர்சென்டேஜ் ஸ்டார்ட் பண்ணிட்டிங்க. வாட் அபவுட் அவந்திகா?" என்று மறக்காமல் கேட்டு வைத்தான்.

" ஷீ இஸ் பிரிப்பேரிங் அ ரிப்போர்ட். இன்னும் லஞ்ச்க்கு கூட போகல உங்க ஜான்சி ராணி. அவ கிட்ட வொர்க் குடுத்திட்டிங்கல்ல இனிமே அத முடிக்காம அவளுக்கு சாப்பாடு இறங்காது" என்று சொன்-னவள் அவனிடம் விடைபெற்றுவிட்டு சென்றாள்.

அவள் சென்ற சில நிமிடங்களில் அவந்திகாவிற்கு ராகவிடம் இருந்து கால் வந்தது. போனை ஸ்பீக்கரில் போட்டவள் " ஹலோ" என்-றாள்.

"ரிப்போர்ட் எந்த ஸ்டேஜ்ல இருக்கு அவந்திகா?" என்று ராகவ் கேட்கவும் அவந்திகா கம்ப்யூட்டரில் டைப் செய்து கொண்டே பதிலளித்-தாள்.

" 75% முடிஞ்சிருச்சு. இன்னும் கொஞ்ச நேரத்துல பாக்கியையும் முடிச்சிட்டு உன்னை வந்து பாக்கீறேன் ராகவ்"

" நோ ப்ராப்ளம் . நான் வீட்டுக்கு வந்ததும் பொறுமையா பாத்துக்-கிறேன்"

" ம்ம்..ஓகே"

" தென் நீ இன்னும் சாப்பிடலையா?"

" ம்ம் யெஸ்" என்று சொன்னவளின் கவனம் வேலையில் இருந்-ததால் அவனது குரலிலிருந்த உணர்வை அவளால் புரிந்து கொள்ள இயலவில்லை.

" டைம் 4 ஓ க்ளாக் ஆகுது. இன்னும் சாப்பிடாம என்ன பண்-ணுற?"

" வொர்க் இருக்குல ராகவ்"

" நீ சாப்டு முடிச்சிட்டு வொர்க்கை கண்டினியூ பண்ணு"

" ம்ம்"

அவளின் இந்த ஒரு வார்த்தை பதிலில் எரிச்சலானான் ராகவ்.

" வாட் த ஹெல்? பிராப்பரா ஆன்சர் பண்ண கூட முடியாதா உன்னால?"

"ம்ம்..வாட்?" என்று கேட்கவும் தலையிலடித்து கொண்டவன் " நத்திங்" என்று சொல்லி காலை கட் செய்து விட்டான்.

அவந்திகா இது எதையும் கவனிக்காமல் வேலையிலேயே கண்ணாயிருந்து மாலையில் அதை முடித்தாள்.

ரிப்போர்ட்டுடன் வீட்டுக்கு வந்தவள் ரெஃப்ரெஷ் ஆகி விட்டு ராகவின் வருகைக்காக காத்திருந்தாள்.

அவன் வந்ததும் அலுவலக அறைக்கு அழைத்து சென்றவன் அவள் கொடுத்த ரிப்போர்ட்டை பார்த்து கொண்டே அவள் கூறிய விவரங்களை கேட்டான்.

" இந்த ஹால் மெயின் ப்ளேஸ்ல இருந்தாலும் பார்க்கிங் ஏரியா கொஞ்சம் வசதியா இல்ல. தென் இது மெயின் ப்ளேஸ் ப்ளஸ் எக்ஸ்க்ளூஸ்வ்லி ஃபார் கார்பரேட் ஈவன்ட்ஸ் ஒன்லி" என்று அவள் நின்று கொண்டே விளக்க ஒரு நாற்காலியை இழுத்து உட்கார்ந்த படியே சொல்லுமாறு கை காட்ட அவந்திகா அமர்ந்தபடியே விளக்கினாள்.

ஒரு மணி நேர விவாதத்துக்கு பிறகு இருவரும் மஹாதேவபுராவில் இருக்கும் ஒரு ஹாலை தேர்வு செய்தனர். தான் மறுநாள் அந்த ஹாலின் மேலாளரிடம் பேசி ஹாலை புக் செய்துவிடுவதாக அவந்திகா கூறிவிட்டு கீழே செல்ல ராகவ் ரெஃப்ரெஷ் ஆக அறைக்கு சென்றான்.

கீழே பிந்துவுடன் பேசிக் கொண்டிருந்தவள் ராகவ் வந்தவுடன் அனைவருடனும் சேர்ந்து டின்னர் சாப்பிட ஆரம்பித்தாள். சாப்பிடும் போதே உஷா கேட்ட கேள்விகளுக்கு பதிலளித்தவள் பின்னர் ராகவுடன் டிசைனிங் பற்றி பேச ஆரம்பித்தாள்.

பேசிக் கொண்டே சாப்பிட்டதால் புரையேற ராதிகா வந்து தண்ணீரை கொடுத்து அவளின் முதுகில் தட்டி கொடுத்து கொண்டே ராகவை முறைத்தவர் "எப்போவுமே அப்பா, பையங்கனு எல்லாருமே பிஸினஸ் பேசிட்டு இருந்தது மாறி இப்போ வீட்டு மருமகள்களையும் சாப்பிட விடாம பேசுனா என்ன அர்த்தம்? ராகவ் அவளை சாப்பிட விடு. எதுவா இருந்தாலும் நாளைக்கு ஆபிஸ்ல போய் பேசிக்கோங்க. உனக்கும் சேத்து தான்" என்று அவந்திகாவையும் செல்லமாக எச்சரித்து விட்டு சென்றார்.

சாப்பிட்டு முடித்ததும் தூக்கம் வராதவள் தோட்டத்திலிருந்த ஊஞ்சலில் அமர்ந்தவள் யூடியூபில் பாடல்களை பார்க்க ஆரம்பித்தாள். அவளுக்கு பிடித்த சூரியாவின் 24 பட பாடலை பார்க்க ஆரம்பித்தவள் அதில் மூழ்கினாள்.

நான் உன் அழகினிலே
தெய்வம் உணர்கிறேன்
உந்தன் அருகினிலே
என்னை உணருகிறேன்!!
உன் முகம் தாண்டி
மனம் சென்று உன்னை
பார்த்ததால் உன் இதயத்தின்
நிறம் பார்த்ததால்!!

ரசித்து பார்த்து கொண்டிருந்தவள் அவள் அருகில் வந்து நின்று அவளயும் போனையும் மாறி மாறி பார்த்து கொண்டிருந்த ராகவை கவனிக்கவில்லை. திடீரென்று யாரோ பக்கத்தில் அமர்ந்ததை உணர்ந்து திடுக்கிட்டு விழித்தவள் அவனை பார்த்ததும் முறைத்தாள்.

பாடலை பாஸ். செய்தவள் " சொல்லிட்டு வர மாட்டியா நீ? ஒரு நிமிஷம் எனக்கு ஷாக் ஆயிட்டு தெரியுமா?" என்று கண்ணை விரித்து சொல்லவும் அழகாக முறுவலித்தான் ராகவ்.

" என்ன பண்ணிட்டு இருக்க ஜான்சி ராணி?"

" நான் சூரியா சாங் கேட்டுட்டு இருக்கேன்"

" இஸிண்ட்?எங்க குடு, நானும் கேட்டு பாக்குறேன்" என்று அவளது ஹெட்போனின் ஒரு முனையை தன் காதில் மாட்டியவன் பாடலை பிளே செய்ய ஏ.ஆர். ரஹ்மானின் இசை காதில் தவழ ஆரம்பித்தது.

என்னில் இணைய
உன்னை அடைய என்ன
தவங்கள் செய்தேனோ
நெஞ்சம் இரண்டும்
கோர்த்து நடந்து கொஞ்சும்
உலகை காண்போம் காதல்
ஒளியில் கால வெளியில்
கால்கள் பதித்து போவோம்
இதுவரை யாரும்

கண்டதில்லை நான்
உணர்ந்த காதலை உயிரே
அதையே நீ உணர்ந்ததால்

என்ற வரியில் பாடலை பாஸ் செய்த ராகவ் " இந்த வாய்ஸ் அர்ஜித் சிங்கோடது தானே? " என்று கேட்டு தெளிவுபடுத்திக் கொண்டவன் பின்னர் முழு பாடலையும் அவளுடன் சேர்ந்து பார்த்து முடித்து விட்டு போனை அவள் கையிலிருந்து வாங்கி ஒரு புறமாக வைக்கவும் அவந்திகா இவனுக்கு என்னாச்சு என்று எண்ணி கொண்டாள்.

" ஓகே! இப்போ இந்த பாட்டை டிரான்ஸ்லேட் பண்ணு பாப்போம்" என்று சொல்லவும் " வாட்?" என்று அதிர்ந்தாள்.

" ஆர் யூ சீரியஸ் ராகவ்?" என்று கண்ணை விரித்து கேட்க அவன் ஆமாம் என்று தலையாட்டிவிட்டு அவளது மொழிபெயர்ப்புக்காக காத்திருந்தான்,

அதில் கடுப்பானவள் " பக்வாஸ் பந்த் கர் ராகவ் ! துமே கியா லக்தா? (உளறாத ராகவ்! நீ என்ன நெனைச்சிட்டு இருக்க?) டு ஐ லுக் லைக் அன் இடியட்? " என்று படபவென்று பொரியவும் அவனுக்கு அது பார்க்கவே கண் கொள்ளா காட்சியாக இருந்தது.

" தும் பேவகூஃப் யா நா, முஜே நஹி பதா. ஆவோ ஔர் பைதோ . டிரான்ஸ்லேட் கரோ (நீ முட்டாளா இல்லையானு எனக்கு தெரியாது. வந்து உக்காந்து டிரான்ஸ்லேட் பண்ணு) " என்று கட்டளையிட்டு அமருமாறு கை காட்ட அவளுக்கு காதில் இருந்து புகை வராத குறை தான்.

" தேரா திமாக் கராப் ஹோஹயா ராகவ் (உனக்கு மூளை குழம்பி போச்சு). ஐ வோண்ட் எக்ஸ்ப்ளெய்ன் எனிதிங். டூ யூ அண்டர்ஸ்டாண்ட்?" என்று சொல்லி விட்டு நகர முயன்றவளை இழுத்து அமரவைத்தவன் அவளை தோளோடு அணைத்து கொண்டதால் தன்னை சுற்றி இருக்கும் அவனது கைகளை தாண்டி அவளால் செல்ல இயலவில்லை.

அவனை பரிதாபமாக பார்த்தாள். அதற்கெல்லாம் மசிபவனா அவன்?

ஒரு முறை முறைத்துவிட்டு பாடலை மொழிபெயர்த்து கூற ஆரம்பித்தாள். முழுவதும் சொல்லிவிட்டு " ஆர் யூ ஹாப்பி நவ்?" என்று கேட்க ராகவ் "வெரி ஹாப்பி" என்று சொல்லி எழுந்தவன் அவளது

கையையும் தன் கையுடன் சேர்த்து கொண்டு உள்ளே செல்ல அவனை பார்க்க அவளுக்கு வினோதமாக இருந்தது.

" ரொம்ப ரசிக்காத ஜான்சி ராணி" என்று அவன் மெதுவான குரலில் கூற அவந்திகா விளையாட்டாக " அப்பிடி தான் பாப்பேன் மேன். ஐ ஹேவ் ஃபுல் ரைட்ஸ்" என்று சொல்லி கண் சிமிட்டினாள்.

" இஸிண்ட்?"

" யெஸ்! ஒன்லி ஐ ஹேவ் தட் ரைட். ஐ வோண்ட் அலோவ் எனிஒன் டு டூ தட்"

" சப்போஸ் யாராச்சும் பாத்தாங்கன்னா நீ என்ன பண்ணுவ?" என்று கிண்டலாக கேட்டு கொண்டே தங்களின் அறைக்குள் நுழைய அவந்திகா இடுப்பில் கை வைத்து அவனை முறைத்தாள்.

பின்னர் " அப்பிடி யாராச்சும் பாத்தாங்கன்னா அவங்க கண்ணை எடுத்துட வேண்டியது தான்" என்று கடுப்புடன் கூற ராகவிற்கு அவள் சொன்ன விதத்தில் சிரிப்பு வந்தது.

" வாவ்! உனக்கு வேற நிக் நேம் வைக்கலாமானு யோசிக்கிறேன். ம்ம்.. இன்செக்யூர்ட் பீவி.. ஹவ் இஸ் தட்?" என்று சொல்லிவிட்டு அவளை கூரிய விழிகளால் பார்த்தான் ராகவ்.

அந்த பார்வையை எதிர் கொள்ள இயலாதவள் " உவ்வக்! கேவலமா இருக்கு. நிக்நேம் வைக்கிறதுல்லாம் ஒரு கலை. அது எல்லாருக்கும் வராது மேன்" என்று அவன் பார்வையை தவிர்த்தவளாய் படுக்கையில் விழுந்தாள்.

"அஹான்! ஓகே ஜான்சி ராணி! குட் நைட்" என்று சொல்லி விளக்கை அணைத்தான் ராகவ்.

" குட் நைட் :" என்று சொன்னவள் அடுத்த சில நிமிடங்களில் உறங்கி போனாள்.

" யூ ஆர் மை ஸ்ட்ரெஸ் பஸ்டர் " என்று எண்ணி கொண்ட ராகவ் போர்வையை மூடி உறங்க ஆரம்பித்தான்.

மனதிற்கு பிடித்தவர்களின் சிறு வேடிக்கையான செய்கைகள் தான் நம் வாழ்வை அழகாகவும் அர்த்தமுள்ளதாகவும் மாற்றுகின்றது...

இரண்டாம் பாகத்தில் சந்திப்போம்!

www.ingramcontent.com/pod-product-compliance
Lightning Source LLC
LaVergne TN
LVHW050859051026
849532LV00006BA/2308
9798889750550